अभिप्राय

डॉ. फ्रॅन्कल यांचे मनोवैज्ञानिक म्हणून नाही, तर एक सामान्य कैदी म्हणून आलेले अनुभव. 'प्रत्येक जीवात असलेल्या बीजरूप शक्तीचे बल जगाला दाखविण्यासाठी' हे पुस्तक लिहिल्याचे ते सांगतात.

पुस्तकात उत्तरार्धात 'लोगोथेरपी' या उपचार पद्धतीचे वर्णन आहे. आयुष्यातील प्रत्येक अवस्थेला तोंड कसं द्यायचं हे ठरवायचं आपलं स्वातंत्र्य अबाधित असतं, हे 'लोगोथेरपी'चं एक प्रमुख तत्त्व!

'मानव जातीचे पुस्तक' म्हणून गौरविलेल्या या असामान्य पुस्तकाचा मराठी अनुवादाचा डॉ. विजया बापट यांचा प्रयत्न निश्चितच स्तुत्य आहे.

बृहन्महाराष्ट्र वृत्त, जानेवारी २०१०

'लोगोथेरपी' ही उपचारपद्धती लेखकाला ज्यूंच्या यातना शिबिरातून अनुभवास आली. त्यानंतर या कॅम्पमधून बाहेर पडल्यावर लेखकाने झपाटल्यासारखे नऊ दिवसांत हे पुस्तक लिहून पूर्ण केले. त्याचे झपाटलेपण या पुस्तकात अधोरेखित होते.

पुण्यनगरी, रविवार ४ एप्रिल, २०१०
महाराष्ट्र वैभव, शुक्रवार ९-७-२०१०

नाझींच्या छळछावण्यांचा अनुभव घेतलेल्या फ्रॅन्कल यांनी लोगोथेरपी ही पद्धत निर्माण केली. जगण्यास सामर्थ्य देणारे मनोबल कसे मिळवले पाहिजे, याचे विवेचन करणारे लेखन. सोप्या सुटसुटीत निवेदन शैलीतील तत्त्वज्ञानाचा विचार.

सांजवार्ता, ११-४-२०१०

'मॅन्स सर्च फॉर मीनिंग'
या इंग्रजी पुस्तकाचा अनुवाद

अर्थाच्या शोधात

व्हिक्टर फ्रॅन्कल

अनुवाद
डॉ विजया बापट

मेहता पब्लिशिंग हाऊस

Published by arrangement with Beacon Press
Translated into Marathi Language by Dr. Vijaya Bapat

अर्थाच्या शोधात / मार्गदर्शनपर

अनुवाद : डॉ. विजया बापट

Email : author@mehtapublishinghouse.com

संस्थापक : सुनील अनिल मेहता

प्रकाशक : मेहता पब्लिशिंग हाऊस प्रा. लि.,
१९४१, सदाशिव पेठ, माडीवाले कॉलनी, पुणे – ४११०३०.

मुद्रक : श्री मुद्रा

मुखपृष्ठ : फाल्गुन ग्राफिक्स

प्रकाशनकाल : ऑक्टोबर, २००९ / जानेवारी, २०१२ / जानेवारी, २०१३ / फेब्रुवारी, २०१४ / जानेवारी, २०१६ / जुलै, २०१७ / जानेवारी, २०१९ / डिसेंबर, २०२० / जुलै, २०२२ / फेब्रुवारी, २०२४ / पुनर्मुद्रण : जून, २०२६

किंमत : ₹ २५०

P Book ISBN 9788184980721
E Book ISBN 9789386888136
E Books available on : amazonkindle Apple Books Google Play Books

---

माझ्या आईच्या स्मृतीस...

प्रस्तावना

(डॉक्टर फ्रॅन्कलच्या शब्दात त्यांच्या १९९२ सालच्या 'मॅन्स सर्च फॉर मीनिंग'च्या आवृत्तीची प्रस्तावना.)

इंग्रजी भाषेत ह्या पुस्तकाच्या जवळ जवळ शंभर आवृत्त्या प्रसिद्ध झाल्या आहेत. शिवाय इतर एकवीस भाषांतून ह्या पुस्तकाची भाषांतरे झाली आहेत. अक्षरश: लक्षावधी प्रती खपण्याचे भाग्य ह्या पुस्तकास लाभले आहे. ही आकडेवारी पाहून अमेरिकन वृत्तपत्राचे आणि दूरदर्शनचे वार्ताहर माझ्या मुलाखतीची सुरुवात बहुधा, ''डॉक्टर फ्रॅन्कल, तुमच्या या अमाप यशाबद्दल तुम्हाला काय वाटते?'' यांसारख्या प्रश्नाने करतात. यावर माझी प्रतिक्रिया असते, ''ह्या पुस्तकाची अफाट विक्री हे मी माझे यश मानत नसून, आजच्या आपल्या काळातील दु:खाची अभिव्यक्ती हे समजतो. जर लक्षावधी लोकांचे लक्ष, 'अर्थाच्या शोधात' ह्या मथळ्याने वेधले जात असेल तर ते सारे जीवनातील अर्थाच्या शोधात आहेत, त्या अर्थशोधनाची त्यांना निकड आहे असाच निष्कर्ष काढावा लागेल.''

ह्या पुस्तकाच्या खपाचे दुसरेही एक कारण असू शकेल. ते म्हणजे पुस्तकाच्या उत्तरार्धात केलेले 'लोगोथेरपी' ह्या उपचारपद्धतीचे वर्णन. ही उपचारपद्धती पूर्वार्धात वर्णन केलेल्या कॉन्सन्ट्रेशन कॅम्प्समधील अनुभवांवर आधारित आहे. पूर्वार्ध नि उत्तरार्ध हे दोन्ही भाग एकमेकांस पूरक आहेत. जेव्हा मी १९४५ मध्ये 'कॉन्सन्ट्रेशन कॅम्प' मधून बाहेर पडल्यानंतर झपाटलेल्या अवस्थेत नऊ दिवसांत हे पुस्तक लिहून काढले, तेव्हा मला पुस्तकाच्या भवितव्याची पुसटशीसुद्धा कल्पना नव्हती. खरे सांगायचे तर मी हे पुस्तक अनामिक स्वरूपात प्रकाशित करायचे ठरविले होते. जर्मन भाषेतील पहिले पुस्तक तसे प्रसिद्ध झालेही. पण शेवटी मित्रांच्या आग्रहाखातर मी 'लेखक' म्हणून आपले नाव पुस्तकावर घालायला सुरुवात केली. हे पुस्तक

आपल्याला प्रसिद्धी मिळवून देईल असे मला मुळीच वाटले नव्हते. मला कळलेला जीवनाचा अर्थ जगाला सांगायची तीव्र इच्छा, एवढीच प्रेरणा पुस्तक लिहायच्या मागे होती. मला फक्त सोदाहरण एवढेच दाखवून द्यायचे होते, की कॉन्सन्ट्रेशन कॅम्पसारख्या कल्पनातीत परिस्थितीतदेखील आयुष्याला अर्थ असतो नि प्रत्येक जिवात अंत:सामर्थ्य असते. ह्या बीजरूप शक्तीचे बल जगाला दाखविण्यासाठी मला पुस्तक लिहावेसे वाटले.

मी लिहिलेल्या दहा-बारा पुस्तकांत, अनामिक रूपात लिहिण्याच्या उद्देशाने लिहिलेल्या पुस्तकाने मला सर्वांत जास्त यश व प्रसिद्धी मिळवून द्यावी, ही गोष्ट लक्षणीय आहे. मी माझ्या विद्यार्थ्यांना पुन्हा पुन्हा सांगत असतो, की यशाच्या मागे लागून केलेल्या गोष्टी सहसा यशस्वी होत नाहीत. सुखासारखाच यशाचाही पाठपुरावा करता येत नाही. ते आपसूकच तुमच्या मागे यावे लागते. 'कर्मण्येवाधिकारास्ते, मा फलेषु कदाचन' ह्या वृत्तीने उद्योगरत राहिले की केवहतरी, न बोलाविता बरोबर राहणाऱ्या मित्रासारखे यश पाठीशी येऊन उभे राहते. मात्र तुमचे ध्येय 'स्वत:पलीकडील' कार्याशी किंवा व्यक्तीशी संबंधित असावे लागते. अंतर्मनाला साक्षी ठेवून, सर्व शक्ती पणाला लावल्यावर तुम्हाला कदाचित दीर्घकाळानंतर आढळून येईल, की 'यश' तुमचा पाठलाग करत आहे, कारण तुम्ही त्याविषयी विचार करणे सोडून दिले आहे. यश मिळते, इच्छापूर्ती होते.

वाचक कदाचित मला असाही प्रश्न करतील, की हिटलरने ऑस्ट्रिया पादाक्रांत केला तेव्हाच होलोकॉस्टच्या नरकात पडण्याऐवजी स्वत:च्या सुरक्षिततेसाठी तुम्ही सुटकेचा प्रयत्न का केला नाहीत? त्याचे असे झाले, अमेरिका दुसऱ्या महायुद्धात उतरण्याच्या थोड्याच आधी मला अमेरिकन वकिलातीतून 'व्हिसा घेण्यास या.' असे आमंत्रण आले होते. (डॉ. फ्रॅन्कल तेव्हा नावारूपास येऊ लागले होते). मला सुरक्षितपणे ऑस्ट्रियातून अमेरिकेत जाता येईल, ह्या कल्पनेने माझ्या वृद्ध आई-वडिलांना खूप आनंद झाला. पण मला प्रश्न पडला, माझ्या आईवडिलांना

कॅम्पमध्ये पाठविले जाण्याची दाट शक्यता असताना त्यांना ऑस्ट्रियात एकटे सोडून जाणे मला शक्य होईल का? माझ्या कर्तव्याचे, जबाबदारीचे काय? मग मनात द्वंद्व माजले. सुरक्षित ठिकाणी पळून जाऊन माझे हाती घेतलेले काम पूर्ण करू, का मुलाचे आईवडिलांना उतारवयात सांभाळायचे कर्तव्य बजावू? देवा, तूच मार्ग दाखव. मी मनोभावे प्रार्थना केली.

विचारात दंग होऊन मी घरी आलो, तर एक संगमरवराचा तुकडा टेबलावर ठेवलेला मला आढळला.

''हे काय आहे?''

मी वडिलांना विचारले.

नॅशनल सोशालिस्ट पार्टीने जाळून उद्‌ध्वस्त केलेल्या, व्हिएन्नामधील सर्वांत मोठ्या सिनेगॉगसमोर पडलेला तो तुकडा वडिलांना दिसला आणि त्यांनी तो संभाळून घरी आणला होता. धर्माज्ञा कोरलेल्या दगडाचा तो एक भाग होता. त्यावर एक हिब्रू अक्षर कोरलेले दिसत होते. त्या अक्षरावरून तो कोणत्या धर्माज्ञेचा भाग आहे ते वडिलांनी ओळखले होते.

''कोणत्या?'' मी उत्सुकतेने विचारले.

'मातृदेवो भव पितृदेवो भव ह्या तत्त्वानुसार वागलात तर तुम्हाला ह्या भूमीवर अनेक वर्षे सुखाने नांदता येईल', ही ती धर्माज्ञा होती.

वडिलांनी स्पष्टीकरण दिले. देवाने माझ्या प्रश्नाचे उत्तर दिले होते. मी अमेरिकन व्हिसा घेण्यास गेलो नाही. त्या क्षणापासून मी माझ्या आई-वडिलांबरोबरच राहण्याचे ठरवले.''

व्हिक्टर इ. फ्रॅन्कल
व्हिएन्ना, १९९२

मनोगत

डॉक्टर व्हिक्टर फ्रॅन्कलचे, 'मॅन्स सर्च फॉर मीनिंग' नावाचे पुस्तक वाचायला घेतले अन् त्याने मनाचा ठाव घेतला. मग त्यांची आणखी काही पुस्तके, त्यांचे चरित्र, त्यांनी मांडलेल्या सिद्धांतावर आधारित पुस्तके असे बरेच काही वाचले. इंग्रजी त्याची मातृभाषा नसल्याने काही ठिकाणी जरा पुनरावृत्ती झाल्यासारखी वाटली, तरी त्यांची पुस्तके त्यातील वैचारिक श्रीमंतीमुळे मनाचा ठाव घेतात असा अनुभव मला आला व मी प्रभावित झाले. ते आज हयात नाहीत. मी व्हिएन्नाला जाऊन त्यांच्या मुलीची व जावयाची भेट घेतली. त्यांना माझा भाषांतराचा मानस सांगितला. त्यांचा अनुकूल कौल दिसताच अनुवादाची तयारी सुरू केली.

हे पुस्तक परिणामकारक होण्याची दोन प्रमुख कारणे मला जाणवतात. पहिले कारण लेखकाचे असामान्य प्रभावी व्यक्तिमत्त्व पुस्तकातील पानापानांतून डोकावते, खुणावत राहते. लहानखोर म्हणता येईल अशी शरीरयष्टी, व्हिएन्ना, ऑस्ट्रिया येथील एका गरीब परंतु ज्ञानपिपासू घरात जन्म (इ.स. १९०५), नि बुद्धिमत्तेची देणगी घेऊन जन्माला आलेला हा माणूस. घरात मातापित्यांचे प्रेम व आधार भरपूर मिळाला. लहान वयातही त्याच्या संवेदनाक्षम मनाची नि व्यापक विचारसरणीची चाहूल भोवतालच्या लोकांना जाणवू लागली. वयाच्या सतराव्या वर्षी शाळेत असतानाच लिहिलेले लिखाण व्हिक्टरने प्रसिद्ध मानसशास्त्रज्ञ सिग्मंड फ्रॉइड ह्याला वाचण्यासाठी पाठविले. फ्रॉइडला लिखाण इतके आवडले, की त्याने ते परस्पर प्रकाशनासाठी पाठवून दिले. लवकरच फ्रॅन्कल स्वत:देखील मानसशास्त्रज्ञ झाला व व्हिएन्ना येथील एका मातब्बर संस्थेत काम करू लागला. अगदी तरुण वयातच त्याने 'द डॉक्टर अॅण्ड द सोल' हे पहिले पुस्तक लिहिण्यास सुरुवात केली.

अकस्मात युरोपात हिटलर नावाचे सैतानी वादळ आले. दुसरे महायुद्ध सुरू झाले नि डॉ. फ्रॅन्कलला त्यांच्या कुटुंबीयांसह केवळ ज्यू असण्याच्या 'अपराधा'बद्दल पकडण्यात आले. तपांएवढी भासणारी पुढील अडीच वर्षे, त्यांनी 'कॉन्सन्ट्रेशन कॅम्प' मध्ये घालविली. निळे डोळे, सोनेरी केस, गोरा वर्ण, ख्रिश्चन धर्म नि भरपूर उंची हे हिटलरचे 'शुद्ध आर्यवंशीयत्वाचे' मापदंड होते. त्या वंशाची जपणूक हे हिटलरने आपले ध्येय बनविले होते. त्याच्या मते ज्यू, जिप्सी, समिंलगत्व आचरणारे नि त्याच्या मापदंडात न बसणारे इतर लोक निकृष्ट दर्जाचे असून, त्यांचा संहार आर्यवंशाच्या शुद्धीकरणास आवश्यक होता. आबालवृद्धांसह या लाखो 'निकृष्ट' व्यक्तींचा हिटलरच्या आज्ञेवरून कॉन्सन्ट्रेशन कॅम्प्समध्ये अनन्वित छळ करण्यात आला. पकडलेल्यांपैकी नव्वद प्रतिशत लोकांना विषारी वायुकक्ष अथवा विद्युतभट्टीत घालून ठार मारण्यात आले. उरलेल्यांकडून उपाशीपोटी, युरोपातील गारठ्यात, अपुऱ्या वस्त्रांनिशी, कष्टप्रद कामे करविली. फ्रॅन्कलच्या कुटुंबासह अनेक कुटुंबांचा त्या कॅम्प्समध्ये नाश झाला. अशा अग्निदिव्यांतून जात असतानाही डॉ. फ्रॅन्कलने आपला आशावाद ढळू दिला नाही, आपल्या ध्येयास जपण्याच्या धैर्याचा त्याग केला नाही. फ्रॅन्कलने स्वत:ची माणुसकी तर जपलीच, पण त्या भयंकर वातावरणातही सभोवती माणुसकी शोधण्याचे असामान्य औदार्य त्याने उरी बाळगले. सभोवती हाहाकार माजला असताना तो स्वत:ला, प्रश्न विचारत राहिला, जीवनाचा अर्थ शोधत राहिला. स्वत:चे ज्ञानचक्षू उघडे ठेवून त्या असामान्य परिस्थितीचा माणसाच्या मनावर होणारा परिणाम तर्कशुद्ध दृष्टीने निरखत राहिला. कदाचित म्हणूनच ह्या अमानुष अनुभवांतून पार पडून देखील तो क्षमाशील राहू शकला. अन् म्हणूनच माणुसकी न सोडलेला हा माणूस मला फार भावला.

सारे काही हरवून दुसरे महायुद्ध संपता संपता कॅम्प्समधून सुटका होऊन बाहेर पडल्यावर तो 'स्व'त्वाचे उरलेसुरले तुकडे पुन्हा सांधण्याचे, प्रेमाच्या

माणसांविना उसविलेल्या आयुष्याच्या वस्त्राला ठिगळे लावण्याचे अवघड काम करू लागला. आपले फाटलेले तुकडे जोडताना त्याने विणली सुरेख दुलई. कवचकुंडलासारखी. कठीण परिस्थितीत संरक्षण करू शकणारी, ऊब देणारी दुलई. त्याला सापडलेल्या सत्यातून निर्माण झालेली एक नवी उपचारपद्धती होती ती. त्याने तिचे नाव ठेवले 'लोगोथेरपी.'

त्याच्याहून वयाने मोठा असलेला फ्रॉइड हा 'मानसशास्त्राचा जनक' म्हणून ओळखला जातो. फ्रॉइडच्या सिद्धांतानुसार मानसिक रोगांचे मूळ नैसर्गिक प्रेरणा व वासनांच्या दडपण्यात असते. सुखाला वंचित झालेल्या सुप्त प्रवृत्ती मग विकृत स्वरूपात उफाळून येतात व मानसिक रोग निर्माण करण्यास कारणीभूत होतात असे फ्रॉइडला वाटत असे (प्लेझर प्रिन्सिपल). फ्रॉइडचाच चेला होता ॲडलर. ॲडलरच्या म्हणण्याप्रमाणे 'मानसिक रोगांचे कारण सुखाचे व वासनेचे दडपण हे नसून न्यूनगंडांवर मात करून शक्तिशाली न बनता येणे हे असते (पॉवर प्रिन्सिपल). सामर्थ्यवान बनण्याची क्षमता मानसिक रोग बरे होण्यास मदत करते.' असे तो प्रतिपादन करत असे. फ्रॅन्कल वरील दोघांस आपले गुरू मानून त्यांच्या ज्ञानास वंदन करत असे. ''मी ह्या दोघांच्या बलदंड खांद्यांवर उभा आहे, म्हणूनच मी अधिक दूरचे पाहू शकतो.'' असे फ्रॅन्कल म्हणत असे. त्याच्या क्षितिजावर तिसरा सिद्धान्त तरळत होता. फ्रॅन्कलचे आवडते सुभाषित होते तत्त्वज्ञानी नित्शेचे, ''ज्याला 'का' जगायचे ह्याचा उलगडा झाला, त्याला 'कशा' ही परिस्थितीत जगता येते.'' फ्रॉइड मनाचा तळ शोधत होता तर फ्रॅन्कल मनाची उंची कुठवर जाऊ शकते ते मापत होता. ह्या विश्वासातून त्याच्या 'लोगोथेरपी' नावाच्या जीवनातील अर्थाचा शोध घेणाऱ्या उपचारपद्धतीचा जन्म झाला. स्वत:ला व आपल्या पेशंट्सना जीवनातील 'का'चा अर्थ समजावून त्यांना पुन्हा माणसांत आणण्याचे, बरे करण्याचे बहुमोल काम फ्रॅन्कलने लोगोथेरपीचा वापर करून केले. ''बहुधा ह्यासाठीच मला देवाने हिटलरच्या

मृत्यूच्या जबड्यातून वाचविले असावे.'' असे फ्रॅन्कल वारंवार म्हणत असे. फ्रॅन्कल मला भावण्याचे हे दुसरे कारण. त्याची विद्वत्ता, अग्निदिव्य करूनही उरलेली माणुसकी, जीवनावरील श्रद्धा, आयुष्यावर प्रेम करायची कुवत आणि त्याची शिकवण सारे मला स्पर्शून गेले.

डॉक्टर व्हिक्टर फ्रॅन्कलच्या 'मॅन्स सर्च फॉर मीनिंग' ह्या पुस्तकाचा कार्ल जॅस्पर नावाच्या तत्त्वज्ञाने 'मानवजातीचे पुस्तक' म्हणून गौरव केला. यु.एस.ए. च्या लायब्ररी ऑफ काँग्रेसने ह्या पुस्तकास, 'सर्वांत परिणामकारक दहा पुस्तकांतील एक' असे म्हटले. ह्या पुस्तकाच्या पूर्वार्धात डॉ. फ्रॅन्कलने 'कॉन्सन्ट्रेशन कॅम्प'मधील अनुभव नि त्यांचा माणसाच्या मनावर होणारा परिणाम ह्याचे वर्णन केले आहे. पुस्तकाच्या उत्तरार्धात त्याने वरील अनुभवांवर आधारित आपल्या सिद्धान्तांची ओळख, त्यातून निर्माण केलेली उपचारपद्धती व तिचा उपयोग आणि त्यायोगे मिळणारे, जगण्यास समर्थ करणारे मनोबल ह्यांची मांडणी केली आहे. ह्या सर्वांतून त्याने समजाविलेल्या जीवनाच्या अर्थाची उपयुक्तता कालातीत असल्याचे पटते. फ्रॅन्कलने अनुभवलेली कथा जरी एका विशिष्ट भीती व हिंसापर्वाची असली, तरी दुर्दैवाने अशा वावटळी मानवजातीच्या इतिहासात वारंवार आल्या आहेत व येण्याची चिन्हे आजही दिसत आहेत. म्हणूनच ही कहाणी नित्यनेमाने ऐकायची गरज आहे. ह्या हृद्य पुस्तकाचा अनुवाद करताना आपण एका मोठ्या कृतीस यथायोग्य न्याय देऊ शकू का, ही आशंका आणि त्याबरोबरच ह्या पुस्तकाची मराठी वाचकाला ओळख करून द्यायची ओढ दोन्ही माझ्या मनात आहे. त्यांच्या पुस्तकाचे अगदी शब्दश: भाषांतर न करता त्याला मराठी साज चढवीत त्याचे रूपांतर करण्याचे ठरविले. मात्र तसे करताना त्याच्या आशयाशी एकनिष्ठ राहायचा व शक्य तेवढी त्यांचीच भाषा वापरायचा मी प्रमाणिकपणे प्रयत्न केला आहे. तो कितपत साध्य झाला हे ठरवायचे काम मी वाचकांवर सोपविते.

हे पुस्तक प्रकाशात येण्यास अनेक व्यक्तींचा हातभार लागलेला आहे. व्हिक्टर फ्रॅन्कल इन्स्टिट्यूटच्या वतीने त्यांची मुलगी गॅब्रिएल नि जावई फ्रान्झ वेसली ह्यांनी कुठलीही अट न घालता अनुवादास दिलेली परवानगी, प्रकाशकांनी वेळेवर केलेली कामे, धनेश जोशींनी केलेले संगणकाचे साहाय्य, मुलांची साथ, हितचिंतकांनी लावलेला प्रेमाचा लकडा, साऱ्यांची मी ऋणी आहे.

ता.क. – मनोविज्ञानशास्त्रात फ्रॅन्कलच्या काळापासून आजपर्यंत बरीच प्रगती झालेली आहे. शिवाय त्या काळी अस्तित्वात नसलेली अनेक औषधे आज मनोरुग्णास उपलब्ध आहेत. मनोविकाराबाबतची काही विधाने कदाचित फ्रॅन्कलने आज वेगळ्या शब्दांत केली असती. तरीदेखील विषयाचा मूळ गाभा तोच आहे, मी तो तसाच ठेवायचा प्रयत्न केला आहे.

डॉ विजया बापट

अनुक्रमणिका

✆ +91 020-24476924 / 24460313 / Mob. No. 9545000513

Email : production@mehtapublishinghouse.com

Website : www.mehtapublishinghouse.com

उपोद्घात

व्हिक्टर फ्रॅन्कलचे, 'मॅन्स सर्च फॉर मीनिंग' हे पुस्तक आपल्या काळातील अनमोल पुस्तकांतील एक असे आहे. खरे तर कुठल्याही पुस्तकात, जर माणसाच्या आयुष्यात बदल घडवून आणेल असा एकही परिच्छेद, अशी एखादी कल्पना असली, तर ते पुस्तक वाचावे, पुन्हा त्याचे पारायण करावे नि घरी आणून त्या पुस्तकास आपल्या पुस्तकांच्या कपाटात मानाची जागा द्यावी हे न्याय्य ठरते. ह्या पुस्तकात असे अनेक परिच्छेद, अशा कितीतरी कल्पना आहेत.

पहिली गोष्ट ही, की हे पुस्तक अस्तित्वासंबंधी आहे. जर्मनीतील अन् पूर्व युरोपातील अनेक देशांतील ज्युइश धर्माच्या लोकांमध्ये १९३० च्या दशकात, 'लोकांच्या वागण्यात थोडाफार दुजाभाव असला तरी सर्वसाधारणपणे आपण युरोपात सुरक्षित आहोत.' ही भावना प्रचलित होती, त्या लोकांबरोबर फ्रॅन्कल आणि त्याचे कुटुंबीयदेखील नाझींनी पसरलेल्या छळछावण्यांच्या जाळ्यात नि वंशोच्छेद केंद्रात अडकले. बायबलमध्ये लिहिल्यासारखा कुठल्यातरी अनाकलनीय योगाने व्हिक्टर फ्रॅन्कल हा 'जाळातून काढलेल्या काडीसारखा' वाचला.

ह्या पुस्तकात त्याच्या वेदना व त्याने काय गमावले ह्यापेक्षाही, अस्तित्वासाठी जी शक्ती लागते तिच्या स्रोतांचा विचार आहे. ह्या पुस्तकात अनेकदा फ्रॅन्कलने आपल्या आवडत्या तत्त्वज्ञाचे, नित्शेचे वचन उद्धृत केले आहे. 'ज्याला कशासाठी जगायचे हे कळले, तो सर्व काही कसेही सहन करू शकतो.' हे ते वचन. अत्यंत व्यथित मनाने तो त्या सर्वप्रथम प्राण सोडणाऱ्यांचं वर्णन करतो. 'प्रथम मरणारे ते होते, ज्यांनी भविष्याविषयीच्या सर्व आशा सोडल्या होत्या.' उपासमार, औषधांचा अभाव अशा गोष्टींनी मरण येण्याऐवजी त्यांना अतीव नैराश्याने मरण आले. फ्रॅन्कलचे म्हणणे असे आहे, की जगण्यासारखे काही न दिसल्याने त्यांना मृत्यू आला.

फ्रॅन्कलने आपली स्वत:ची जगण्याची जिद्द कायम तेवत ठेवली. त्यासाठी त्याला आपल्या बायकोवरील प्रेमाचे विचार, तिला पुन्हा भेटायची आशा नि इच्छा, आपण येथील भयावह अनुभवांतून काय शिकलो ते इतरांना सांगायचे स्वप्न अशांसारख्या गोष्टींचा उपयोग झाला. अर्थातच जगण्याची तीव्र इच्छा असलेले अनेक जण जगू शकले नाहीत हे सत्य आहे. काही रोगास बळी पडले तर काही विद्युतभट्टीत घालून मारले गेले. फ्रॅन्कलने अनेक जण का मेले हे सांगण्यापेक्षा कोणीही का जगला हे सांगण्यावर भर दिला आहे.

ऑशविट्झमधील अनुभव भयंकर होते हे तर खरेच. त्या अनुभवांनी फ्रॅन्कलच्या डोक्यात आधीपासूनच घोळत असलेल्या कल्पनेस पुष्टी दिली. फ्रॉइडने म्हटल्याप्रमाणे आयुष्य हे सुखाच्या शोधासाठी नसते की ॲडलरने वर्णिल्याप्रमाणे ते सत्तेच्या शोधात नसते. तर माणसाच्या आयुष्यातले सर्वांत मोठे काम जीवनातला अर्थ शोधणे हे असते. अर्थपूर्ण जीवन जगण्यासाठी व्हिक्टर फ्रॅन्कलने तीन पर्याय सुचविले, एक मार्ग म्हणजे भरीव, अर्थपूर्ण कार्य करणे, दुसरा स्वत:पलीकडे बघत कुणावर तरी प्रेम करणे आणि तिसरा मार्ग म्हणजे संकटात धैर्य शाबूत ठेवणे. दु:ख तसे अर्थहीन असते. आपण त्याला कसा प्रतिसाद देतो त्यावरून त्याला अर्थ देता येतो. एका ठिकाणी फ्रॅन्कलने लिहिले आहे की, 'व्यक्ती संकटास धैर्याने, नि:स्वार्थपणे, स्वाभिमानाने सामोरी जाऊ शकते किंवा स्वत:स वाचविण्याच्या अवघड प्रयत्नात माणुसकीचा धर्म विसरून जनावरांसारखे वागू शकते.' नाझींच्या ताब्यातील युद्धकैद्यांतील काही थोडेच पहिल्या प्रकारात मोडले हे खरे आहे. परंतु त्यातील एक उदाहरणदेखील 'माणसाचे अंत:सामर्थ्य त्याला त्याच्या नशिबाहून उंच स्तरावर नेऊ शकते हे दाखविण्यास पुरेसे आहे.

सरतेशेवटी फ्रॅन्कलची सर्वांत शाश्वत अंत:प्रेरणा, जिचा उपयोग मी अनेकदा माझ्या व्यवसायात इतरांना सल्ला देण्यासाठी आणि स्वत:च्या आयुष्यात अमलात आणण्यासाठी देखील केला आहे, ती म्हणजे, 'आपल्या हाताबाहेर असलेल्या अनेक गोष्टी आपले पुष्कळ काही हिरावून घेऊ शकतात. याला एक अपवाद आहे. प्रसंगाला कसा प्रतिसाद द्यायचा ह्याचे स्वातंत्र्य आयुष्यात काय प्रसंग येतील ह्यावर तुमचे नियत्रंण नसते; पण त्याबद्दल तुम्हाला काय वाटते आणि त्याविषयी तुम्ही काय करता ह्यावर तुम्ही नेहमी नियंत्रण ठेवू शकता.'

आर्थर मिलरच्या 'विचितील घटना' (इन्सिडन्ट ॲट विचि) नावाच्या नाटकात एक प्रसंगाचे वर्णन केले आहे, एका उच्च मध्यमवर्गीय व्यावसायिक माणसास नाझी अधिकाऱ्यासमोर आणले जाते. नाझींनी त्याच्या गावावर कबजा केलेला असतो. तो माणूस आपली सारी प्रमाणपत्रे, पदव्या, थोरामोठ्यांनी त्याला नावाजणारी लिहिलेली पत्रे असे सारे नाझी अधिकाऱ्यास दाखवितो. नाझी अधिकारी त्याला, ''हे एवढेच

तुझ्याजवळ आहे का?'' असा प्रश्न करतो. तो माणूस होकारार्थी मान हलवितो. ती सारी कागदपत्रे कचऱ्याच्या टोपलीत टाकत नाझी उद्गारतो, ''छान! आता तुझ्याजवळ काहीही नाही. आता तू कोणीही नाहीस.'' हा प्रसंग बोलका आहे. त्या माणसाची सारी अस्मिता त्याला इतरांनी दिलेल्या मानमरातबांवर अवलंबून असल्याने तो भावनिकदृष्ट्या ढासळतो. फ्रॅन्कल म्हणाला असता, 'जोवर प्रसंगाला तोंड कसे द्यायचे हे ठरविण्याचे स्वातंत्र्य आपल्याजवळ आहे, तोवर आपण कधीच रिते होऊ शकणार नाही.'

माझा स्वत:चा माझ्या धर्मसंघाबरोबरचा अनुभव फ्रॅन्कलच्या म्हणण्यातील सत्याची प्रचिती देतो. सेवानिवृत्त झाल्यावर अनेक यशस्वी व्यापारी, जगण्यातारल जोम, मौज हरवून बसलेले मी पाहिले आहेत. त्यांचा व्यवसाय म्हणजेच त्यांच्या जीवनाचा अर्थ होता, त्यांची अस्मिता होती. तो अर्थ संपल्यावर ती माणसे 'आता करायला काही नाही' म्हणत दिवसांमागून दिवस घरात निराश होऊन बसून राहिलेली मी पाहिली आहेत आणि दुर्धर आजाराने ग्रस्त असतानादेखील, 'ह्या वेदनेत काहीतरी अर्थ असेलच, कदाचित माझे दुखणे पाहून डॉक्टर ह्या रोगावर उपाय शोधून काढतील.' असे म्हणत किंवा आयुष्याच्या कुठल्यातरी टप्प्यावर (नातवाचा जन्म, मुलीचे लग्न) पोहोचण्याच्या ईर्ष्येने कठीण प्रसंगास धैर्याने तोंड देणारी माणसेही पाहिली आहेत. 'का जगायचं' हे ठरल्यावर 'कसं जगायचं' हे देखील आपोआप कळतं.

माझा अनुभव फ्रॅन्कलचे अनुभव आणखी एका प्रकारे प्रतिबिंबित करतो. ज्याप्रमाणे माझे पुस्तक, 'व्हेन बॅड थिंग्ज हॅपन टु गुड पीपल' लोकांना प्रेरणादायी नि विश्वासार्ह वाटते, कारण ते माझ्या मुलाचा आजार नि त्याचा मृत्यू ह्याचा अर्थ शोधताना केलेल्या माझ्या संघर्षावर आधारित होते; त्याचप्रमाणे फ्रॅन्कलचे लोगोथेरपीचे विवेचन, त्याची जीवनातील अर्थ शोधून आत्म्याला बरे करायची तत्त्वप्रणालीदेखील लोकांना विश्वासार्ह वाटते, कारण ती व्हिक्टर फ्रॅन्कलने अनुभविलेल्या ऑशविट्झमधील छळछावणीच्या पार्श्वभूमीवर कथन केलेली आहे. पुस्तकाचा उत्तरार्ध पूर्वार्धाविना परिणामकारक झाला नसता.

ह्या पुस्तकाच्या १९६२ साली काढलेल्या आवृत्तीस 'डॉ. गॉर्डन ऑलपोर्ट' नावाच्या प्रख्यात मनोवैज्ञानिकाने उपोद्घात लिहिलेला आहे. ह्या आवृत्तीच्या वेळी मी, एक धर्मगुरू ते काम करीत आहे हे लक्षणीय आहे. हे पुस्तक विज्ञानाइतकेच धार्मिकदृष्ट्यादेखील प्रकांड पांडित्य दर्शविणारे असल्याची मान्यता त्यात अभिप्रेत आहे. जीवन अर्थपूर्ण आहे नि कुठल्याही परिस्थितीत आपण त्यातील अर्थ शोधून काढायला शिकले पाहिजे असा आग्रह धरणारे हे पुस्तक आहे. आपल्या जीवनास उदात्त हेतू आहे. हे पुस्तक 'तो' ओळखायला शिकविते. 'अजून थोडे'– ह्या भागाची

भर घालण्याआधीच्या मूळ आवृत्तीत पुस्तकाचा शेवट विसाव्या शतकातील खालील अर्थगर्भित शब्दांत लिहिलेल्या धार्मिक विधानाने केला आहे.

> *''ऑशविट्झमधल्या विषारी वायुकक्षाचा शोध लावणारा माणूस होता आणि त्या वायुकक्षात, ताठ मानेने 'शेमा इस्त्रायेल' प्रार्थनेचे शब्द ओठावर घेऊन प्रवेश करणाराही माणूसच होता.''*

हॅरोल्ड एस. कुशनर

(हॅरोल्ड एस. कुशनर हा अमेरिकेतील 'नेटी' ह्या मॅसॅच्युसेट्स प्रांतातील गावात असलेल्या ज्युइश देवळातील धर्मगुरू – रॅबाय – आहे. त्याने अनेक पुस्तके लिहिली आहेत. 'व्हेन बॅड थिंग्ज हॅपन टु गुड पीपल', 'लिव्हिंग ए लाइफ दॅट मॅटर्स' आणि 'व्हेन ऑल यू हॅव एव्हर वॉन्टेड इज नॉट इनफ' अशा त्याच्या पुस्तकांना वाचकांचा प्रचंड प्रतिसाद मिळाला आहे.)

(भाग १)

पार्श्वभूमी

कॉन्सन्ट्रेशन कॅम्पमधील अनुभव :

हे अनुभव लिहिताना मी तळावरील घटनांची आकडेवारी देण्याचा मोह टाळून माझे व्यक्तिगत अनुभव तुम्हाला सांगणार आहे. माझ्याचसारख्या लक्षावधी लोकांनी तेथे पुन:पुन्हा कल्पनातीत छळ सोसला. तेथील अमानुष क्रौर्याची कहाणी बऱ्याच जणांनी सांगितली आहे. ही हकिकत आहे, त्या अनुभवांतून तावून सुलाखून निघालेल्या एका व्यक्तीची व तिने केलेल्या निरीक्षणांची. मी भर देणार आहे तो छावणीत होणारे लहानमोठे दैनंदिन छळ व त्याचा कैद्यांवर होणारा मानसिक परिणाम ह्यावर. येथे वर्णन केलेल्या बऱ्याच घटना फक्त मोठ्या कुप्रसिद्ध छावण्यांतच घडल्या असे नाही. जगाला फारशा माहिती नसलेल्या अनेक लहानलहान तळांवरही त्या घडल्या. तेथेच बहुतांश माणसांचे शिरकाण, त्यांचा संपूर्ण नाश करण्यात आला. ही कहाणी, जगाला माहिती असलेल्या काही थोड्या हुतात्म्यांची नाही, काही नामवंत कैद्यांची नाही की गद्दार कापोजची नाही. ती आहे अनेक अनामिकांच्या त्यागाची, त्यांनी सहन केलेल्या हालांची, त्यांच्या अकारण अकाली झालेल्या मरणांची. ह्या 'लहान' लोकांना कापोजच्या छळाचा मारा सर्वांत जास्त सहन करावा लागला. त्यांची उपासमार होत असताना कापोजना मात्र पोटभर खायला मिळे. अनेक कापोजना त्यांच्या घरी मिळाले असेल त्यापेक्षा अधिक चांगले जेवायला मिळे. ते कैद्यांवर पहारेकऱ्यांहून जास्त अत्याचार करीत, त्यांना एस.एस. पेक्षाही अधिक निर्दयतेने मारहाण करत. कापोजची निवड कैद्यांमधूनच केली जात असे. निवड करताना त्यांच्यातील आसुरी वृत्तीस व पाशवी कृत्य करण्याच्या क्षमतेस प्राधान्य दिले जाई. त्यांनी पुरेशी निर्दयता व क्रौर्य न दाखविल्यास त्यांना पदावरून बडतर्फ केले जाई, लवकरच त्यांची मनोवृत्ती छावणीवरील पहारेकरी व एस.एस. सारखीच बने.

बाहेरून वरवर पाहणारी व्यक्ती कदाचित छावणीतील कैद्यांकडे सर्वस्वी

चुकीच्या, दयापूर्ण दृष्टीने बघण्याचा संभव आहे. कारण त्यांनी दिलेल्या असामान्य झगड्याची, त्यांच्यातील जिद्दीची जाणीव जगाला असण्याची शक्यता नाही. कैद्यांना नित्यनेमाने एका पावाच्या तुकड्यासाठी, स्वत:च्या व बरोबरीच्या मित्रांच्या रोजच्या अस्तित्वासाठी, निव्वळ जगण्यासाठी लढा द्यावा लागे. ह्याचे एक उदाहरण पाहा. वेळोवेळी कैद्यांना एका तळावरून दुसऱ्या तळावर हलविण्यात येत असे. या वाहतुकीची बातमी कानावर आली की कैद्यांत खळबळ माजे. कारण कैद्यांची हलवाहलव करण्याचे बहुतांशी एकच कारण असे. अशक्त, काम न करू शकणाऱ्या कैद्यांना मोठे विषारी वायुकक्ष किंवा विद्युतभट्टी असलेल्या तळावर पाठवून त्यांची हत्या करायची. बस. कोणती व्यक्ती मारली जाते याचे अधिकाऱ्यांना सोयरसुतक नसे. ठरावीक आकड्यांनी माणसे कमी करणे एवढेच त्यांचे ध्येय असे. आपले व आपल्या मित्राचे, स्वकीयाचे नाव पाठविले जाणाऱ्यांच्या यादीत येऊ नये यासाठी मग प्रत्येक जण धडपड करी. कैदी आपापसांत भांडत. आपण वाचलो तर आपल्याजागी दुसरे कुणीतरी मरणार हे ठाऊक असूनसुद्धा. तळावर आल्याआल्या प्रत्येकाचे सर्व सामान, त्याची ओळखपत्रे सर्व काही जप्त करून घेतलेले असल्याने कोणालाही आपले नावगाव बदलण्याचा प्रयत्न करणे शक्य होते आणि कैदी तसा करतही. आपल्याऐवजी दुसऱ्याचे नाव पाठविले जाणाऱ्यांच्या यादीत घालण्याची साऱ्यांची धडपड असे. त्या परिस्थितीत नीती अनीतीचा विचार करायला कुणाला सवड नसे. कसेही करून कधीतरी आपण आपल्या जिवलग माणसांना भेटू व त्यासाठी आपल्याला जगायचंय ह्या विचाराने प्रत्येक जण वाचायची धडपड करी. कुठलाही मुलाहिजा न बाळगता आपल्या जागी दुसऱ्यास मरणाच्या दारी पाठविण्यास सारे तयार असत. प्रत्येक कैद्याचा नंबर त्याच्या अंगावर गोंदलेला असे. पहारेकऱ्याला काही बदल करावासा वाटला तर तो फक्त गोंदलेल्या आकड्याकडे बघे. कुणाचे नाव विचारायच्या भानगडीत तो पडत नसे. पहारेकऱ्याने आकड्याकडे टाकलेला तो दृष्टिक्षेप! केवढी दहशत वाटे आम्हाला त्या नजरेची! आता कल्पना करा, अशा अवस्थेत नित्य जगणाऱ्यांच्या धैर्याची.

पूर्वी म्हटल्याप्रमाणे, कापोजची निवड त्यांच्या क्रौर्य करण्याच्या क्षमतेवरून केली जाई. जास्तीत जास्त आसुरी वृत्तीच्या माणसांची त्या पदावर नेमणूक होत असे. (सुदैवाने ह्याला थोडेसे अपवाद होते). ही निवड एस.एस. करीत, पण कैदीदेखील स्वत:ची 'कापो' म्हणून निवड व्हायला कळत नकळत मदत करीत. एका कॅम्पवरून दुसरीकडे हलविले गेल्याने, त्यायोगे आलेल्या अमानुष अनुभवातून भरडून निघाल्याने, व केवळ जिवंत राहण्यासाठी कराव्या लागणाऱ्या नित्याच्या धडपडीमुळे ज्या काही जणांची सद्सद्विवेकबुद्धी मरून

गेली आहे अशी माणसे कापोज बनत. जगण्यासाठी कुठलेही क्रौर्य, निर्दयता, अप्रामाणिकपणा, जवळच्यांचा विश्वासघात, चोरीमारी काहीही करण्याची त्यांची तयारी असे. केवळ सुदैवाने किंवा कुठल्यातरी अनाकलनीय चमत्कारामुळे जिवंत परत आलेल्या आम्हा थोडक्या माणसांना, आमच्यातील अनेक चांगले चांगले लोक त्या भयानक संहारातून परत येऊ शकले नाहीत ह्याची पूर्ण जाणीव आहे.

छळछावण्यांतील भयंकर वातावरणाबद्दल बरेचसे लिहिले गेले आहे. येथे वर्णन केले आहे ते हकिकतींच्या अनुक्रमापेक्षा आणि सविस्तर वर्णनापेक्षा अनुभवांच्या जातीचे. जे छळछावणीत हजर होते, त्यांच्यासाठी त्यांच्या अनुभवांचे वर्णन वर्तमानकाळाचे भिंग लावून केले आहे. ज्यांनी तो छळ अनुभवला नाही त्यांना त्याची अल्पांशाने तरी कल्पना यावी आणि त्यातून बाहेर पडलेल्या व्यक्तींची जीवनात पुन्हा पदार्पण करत असताना होत असलेली फरफट इतरांना समजावी ह्यासाठी त्या आठवणींचा पुनरुच्चार केला आहे. छळछावण्यांतून वाचलेल्या बहुतांश लोकांना त्या भयानक पर्वाविषयी बोलावेसे वाटत नाही. ते म्हणतात, की जे तेथे होते त्यांना काही सांगायची गरज नाही व इतरांना आम्ही तेव्हा काय अनुभवले नि आता काय अनुभवत आहोत ते कधीच कळणार नाही.

छावण्यांतील अनुभवांचे वर्णन करताना वैज्ञानिकाला आवश्यक अशी अलिप्तता ते भोग भोगलेल्या कैद्यात येणे कठीण आहे. बाहेरचा माणूस कदाचित अधिक तटस्थतेने तेथील परिस्थितीचे वर्णन करू शकेल, पण त्या वर्णनात छावणीतील दु:ख प्रत्यक्ष अनुभवलेल्या माणसाने केलेल्या वर्णनाएवढे सामर्थ्य, ओज असेल का? त्यांना माझ्या, आमच्या हालांची कल्पना तरी येऊ शकेल का? जावे त्याच्या वंशा तेव्हा कळे, असे म्हणतात. कैद्याने लिहिलेल्या वर्णनात थोडा पक्षपात किंवा प्रमाणाचे भान न राहणे हे दोष येण्याची शक्यता आहे. म्हणूनच अशा प्रकारचे पुस्तक लिहिणे कठीण आहे. तसेच काही वेळा अगदी खाजगी, वैयक्तिक प्रसंगांचे, विचारांचे वर्णन करावयास धैर्य लागते. मला प्रथम हे पुस्तक लेखकाचे नाव प्रसिद्ध न करता किंवा फक्त माझा छावणीतील नंबर वापरून लिहायचे होते, त्याचे हे आणखी एक कारण आहे. परंतु तसे केल्याने त्यातील वर्णनाचे मूल्य कमी होईल ह्याची जाणीव मला झाली. म्हणूनच प्रदर्शन प्रवृत्तीचा तिटकारा असूनही सारे धैर्य एकवटून मी मला पटलेले विचार प्रामाणिकपणे मांडले आहेत. या लिखाणातून काही सिद्धान्त निघतात का हे ठरवायचे काम मी इतरांवर सोपवितो. कदाचित या पुस्तकाचा उपयोग वाचकाला, इतरत्र असलेल्या तुरुंगांतील कैद्यांचा मनोव्यापार अधिक पूर्णपणे समजण्यासाठी होईल. (पहिल्या महायुद्धात या विषयाच्या अभ्यासास सुरुवात झाली होती). दुसऱ्या महायुद्धाची एक 'देणगी' छळछावण्यांचा वापर ही आहे. समुदायाची मानसिकता समजून

घेण्यासाठीदेखील दुसऱ्या महायुद्धातील अनुभवांची मदत झाली आहे.

छळछावणीतील माझे अनुभव हे एका सामान्य कैद्याचे अनुभव आहेत. मला कॉन्सन्ट्रेशन कॅम्पमध्ये मनोवैज्ञानिक म्हणून नेले गेले नव्हते. मी होतो फक्त एक ज्यू. केवळ कैदी, नंबर ११९१०४. युद्धाचे शेवटले थोडे आठवडे वगळले तर मला कॅम्पमध्ये 'डॉक्टर' म्हणून काम करण्याची संधी नव्हती. माझ्या काही थोड्या सहकाऱ्यांना अंग गोठवणाऱ्या जागेतील प्रथमोपचार केंद्रांत, टाकाऊ कागदांपासून बनवलेली 'बँडेजेस' बांधण्याचा 'मान' मिळाला होता. माझे काम होते खड्डे खणायचे व रेल्वेलाइन बांधावयास लागणाऱ्या पटऱ्या टाकण्याचे. एकदा माझ्या एकट्यावर पाणीपुरवठ्याच्या पाइपलाइनसाठी आवश्यक असणारे, रस्त्याखालून जाणारे भुयार खणण्याचे काम सोपविले होते. हे खडतर काम केल्याचे बक्षीस म्हणून १९४४ च्या नाताळनिमित्त मला 'प्रिमियम कुपन्स' मिळाली. ज्या कंपनीसाठी आम्ही गुलाम बनून काम करत होतो त्यांनी हे बक्षीस दिले होते. ती कंपनी प्रत्येक कैद्यामागे रोजच्या कामाचा दर म्हणून छावणीच्या अधिकाऱ्यास ठरावीक रक्कम देई. कुपन्सचा दर पन्नास फेनिग (जर्मनीतील पैशासारखे तांब्याचे नाणे, किंमत एक शंभरांश जर्मन मार्क) होता. ही कुपन्स देऊन सहा सिगरेट्स घेता येत. कधी कधी ती हातात पडेपर्यंत अनेक आठवडे जात व तोवर ती कुपन्स बाद झालेली असत. एकदा मात्र मला कामाच्या मोबदल्यात तब्बल बारा सिगारेट विकत घेण्याएवढी कुपन्स जमविता आली होती. सिगारेट्सच्या बदल्यात पिण्यासाठी सूप असा तळावर व्यापार करता येत असे. म्हणून भुकेने व्याकूळ झालेल्या पोटासाठी हे फार मोठे बक्षीस होते.

प्रत्यक्षात सिगारेट ओढण्याचा अधिकार कापोजसाठी राखून ठेवलेला असे. त्यांना दर आठवड्याला अमुक एवढ्या सिगारेट्सचे रेशन मिळे. क्वचित कधी, धोकादायक काम करणाऱ्या कैद्यांच्या गटप्रमुखास थोड्या सिगारेट दिल्या जात. जेव्हा कैदी कष्टाने मिळविलेल्या सिगारेट्सचा व्यापार न करता त्या स्वतःच फुंकून टाकताना दिसे तेव्हा आम्ही ओळखत असू, की ह्या कैद्याने जगण्याची सर्व आशा सोडून निराशेचा तळ गाठलाय, सततचा छळ सहन करू शकण्याच्या स्वतःच्या शक्तीवरील त्याचा विश्वास उडाला आहे व तो केवळ आपले शेवटले दिवस सिगारेट पिण्याच्या 'आनंदात' घालवायचा विचार करीत आहे. अशा निराश झालेल्या कैद्यांच्या मनाच्या मुसळाला पुन्हा आशेचे कोंब फुटल्याचा प्रत्यय क्वचितच येई.

छळछावणीतून वाचलेल्यांच्या निरीक्षणांवर आधारित वाङ्मयाचे अवलोकन केल्यास, कैद्यांच्या मानसिक अवस्थेचे तीन टप्पे लक्षात येतात. पहिला टप्पा असतो,

कॅम्पवर आल्या आल्याच्या आणि छळछावणीत पोहचण्याआधीच्या मन:स्थितीचा, दुसरा, छावणीतील अनुभवात गळ्यापर्यंत रुतल्यानंतरच्या अवस्थेचा अन् तिसरा टप्पा असतो, युद्धानंतर सुटून बाहेर आलेल्या थोड्या 'सुदैवी' माणसांच्या मानसिक अवस्थेचा.

पहिल्या स्थितीत कैदी भयंकर हादरलेले, घाबरलेले दिसत. 'हे दु:स्वप्न तर नाही ना?' असे वाटण्याच्या अवस्थेत ते असत. मन परिस्थितीचे सत्य स्वीकारायला तयार नसे. वेड्या आशा मनाला भुलवीत; आहे ते फार वाईट नाही असे म्हणून स्वत:ला समजावी. ह्या प्रथमावस्थेतील माझे अनुभव मी उदाहरण म्हणून सांगतो.

पंधराशे माणसांनी खच्चून भरलेली आमची गाडी अनेक दिवस नि रात्र चालली होती. प्रत्येक डब्यात ऐंशी माणसे खचाखच भरली होती. बरोबर आणू दिलेल्या, आयुष्यातील काही थोड्या स्मृतिचिन्हांनी भरलेल्या आपल्या एका पेटीवर आम्ही बसत व झोपत होतो. शेवटी खचाखच भरलेल्या डब्यांतून फक्त खिडक्यांच्या वरच्या भागातून येणारा पहाटेचा अंधूक उजेड दिसू लागला. आमची कल्पना अशी, की युद्धासाठी राबविलेल्या कुठल्याशा शस्त्रे बनविणाऱ्या फॅक्टरीत काम करण्यासाठी आपल्याला पकडून नेण्यात येत आहे. तोपर्यंत आपण युरोपातील कोणत्या देशातून प्रवास करीत आहोत हेदेखील कळायला मार्ग नव्हता. इंजिनाच्या शिटीच्या आवाजातदेखील एक विचित्र वेगळेपणा होता. मदत मागणाऱ्याच्या करुण आक्रोशासारखा तो स्वर जणू आमची मन:स्थिती प्रतिबिंबित करत होता. विनाशाकडे वाहून नेत असलेल्या त्याच्या ओझ्याची इंजिनाला जाणीव असावी. गाडीने रूळ बदलल्याचा आवाज आला नि आपण कुठल्यातरी स्टेशनजवळ येत असल्याचे कळले. एकाएकी उतारूंच्या गर्दीतून भयचकित आक्रोशाचा आवाज ऐकू आला. ''ऑशविट्झ!! स्टेशनवर पाटी आहे.'' कुणीतरी चीत्कारले. प्रत्येकाच्या हृदयाचा ठोका चुकला. हृदयाचा थरकाप उडविणारे नाव होते ते. विद्युतभट्ट्या, विषारी वायुकक्ष, निर्घृण हत्या साऱ्यांचे प्रतीक होते ते नाव. अगदी हळू हळू, जणू काही नाइलाजाने पावले टाकल्यासारखी, गाडी स्टेशनात शिरत होती. कदाचित तिला तिच्या पोटातील प्रवाशांचे ऑशविट्झ नावाच्या विनाशापासून शक्य तेवढा जास्त वेळ रक्षण करायचे असेल.

फटफटले अन् त्या भयानक तळाच्या अस्ताव्यस्त पसरलेल्या रूपरेषा दिसू लागल्या. काटेरी पात्यांचे कुंपण, पहारेकऱ्यांची ठाणी, अवकाशात उजेड फेकीत गरगरणारे सर्चलाईट्स सारे दिसू लागले. उजाड, खडतर रस्त्यावर सरकणाऱ्या, अंधूक उजेडात अधिकच अंधूक भासणाऱ्या, राखाडी रंगाच्या हाडांच्या सापळ्यागत दिसणाऱ्या मानवाकृतींच्या रांगा दृष्टिक्षेपात आल्या. त्यांच्या मुक्कामाचे ठिकाण,

त्यांची नियती आम्हाला ठाऊक नव्हती. मधून मधून कर्मचाऱ्यांनी दिलेल्या आज्ञा नि अधिकाऱ्यांनी वाजविलेल्या शिट्ट्यांचे कर्कश आवाज कानांवर आदळत होते. माझ्या मन:चक्षूंसमोर सूळ नि त्यावर लटकत असलेले देह दिसू लागले. मी भयाने हादरून गेलो. एकापरी ते बरेच झाले. कारण टप्प्याटप्प्यांनी आम्हाला असल्या क्रूर नि भयावह अनुभवांची सवय करावी लागणार होतीच.

शेवटी गाडी स्टेशनात येऊन थांबली. सुरुवातीच्या काही क्षणांच्या स्तब्धतेचा भेद करीत अधिकाऱ्यांनी सोडलेल्या आज्ञांचा आवाज कानावर आदळला. त्या क्षणापासून ते भेसूर, असंस्कृत आणि तार स्वरांतील आवाज आम्हाला सर्व कॅम्प्समध्ये, पुन:पुन्हा ऐकायचे होते. त्या आवाजात एक प्रकारचा विचित्रपणा होता. बळी जात असलेल्या माणसाची आर्तता त्यात होती, तसेच एक प्रकारचा खरखरीतपणा होता. आज्ञा देणारी व्यक्ती, आज्ञा थांबविण्यास असमर्थ असावी आणि त्या व्यक्तीचीही तिळातिळाने हत्या होत असावी, असे भासत होते.

एकाएकी डब्याचे दरवाजे सताड उघडले गेले. भादरलेले डोके, अंगावर कैद्यांचा पट्ट्यापट्ट्यांचा गणवेश, पण बऱ्यापैकी जेवण जेवत असाव्याशा वाटणाऱ्या व्यक्तींची एक झुंडच्या झुंड आत शिरली. युरोपातील अनेक भाषा त्यांच्या मुखातून ऐकू येत होत्या. त्यांच्या बोलण्यात वर्तमान परिस्थितीशी असंबद्ध नि म्हणूनच बेढब नि कुरूपसा वाटणारा विनोद जाणवत होता. बुडत्याने काडीचा आधार घ्यावा तसे माझे सहसा आशावादी असणारे मन म्हणाले, 'बऱ्या अवस्थेत दिसताहेत की हे कैदी. हसताहेत सुद्धा. कुणी सांगावे, कदाचित मलाही त्यांच्यासारखे येथे बऱ्या स्थितीत राहता येईल.' माझा आशावाद बऱ्याच वेळी, अगदी निराशाजनक परिस्थितीत सुद्धा मला माझ्या भावना काबूत ठेवायला मदत करी.

मानसशास्त्रात एका अवस्थेचे वर्णन केलेय. 'डिल्युजन ऑफ रिप्रीव्ह' किंवा काहीतरी चमत्कार होऊन अटळ असणारी गोष्ट घडणार नाही असा भास होणे. फाशीची शिक्षा मिळालेला माणूस अगदी सुळावर जाण्याच्या क्षणभर आधी, 'शेवटल्या क्षणी काहीतरी चमत्कार घडेल नि माझी सुटका होईल,' ह्या भ्रमात राहतो. आम्ही सारेदेखील त्याच अवस्थेत असताना 'हे काही फार वाईट असणार नाही' अशा भ्रमात वावरत होतो. गाडीत चढलेल्या कैद्यांचे लाल गाल नि भरलेले चेहरे आम्हाला आमच्या भ्रमात ठेवायला पुरेसे होते.

आम्हाला माहीत नव्हते, की गाडीत चढलेली ती टोळी म्हणजे निवडक एस.एस.ची तुकडी होती. वर्षानुवर्षे त्यांच्यावर आमच्यासारख्या नव्यानेच स्टेशनवर आणलेल्या राजनैतिक कैद्यांचा ताबा घेणे, त्यांच्याजवळील उरलेसुरले सामान मौल्यवान वस्तूंसह जप्त करणे, त्याचा युरोपात चोरटा व्यापार करणे असली कामे सोपविलेली होती. युद्धाच्या शेवटल्या दिवसांत ऑशविट्झ एक विचित्र ठिकाण

झाले असावे. तेथे सोने, चांदी, प्लॅटिनम व हिऱ्यांनी भरलेली मोठी साठवण-केंद्रे असावीत. ह्या केंद्रांतच नव्हे तर एस.एस.च्या हाती देखील बरेच द्रव्य असावे.

स्टेशनवरील जेमतेम दोनशे माणसे मावतील अशा एका पडळीत आम्हा पंधराशे कैद्यांना कोंबण्यात आले. तेथे झोपायला तर सोडा, पण बसण्यापुरतीसुद्धा जागा नव्हती. आम्ही सारे भुकेले व थंडीने गारठलो होतो. चार दिवसांत आम्हाला फक्त पावाचा एक छोटासा तुकडा खायला मिळाला होता. त्या अवस्थेतसुद्धा पडळीवर कामास नेमलेले जुने कैदी नव्याने आलेल्या एका कैद्याशी त्याच्या हिरेजडित प्लॅटिनमच्या टायपिनसाठी वाटाघाटी करतानाचे संभाषण माझ्या कानावर आले. सरतेशेवटी त्यांनी 'कमावलेला' (!!) सारा नफा दारूसाठी वापरला जातो असे कळले. 'आनंदाची रात्र' साजरी करायला त्या पडळीवर नेमलेल्या कैद्यांना किती पैसे मोजावे लागत ते मला आता आठवत नाही, पण त्या परिस्थितीत काही काळ कंठलेल्या जुन्या कैद्यांना दारू पिऊन झिंगण्याची गरज होती हे मला कालांतराने समजून आले. विषारी वायुकक्ष व विद्युतभट्टीवर काम करणाऱ्या कैद्यांना एस.एस.चे अधिकारी स्वत:च अगणित प्रमाणात दारूचा पुरवठा करीत. त्याचेही कारण कळले. अशा कामांवर नेमलेल्या कैद्यांना पूर्णपणे माहीत होते, की एक दिवस जबरदस्तीने त्यांच्यावर लादलेले हे हत्याऱ्याचे काम काढून घेण्यात येणार आहे, त्यांच्या जागी दुसऱ्या कैद्यांची नेमणूक होणार आहे आणि त्यांच्या भूमिकेचे स्वरूप बदलणार आहे. तेही मग मृत्युदंड देणाऱ्यांतून उठून बळी जाणाऱ्यांत सामील होणार आहेत. त्यांना सारे विसरून झिंगून पडावेसे न वाटले तरच नवल.

अजूनही, आम्ही नवे कैदी, लवकरच सारे ठीक होऊन आपली सुटका होईल या भ्रमात होतो. पुढे घडणाऱ्या घटनांचा अर्थ अजून आम्हाला समजला नव्हता. ''आपले सामान गाडीतच ठेवा. पुरुषांची एक आणि बायकांची एक अशा दोन रांगा करून उभे रहा. एस.एस.च्या वरिष्ठ अधिकाऱ्यांसमोरून हळूहळू पुढे सरका.'' अशी आज्ञा झाली. माझे लिखाण असलेली कॅनव्हासची एक पिशवी कोटाच्या आत लपविण्याचे वेडे धारिष्ट्य मी केले होते. रांगेतील एक एक माणूस एस.एस. अधिकाऱ्यासमोरून पुढे सरकू लागला. पिशवी लपविल्याचे अधिकाऱ्याला कळले असते तर आपली धडगत नाही एवढे माझ्या लक्षात आले. काही नाही तरी तो आपल्याला धक्के देऊन नक्की खाली पाडेल हे मी पूर्वानुभावाने शिकलो होतो. आपण बाळगत असलेल्या कोटाच्या आतील वजनाकडे त्याचे लक्ष जाऊ नये म्हणून नकळतच अधिकाऱ्यांसमोर यायच्या आत मी ताठ झालो. आम्ही समोरासमोर उभे होतो. कडक गणवेशातील तो अधिकारी उंचपुरा, सडपातळ आणि सुदृढ दिसत होता. केवढी तफावत होती आमच्यात. गलिच्छ मळलेल्या

कपड्यांतले, दूरच्या प्रवासाने दमलेलो आम्ही, अगदी गबाळे दिसत होतो. आपले उजवे कोपर डाव्या तळव्यात धरून तो निश्चिंत असल्यासारखा आरामात उभा होता. उंचावलेल्या उजव्या हाताच्या तर्जनीने तो हलकेच डाव्या नाहीतर उजव्या बाजूस खुणा करत होता. त्या खुणांच्या अभद्र अर्थाची आम्हाला तेव्हा जरासुद्धा कल्पना नव्हती. तर्जनी बहुतांशी डावीकडे झुकताना दिसत होती. माझी पाळी आली. कुणीतरी कानात कुजबुजलं, ''उजवीकडे गेले की कामासाठी नि डावीकडे म्हणजे तुम्ही आजारी, काम न करू शकणारे असे समजून तुम्हाला स्पेशल कॅम्पमध्ये पाठविले जाते.''

जे होईल ते होऊ दे, असा पवित्रा मी घेतला. लिखाणाच्या वजनामुळे जरासे डावीकडे झुकत असणारे शरीर सरळ करून मी उभा राहिलो. एस.एस. अधिकाऱ्याने मला वरपासून खालपर्यंत नीट न्याहाळले. क्षणभर तो थबकला. त्याने आपले दोन्ही हात माझ्या खांद्यावर ठेवले. मी चुणचुणीत दिसायचा पुरेपूर प्रयत्न केला. त्याने हळूहळू माझे खांदे उजवीकडे वळविले आणि मी त्या बाजूस झालो.

संध्याकाळी तर्जनीच्या त्या खुणांचा अर्थ आम्हाला समजावला गेला. जगणारे नि मरणारे ह्यातील ती पहिली निवड होती. नव्वद टक्के लोकांसाठी मरणाचा दरवाजा उघडला गेला होता. पुढील काही तासांतच निवाड्याची अंमलबजावणीदेखील झाली होती. डाव्या रांगेतील लोकांनी स्टेशनवरून सरळ विद्युतभट्टीकडे जाणाऱ्या रस्त्यावर प्रवास केला होता. तेथे काम करणाऱ्या एका माणसाने मला सांगितले, की विद्युतभट्टी असलेल्या इमारतीवर युरोपातील अनेक भाषांत 'स्नानगृह' अशी पाटी लावली होती. दारातून आत गेल्या गेल्या कैद्यांच्या हातात साबणाचा तुकडा ठेवला जाई नि मग... मला पुढचे लिहायची गरज नाही. अनेकांनी तो भीषण वृत्तान्त कथन केला आहे. संध्याकाळी आमच्या गाडीतील वाचलेल्या आम्हा थोड्या लोकांना ते क्रूर सत्य समजले. तेथे काही दिवस आधी आलेल्या एका कैद्याजवळ मी माझ्या सहकाऱ्याबद्दल विचारणा केली. माझा सहकारी मित्र थोडा वेळ आधीच त्या बाजूस पाठविला गेला होता. ''डाव्या रांगेत होता का तो?'' त्याने विचारले. मी होकारार्थी मान हलविली. ''मग तू त्याला तेथे भेटशील.'' कैदी बोलला.

''कुठे?'' मी विचारले.

त्याचा हात वळला त्या दिशेला मी मान वळविली. थोड्या अंतरावर एक चिमणी पोलंडच्या राखाडी आकाशात ज्वाला ओकत होती. हळूहळू ती आग धूर बनून अशुभ, काळवंडलेल्या ढगात विरून जात होती. ''तिथे स्वर्गात तुझा मित्र तरंगतो आहे.'' त्याने उत्तर दिले. तरीही माझ्या बधिर मनाला त्याने स्पष्ट शब्दांत सांगेपर्यंत पूर्ण अर्थबोध झाला नाही.

पण मी हे सारे तुम्हाला क्रमशः सांगायचे विसरलो. सांगायचे होते, की

स्टेशनवरील त्या धूसर पहाटेपासून ते कॅम्पमधील पहिल्या रात्री अंग टाकेपर्यंत आम्हाला मानसिकदृष्ट्या केवढातरी प्रवास करायचा होता.

सशस्त्र एस.एस.च्या पहाऱ्यात आम्हाला स्टेशनपासून पळवत नेण्यात येत होते. वाटेत विद्युतप्रवाहयुक्त व तीक्ष्ण तारांनी वेढलेले कुंपण होते, तळ होते, पहिल्या निवडीत तगलेल्या आम्हा लोकांसाठी खरोखरचे स्नानगृह होते. जाता जाता आमच्याशी चांगले वागत असलेले एस.एस. पाहून मनाने पुन्हा सुटकेची आशा करायला सुरुवात केली. लवकरच आम्हाला एस.एस.च्या 'चांगल्या' वागण्यामागील रहस्य कळले. आमच्या हातावरच्या घड्याळांवर त्यांचा डोळा होता. गोड बोलून, पुढे कदाचित आपल्याला चांगली वागणूक नाहीतर थोड्या सवलती मिळतील अशी आशा दाखवून, आमच्या चीजवस्तू त्यांना स्वत:च्या खिशात घालायच्या होत्या. 'नाहीतरी आपल्याला सारे घालवावे लागणार आहेच, मग ते ह्या 'बऱ्या' माणसांनाच का देऊ नये' अशी आमची मनोभूमिका व्हावी ह्या प्रयत्नात होते ते. जरा वेळाने, सारे निर्जंतुक करण्यासाठी असलेल्या कक्षासमोरील एका पडळीत आम्हाला थांबविले गेले. एस.एस.नी कांबळी पसरली व ''तुमच्याजवळील साऱ्या वस्तू यावर टाका.'' अशी आम्हाला आज्ञा केली.

''आम्ही लग्नाची अंगठी, शकुनाचा ताईत अशा काही वस्तू आपल्याजवळ ठेवू शकतो का?'' आमच्यातील काही जणांनी प्रश्न केला. एस.एस.च्या मदतीस काही जुने कैदी होते. आमचे ते प्रश्न ऐकून त्यांना हसू येत होते. आपण सारे काही गमावणार आहोत ह्याची जाणीव आमच्या अंतर्मनाला अजूनही पूर्णपणे होत नव्हती.

मी कुणाच्या लक्षात न येईल अशा बेताने एस.एस.चा मदतनीस म्हणून काम करत असलेल्या एका जुन्या कैद्यास विश्वासात घ्यायचा प्रयत्न केला. माझ्या कोटाच्या खिशातील कागदाच्या भेंडोळ्याकडे बोट दाखवीत मी म्हटले, ''हे माझ्या वैज्ञानिक कामाचे हस्तलिखित आहे. तुला वाटेल की आत्तापर्यंत जीव वाचलाय यातच मी समाधान मानायला हवं. पण दोस्ता, हे माझं जीवनभराचं काम आहे. मला ते का जपायचं आहे ते तू समजू शकशील ना?''

त्याला कळल्यासारखे वाटत होते. त्याच्या मुखावर स्मित पसरले. त्या हास्याचे प्रथम दयनीय, मग गमतीशीर चेष्टा करणारे, नंतर उपहासपूर्ण, कुत्सित, अपमानकारक असे रूपांतर होत गेले. शेवटी त्याने मला एक अस्सल ग्रामीण शिवी घातली. त्या शिवीबरोबर माझ्या मानसिक अवस्थेच्या पहिल्या टप्प्याचा, साऱ्या भ्रमांचा शेवट झाला. माझे पूर्वायुष्य मी त्या क्षणी पुसून टाकले.

आतापर्यंत घाबरून निस्तेज झालेल्या चेहऱ्याने उभ्या असलेल्या कैद्यांत एकाएकी परत गजबज सुरू झाली. घोगऱ्या आवाजात ओरडलेल्या आज्ञा ऐकू

आल्या. एस.एस. ओरडला, ''मी तुम्हाला बरोबर दोन मिनिटांचा अवधी देणार आहे. तेवढ्या वेळात तुम्ही सारे कपडे काढून संपूर्ण विवस्त्र व्हायचे. जोडे, कमरेचा पट्टा आणि फार फार तर हर्नियासाठी बांधण्यात येणारा लंगोट (ट्रस) याशिवाय काहीही अंगावर राहता कामा नये. मी वेळ मोजायला सुरुवात करतो आहे. आत्ता!!''

घाईघाईत सारे जण अंगावरचे कपडे ओरबाडून काढू लागले. जसजसा वेळ जाऊ लागला तसतसे सारे चिंताग्रस्त झाले. त्यांच्या हालचालीत गलथानपणा येऊ लागला. आमच्या उघड्या अंगावर सपासप चाबकांचा मारा सुरू झाला. फटकाऱ्यांचे आवाज ऐकू येऊ लागले.

त्यानंतर आम्हाला आणखी एका कक्षात नेऊन आमची पूर्ण हजामत करण्यात आली. नुसत्या डोक्यावरच नव्हे तर संपूर्ण अंगावर एकही केस शिल्लक राहिला नाही. एकमेकांना ओळखणेही आम्हाला कठीण होत होते. पुन्हा रांगेत उभे करून आम्हाला पाण्याच्या फवाऱ्याखाली ढकलण्यात आले. तशा परिस्थितीतही फवाऱ्यातून विषारी वायू न पडता पाणीच पडते आहे हे पाहून काही जणांनी सुटकेचा श्वास सोडला.

आम्हाला जोडे राहू द्या म्हणून सांगण्यात आले होते खरे, पण प्रत्यक्षात ज्यांच्याजवळ चांगले जोडे होते त्यांच्याजवळून ते हिसकावून घेण्यात आले होते. बदल्यात त्यांना जुने, नीट न होणारे जोडे दिले गेले. स्नानगृहाबाहेर असताना काही जुन्या कैद्यांनी (बहुधा दयाबुद्धीने असावे), ज्यांच्याजवळ हिवाळ्याचे लांब बूट होते त्यांना, ''तुम्ही जोड्याचा वरचा भाग कापा व तेथे साबण लेपून कापलेले दिसू देऊ नका.'' असा सल्ला दिला होता. एस.एस. जणू चुका पकडायला टपूनच बसले होते. ज्यांची ही 'चोरी' उघडकीला आली, त्यांना बाहेरील लगतच्या खोलीत नेले गेले. लवकरच आम्हाला चाबकांच्या फटकाऱ्यांचा आवाज परत एकदा ऐकू येऊ लागला. ह्या वेळी चाबकाचे सपकारे आणखी जास्त वेळ चालू होते. किंकाळ्यांनी आसमंत भरून गेले.

अशा तऱ्हेने एक एक करत आमच्या साऱ्या आशा विरल्या, भ्रांती फिटल्या. अन् अनपेक्षितपणे तशा नग्न अवस्थेत आम्हाला अभद्र विनोद सुचू लागले. केसविरहित शरीराशिवाय हिरावून घेण्यासारखे आता आमच्याजवळ काहीएक उरले नव्हते. त्या दिगंबर अवस्थेत आपल्यापाशी आता काहीही नाही, ह्याची तीव्रतेने जाणीव होत होती. फवारे सुरू झाले तशी आम्ही स्वत:ची, एकमेकांची टिंगल करू लागलो. निदान फवाऱ्यातून विषारी वायू न येता पाणी आले होते ना! पूर्वायुष्यास जोडणारा कुठला दुवा होता आता जवळ? नाही म्हणायला माझ्याजवळ माझा चष्मा नि पट्टा होता. लवकरच पट्टादेखील मला पावाच्या तुकड्याच्या बदल्यात विकावा लागला.

ज्यांना ट्रस घालावा लागत होता त्यांच्यासमोर आणखी एक भय लवकरच उभे राहिले. एक कापो आम्हाला नेमून दिलेल्या खोपटात आमचे 'स्वागत' करायला आला. त्याने आपल्या भाषणात एका धमकीची भर घातली. ''जर कोणी आपल्या ट्रसमध्ये पैसे किंवा मौल्यवान खडे लपविलेले सापडले तर त्यांना मी त्या वरच्या तुळईवर लंगोटानेच बांधून फाशी देईन.'' गर्वाने छाती फुगवीत तो पुढे बोलला, ''सिनियर कैदी म्हणून मला तो अधिकार तळावरील कायद्याने बहाल करण्यात आला आहे.''

साऱ्या स्वप्नभंगाबरोबर अनपेक्षित स्थळकाळात विनोद कसा प्रकटला ते मी तुम्हाला सांगितलेच आहे. विनोदाचा हात धरून अकस्मात उत्सुकता देखील आली होती. पूर्वी एकदा गिर्यारोहण करताना मला अपघात झाला होता, तेव्हाही असाच अनुभव आल्याचे आठवले. त्या वेळी उंचावरून पडता पडता आता आपण यातून जिवंत बाहेर पडू का? आपली कवटी फुटणार आहे की इतर कुठल्याप्रकारची इजा होणार आहे? अशा विचारचक्रात माझे मन गुंतले होते. तसाच अनुभव ऑशविट्झच्या कॅम्पमध्ये पुन्हा आला. मनाने स्वत:ला भोवतालच्या वातावरणापासून अलग केले. पुढे काय होणार ह्याची भीती वाटत असतानादेखील केव्हातरी, तटस्थ उत्सुकतेने मनावर मायेचे पांघरूण घातले. पोलंडमधील गारठ्यात संपूर्ण विवस्त्र नि बर्फाळ पाण्याने ओलेते, उघड्यावर उभे असलेले आम्ही दुसऱ्या दिवशी आपल्याला ती थंडी बाधली कशी नाही, ह्या आश्चर्यात बुडालेले होतो. असे अनेक विस्मयकारक अनुभव नव्याने ऑशविट्झसारख्या छावण्यांमध्ये आलेल्या आमच्यासारख्या लोकांसमोर वाढून ठेवलेले होते. माझ्यासारख्या वैद्यकीय शास्त्र शिकलेल्यांना 'पुस्तकात लिहिलेले सारे खरे नसते' हा धडा मिळाला. उदाहरणार्थ : आतापर्यंत वैद्यकीय पुस्तकांत वाचत आलो होतो, की अमुक इतक्या तासांच्या झोपेशिवाय माणूस जगू शकत नाही. साफ चूक. अमुक एका गोष्टीशिवाय आपण झोपू शकणार नाही असेही मला वाटत होते. ऑशविट्झमध्ये पहिल्या रात्री सहा फूट लांब व आठ फूट रुंदीच्या, अंथरूण नसलेल्या एकेका फळकुटावर, दोन पांघरुणात नऊ माणसे असे आम्ही झोपलो होतो. अर्थातच प्रत्येकाला जेमतेम, कुशीवर, एक दुसऱ्याला खेटून झोपता येईल एवढीच जागा होती. गारठ्यात एकमेकांच्या शरीराची थोडी ऊब मात्र मिळाली. जोडे बिछान्यात न्यायची परवानगी नसूनही काही जणांनी चिखलानी माखलेल्या जोड्यांचा उशीसारखा उपयोग केला. काही इतर, एकाचे डोके दुसऱ्याच्या जवळ, जवळ व असलेल्याच्या निखळलेल्या बगलेचा उशीसारखा उपयोग करून झोपले आणि तरीही आधीच्या दु:खावर विस्मृतीची फुंकर घालीत काही तासांसाठी निद्रा जवळ आली.

माणसाच्या सहनशक्तीची सीमा किती लवचीक असते याचे इतर अनेक

प्रत्यय आले. छळछावणीत आम्हाला दात घासायची काही सोय नव्हती. जेवणही अपुरे नि सत्वहीन असे. तरीसुद्धा आमच्या हिरड्या मजबूत राहिल्या. अंगावरचे कपडे सहा सहा महिने बदलता येत नसत. पाण्याचे पाईप गोठले असल्याने कित्येक दिवस काम करून धुळीने भरलेले अंग धुता येत नसे. तरीही (हिमदग्ध हाताचा अपवाद वगळता) भेगा पडलेल्या हातांत पू होत नसे. पूर्वायुष्यात कमी झोप असलेला माणूस, शेजारी कानात जोरजोराने घोरत असूनही गाढ झोपलेला आढळे. प्रसिद्ध लेखक डोस्टोव्हस्कीने 'माणूस म्हणजे कशाचीही सवय करून घेऊ शकणारा प्राणी' असे म्हटले आहे. त्या सत्याचा आम्ही प्रत्यय घेत होतो. कशाचीही सवय होते खरी, पण कशी ते माहीत नाही. अजून त्या अन्वेषणापर्यंत आम्ही पोहोचलो नव्हतो. आम्ही कैदी मानसिक स्थित्यंतराच्या पहिल्या अवस्थेतच होतो.

थोड्या वेळासाठी का होईना, आत्महत्येचे विचार छावणीतील बहुतेक सर्व कैद्यांच्या मनात येत होते. अतीव असहायता, प्रत्येक दिवसाच्या प्रत्येक क्षणी मृत्यूचा आसपास दिसणारा वावर, जवळून पाहिलेले इतरांचे मरण ह्यातून आत्महत्येचे विचार निर्माण होत होते. माझी श्रद्धा मला असल्या विचारांपासून परावृत्त व्हायला मदत करत होती. ''मी विजेच्या कुंपणावर जाऊन आदळणार नाही.'' असे मी स्वत:ला वचन दिले. आत्महत्येचा तो मार्ग छावणीत सर्रास वापरला जाई. मी विचार केला, की नाहीतरी आता आपली आयुर्मर्यादा थोडीच असणार आहे. सगळ्या निवडीतून वाचून मृत्यूला टाळण्याची शक्यता फारच कमी आहे. मग कशाला आत्महत्येचे कष्ट करा? थोड्याच दिवसांत आम्हाला विषारी वायुकक्षाचेदेखील भय वाटेनासे झाले. 'निदान ते कक्ष आत्महत्या करायचा त्रास तरी वाचवतील!' कैदी मनाशी म्हणू लागले. युद्धानंतर माझी सुटका झाल्यावर मी जेव्हा वाचलेल्या इतर काही मित्रांना भेटलो तेव्हा ते म्हणाले, ''तू छावणीतील अनुभवांनी हाय खाऊन नैराश्याच्या गर्तेत वाहून जाणाऱ्यांतला नव्हतासच मुळी.'' अशावेळी मी केवळ स्मित करी.

छावणीतील पहिल्या रात्रीनंतरची सकाळ होती. कुठल्याही कैद्याने त्याला ठेवलेल्या कुटीतून बाहेर पडता कामा नये असा संदेश असूनही, काही दिवसांपूर्वी तिथे आणला गेलेला आमचा एक सहकारी गुपचूप आमच्या झोपडीत आला. त्याचा उद्देश आमचे मन शांत करून आम्हाला काही उपयुक्त सूचना देण्याचा होता. तो एवढा रोडावला होता, की आम्ही प्रथम त्याला ओळखलेच नाही. चेहऱ्यावर बेपर्वाइचे हसू आणीत त्याने घाईघाईने आम्हाला सल्ला दिला. ''घाबरू नका. निवडीला भिऊ नका. एस.एस. वैद्याच्या, 'डॉक्टर एम.'च्या, मनात इतर वैद्यांबद्दल थोडी करुणा आहे.'' (ही माहिती चुकीची निघाली. माझ्या मित्राचे

चांगल्या हेतूने बोललेले हे शब्द दिशाभूल करणारे ठरले. साठ वर्षं वयाच्या, थोड्या काही झोपड्यांतील कैद्यांचा डॉक्टर असलेल्या माझ्या दुसऱ्या मित्राने मला काही दिवसांनी सांगितले, की त्याने स्वत:च्या मुलाला विषारी वायुकक्षापासून वाचविण्यासाठी डॉक्टर एम.ला कळकळीची विनंती केली होती आणि एम.ने निर्घृणपणे तिचा अव्हेर केला होता.)

सहकाऱ्याने बोलणे चालू ठेवले. ''कशाही परिस्थितीत दाढी करायला मात्र चुकू नका. एखादा काचेचा तुकडा वापरून का होईना दाढी करा. त्यासाठी तुमच्याजवळचा पावाचा शेवटचा तुकडा द्यावा लागला तरी द्या. दाढी केल्याने तुम्ही जरा कमी वयाचे दिसाल. खरवडलेले गाल लाल दिसतील. जगायचे असेल तर काम करण्यायोग्य दिसायचा हाच एक मार्ग आहे. तुमच्या पायाला चालून फोड आल्यामुळे तुम्ही जराही लंगडत असाल नि एस.एस.च्या माणसाची त्याकडे नजर गेली, तर लगेच तुमची रवानगी विषारी वायुकक्षात झालीच म्हणून समजा. 'मोसलेम' म्हणजे काय माहीत आहे? दु:खी, निराश, रोडका, अशक्त आणि काम न करू शकणारा असा माणूस. आज ना उद्या, बहुधा आजच, तो विषारी वायुकक्षात पाठविला जातो. म्हणून सांगतोय मी. दाढी करा, ताठ उभे रहा आणि तरतरीत दिसा. मग तुम्हाला मरणाची भीती बाळगायला नको. तुम्हाला येथे येऊन चोवीस तास झाले असले, तरी तुम्ही उभे आहात. तुम्हाला विषारी वायुकक्षाची भीती बाळगायचे कारण नाही.''

मग तो माझ्याकडे पाहून म्हणाला, ''मित्रा, रागवू नकोस, मी जरा स्पष्ट सांगतोय म्हणून. पण तुझं मात्र काही सांगवत नाही.'' इतरांकडे पाहत तो म्हणाला, ''तुम्हा सगळ्यांत फक्त ह्यालाच पुढच्या निवडीत भय आहे.'' ह्यावर मी खळखळून हसलो. माझी खात्री आहे की माझ्याजागी कोणीही असता तरी त्याने तेच केले असते. का ते सांगतो.

'लेसिंग' ने म्हटले आहे, ''कधी असे प्रसंग येतात, की जेव्हा तुमची तर्कनिष्ठता हरवून जाते आणि तसे झाले नाही तर मुळातच तुमच्याजवळ ती नव्हती असे म्हणावे लागेल.'' अस्वाभाविक प्रसंगी अस्वाभाविक प्रतिक्रिया होणे हेच स्वाभाविक असते. वेड्यांच्या दवाखान्यात भरती केल्यानंतर वेड्यांची प्रतिक्रियादेखील त्यांच्या शहाणपणाच्या प्रमाणात 'अस्वाभाविक' असे, हे मी पाहिले होते. छळछावणीत आणल्या गेलेल्या माझ्यासारख्या माणसाची प्रतिक्रिया अस्वाभाविक असणे अपेक्षितच असायला हवे.

हळूहळू कैद्यांची मानसिक अवस्था बदलून ती पहिला टप्पा पार करून दुसऱ्या स्थितीकडे सरकताना दिसे. ह्या दुसऱ्या अवस्थेत अथांग उदासी त्यांचे मन व्यापून टाकी. ते तिळातिळाने भावनिक मरण मरताना दिसत.

नव्याने आलेल्या कैद्यांत काही भावना प्रकर्षाने जाणवत. सुरुवातीला इतरांचा होत असलेला छळ त्यांना बघवत नसे. आपल्या दुःखदायक भावना दडपून टाकायचा आटोकाट प्रयत्न ते करीत. तसेच घराची आपल्या माणसांची ओढ त्यांना तीव्रतेने जाणवे. हे आसुसणे त्यांना अनेकदा असह्य होई. वेड्यागत होऊन ते आपल्या माणसांच्या आठवणीत बुडून जात. आणखी एक भावना आढळून येई ती घृणा. भोवताली सर्वदूर दिसणारी ओंगळवाणी कुरूपता जाचक असे. कैद्यांना दिलेले गणवेश शेतावरच्या बुजगावण्याला लाजवतील असे असत. छावणीतील झोपड्यांच्या मधली जागा कचऱ्याने भरलेली असे. तो जेवढा स्वच्छ करा तेवढे अधिक घाणीत हात घालावे लागत. नवीन कैद्यांकडे हमखास संडास साफ करण्याचे आणि सांडपाणी वाहून नेण्याचे काम सोपविले जाई. उबडखाबड रस्त्यांवरून मैला वाहून नेताना विष्ठेचे शिंतोडे हमखास हातातोंडावर उडत. ते शिंतोडे पुसण्याचा प्रयत्न करताना किंवा किळस आल्याचे कुठलेही चिन्ह चेहऱ्यावर दर्शवताना जर कापोजने पाहिले तर कैद्यास बुक्क्यांचा प्रसाद मिळे. भावना व्यक्त करणे म्हणजे आपली आणखीनच फजिती करून घेणे, छळाला आव्हान करणे हे समीकरण मनात तयार होई. हळूहळू मन मरू लागे.

पहिले काही दिवस नवीन कैदी दुसऱ्या तुकडीतील कैद्यांना शिक्षा होऊ लागली तर तिकडे पाहण्याचे टाळत असे. तासन्‌तास गुरांसारखी मारत मारत रबरबीत चिखलातून केलेली इतरांची फरफट पाहणे त्याला फार अवघड जाई. काही दिवसांनी हे चित्र बदललेले दिसे. उजाडायच्या आधीच, मुर्दाड झालेल्या मनाने कैदी आपल्या तुकडीबरोबर, कामावर जाण्यासाठी कराव्या लागणाऱ्या परेडच्या तयारीत फाटकापाशी येऊन उभे राहत. एकदा मी असाच उभा होतो. मला सहकाऱ्याच्या करुण किंकाळ्या ऐकू आल्या, त्याला मिळणारा मार दिसला. मार खाणारा खाली पडला, पुन्हा उभा राहिला, पुन्हा परत अधिक मार देऊन खाली पाडला गेला. आणि हे सारे का? तर तो कैदी आजारी होता, पण तो आजारपणाची वर्दी देण्यास अवेळी गेला म्हणून. ताप आल्यामुळे कामातून थोडा वेळ विश्रांती मिळावी हा अर्ज अवेळी केला म्हणून त्याला शिक्षा करण्यात येत होती. मानसिक अवस्थेच्या पहिल्या टप्प्यातून दुसऱ्यात गेलेल्या माझ्यासारख्या कैद्यांनी आपली नजर वळविली नाही. त्यांच्या भावना बोथट झाल्या होत्या. दुसऱ्याच्या दुःखाने कळवळणारे मन आतापावेतो मुर्दाड झाले होते. तटस्थ राहून हे दृश्य ते बघू शकत होते. आणखी एक उदाहरण सांगतो. एकदा एक जण आजाऱ्यांसाठी राखून ठेवलेल्या जागी जाऊन वाट बघत बसला होता. तापाने फणफणलेला व दुखापत झाल्याने पाय सुजलेला अशा अवस्थेत दोन दिवस तळावरचेच थोडे कमी कष्टाचे काम करायची परवानगी मिळविण्याच्या आशेने तो तिथे आला होता. तेव्हा एका बारा वर्षांच्या मुलाला

उचलून आणलेले त्याने पाहिले. मुलाला 'दक्ष'च्या अवस्थेत तासन्तास बर्फात उभे केले गेले होते त्याला बर्फात अनवाणी काम करायला लावले होते. कारण तळावर त्याच्या मापाचे जोडे नव्हते. बर्फाने मुलाच्या पायाची बोटे गारठून हिमदग्ध होऊन निर्जीव झाली होती. पाळीवर असलेल्या डॉक्टरने ती काळीशार निर्जीव बोटे एक एक करीत चिमट्यात धरून उखडून फेकली. त्या कैद्याने हे दृश्य निश्चल राहून पाहिले. त्या कृत्याची घृणा, भय, मुलाची दया ह्या साऱ्या संवेदनांपलीकडे गेला होता तो. तळावर काही आठवडे काढल्यानंतर; वेदनापीडित, मरणोन्मुख अन् मेलेला माणूस पाहणे ही नित्याची बाब झाली होती. अंत:करण पिळवटून टाकण्याचे सामर्थ्य त्यात आता राहिले नव्हते.

एकदा एका झोपडीत टायफस झालेल्या रुग्णांबरोबर मी काही काळ काढला. ताप अतिशय वाढला की रोगी भ्रमिष्ट होत. ती मृत्यूची चाहूल असे. एकदा असाच एक रोगी भ्रम होऊन वारला. पुढे काय झाले ते मी मख्खपणे बघितले. एक एक करीत कैदी मृताच्या अजून गरम असलेल्या देहापाशी आले. एकाने मृताच्या समोरील, त्याने अर्धवट खाऊन संपविलेले बटाट्याचे जेवण उचलून नेले. दुसऱ्याने विचार केला, की मृताचे लाकडी जोडे आपल्या फाटक्या जोड्यांपेक्षा बरे दिसताहेत. त्याने आपले जोडे टाकून मेलेल्याचे जोडे घेतले. तिसऱ्याने कोटाच्या बाबतीत तेच केले. चौथा, स्वत:ला मृताच्या पायजम्याची नाडी मिळाल्याच्या आनंदात होता. प्रत्येक मृत्यूनंतर असा प्रकार बघायला मिळत होता. मी ते सारे निश्चल मनाने पाहिले. काही वेळाने मी तो देह तेथून नेण्यास छळछावणीतील 'नर्स'ला सांगितले. त्याच्या मनात आले तेव्हा तो आला. मृताचे पाय धरून त्याने तो देह पन्नास रोगी झोपत असलेल्या दोन फळकुटांच्या बिछान्यांच्या रांगेमधील बोळवजा जागेत आपटला. मातीच्या ओबडधोबड जमिनीवरून आपटत त्याने प्रेत दारापर्यंत नेले. दारापाशी दोन सहा सहा इंच उंचीच्या पायऱ्या होत्या. उपासमारीने आम्ही सारे एवढे अशक्त झालो होतो, की आम्हाला त्या पायऱ्या चढता येत नव्हत्या. दारापाशी असलेल्या टेकूवर हात ठेवून आम्ही आपले शरीर पलीकडे झोकत असू. 'नर्स'ने प्रथम स्वत:ला पलीकडे झोकले. मग मृतास पहिले पाय मग शरीर नि शेवटी डोके ह्या क्रमाने आपटत पलीकडे नेले. मी तेव्हा झोपडीच्या दुसऱ्या टोकाला असलेल्या, एकुलत्या एक, लहानशा खिडकीपाशी बसलो होतो. खिडकी जमिनीलगत होती. माझे गारठलेले हात मी गरम सुपाच्या वाडग्याभोवती गुंफले होते. मी अधाशीपणे ते सूप पीत होतो. माझी नजर खिडकीबाहेर गेली. बाहेर फरफटत नेल्या जाणाऱ्या प्रेताने थिजलेल्या डोळ्यांनी माझ्याकडे बघितले. दोनच तासांपूर्वी मी त्या माणसाशी बोलत होतो. मी सूप गिळण्याची माझी क्रिया चालू ठेवली.

आमच्या भावना एवढ्या आटून गेल्या होत्या, की माझ्यातला डॉक्टर भावनांचे इतके भयंकर गोठणे पाहून आश्चर्यचकित झाला नसता, तर कदाचित आजतागायत हा प्रसंग माझ्या लक्षात राहिला नसता. औदासीन्य, भावनिक अक्षमता, कशाचीही खंत न वाटणे ही कैदी मानसिक अवस्थेच्या दुसऱ्या टप्प्यावर पोहोचल्याची लक्षणे होती. रोजच्या आणि तासातासाने होणाऱ्या दुःखाने आम्ही अनुकंपा अनुभवण्यास असमर्थ झालो होतो. अनुकंपा गमावणे हे छळछावणीत जगता येण्यासाठी अत्यावश्यक असलेले आमचे कवच होते.

एवढ्या तेवढ्या कारणांवरून किंवा अकारणदेखील आम्हाला झोडपण्यात येत असे. उदाहरणार्थ : कामावर पावाचे तुकडे वाटले जात असताना ते घेण्यासाठी आम्हाला रांगेत उभे रहावे लागे. एकदा माझ्या मागे उभा असलेला माणूस रांगेच्या थोडासा बाजूला उभा राहिलेला एस.एस.ने पाहिला. रांगेचा समतोलपणा गेल्याचे पाहून एस.एस.चे माथे भडकले. माझ्यामागे किंवा एस.एस.च्या मनात काय चालले आहे ह्याचा मला मुळीच सुगावा नव्हता. एकाएकी माझ्या डोक्यात दोन रट्टे पडले. काठी घेतलेला एस.एस. माझ्या बाजूला उभा राहिलेला मला दिसला. मुलांप्रमाणेच मोठ्यांनाही अशा वेळी शारीरिक दुःखापेक्षाही अन्याय आणि निष्कारण शिक्षा अधिक जाचक वाटते. तसेच कधीकधी लक्ष्यावर पडलेल्या वारापेक्षाही चुकलेला वार जास्त दुखावतो. कसा ते सांगतो. एकदा मी हिमवर्षावात रेल्वेरुळावर उभा होतो. हवा अत्यंत वाईट असताना देखील आमच्या गटाकडून कसून काम करून घेण्यात येत होते. मी रुळांमध्ये वाळू टाकण्याचे काम खूप मेहनत घेऊन करीत होतो. निदान शरीराची हालचाल केल्याने अंगात थोडी ऊब येत होती. क्षणभरासाठी श्वास घ्यायला म्हणून मी थांबलो व फावड्याला टेकून उभा राहिलो. नेमकी त्याच वेळी गार्डची नजर माझ्यावर गेली. मी कामचुकारपणा करतोय असे त्याला वाटले. त्याने मला दुखावले ते मारून किंवा शिव्या देऊन नव्हे. त्याने तसे काहीच केले नाही. उपासमारीने जर्जर झालेला मी त्याच्या लेखी मी शिव्या देण्याच्यासुद्धा लायकीचा नव्हतो. त्याच्यासमोर उभी असलेली माझी सापळ्यासारखी आकृती त्याला माणसाची देखील वाटली नसावी. त्यांनी फक्त गुरांचे लक्ष कामाकडे वेधून घेण्यासाठी मारतात तसा एक दगड उचलून माझ्यावर भिरकावला. जणू तो म्हणत होता, गुरांत नि तुमच्यात काहीच फरक नसल्याने मी तुम्हाला शिक्षा करायच्यासुद्धा भानगडीत पडत नाही. आपण गुरासारखेच गणलो जातो आहोत ह्या जाणिवेने मी अत्यंत व्यथित झालो.

मार खात असतानादेखील मारापेक्षा त्यामागील अपमान अधिक जाचे. एकदा आम्ही लांब लांब नि वजनदार लोखंडी कांबा बर्फाच्छादित घसरड्या मार्गावरून नेत होतो. कांब घसरली तर साऱ्यांना धोका असे. कारण त्या कांबीचे वजन साऱ्यांच्याच

खांद्यावर असे. माझ्या एका म्हाताऱ्याशा मित्राचे मांडीचे हाड जन्मतः कमकुवत होते. तरीदेखील आपण काम करू शकतो ह्याचे त्याला समाधान होते. निवड करताना काम न करू शकणाऱ्यांची रवानगी मृत्युद्वाराकडे व्हायची हे साऱ्यांना माहीत होते. जड कांब वाहून नेता नेता त्याचा पाय घसरला. आता तो घसरणार नि सर्वांना बरोबर घेऊन खाली पडणार असे दिसताच मी पटकन काही विचार न करता त्याच्या मदतीस धावलो. नशिबाने माझ्या खांद्यावर तेव्हा कांबेचे वजन नव्हते. लगेच माझ्या पाठीत सोटा बसला व मला माझ्या जागेवर जायची आज्ञा झाली. ह्याच गार्डने थोड्याच वेळापूर्वी, ''डुकरांनो, तुम्हा (ज्यू) लोकांमध्ये मिळून मिसळून काम करायची अक्कलच नाही.'' असे म्हणून आम्हाला शिव्या घातल्या होत्या. असे घडोघडी होणारे अपमान मनाला तीव्रतेने बोचत.

एकदा दोन डिग्री फॅरेनहाईट तापमानात पाइपलाइनसाठी जंगल साफ करून जमीन उकरायचे काम आम्हाला देण्यात आले होते. बर्फाने गोठून जमीन अगदी दगडासारखी टणक झाली होती. उपासमारीमुळे मी तोपर्यंत शरीराने अगदी दुर्बल झालो होतो. लाल लाल भरलेले गाल व जनावरासारखा चेहरा असलेला गार्ड माझ्या बाजूला येऊन उभा राहिला. त्याने कडाक्याच्या थंडीपासून बचाव करण्यासाठी हातात सुरेखसे गरम हातमोजे घातले होते. थोडा वेळ तो शांतपणे माझ्याकडे बघत राहिला. आता काहीतरी घडणार हे मी ताडले. माझ्यासमोर मी किती काम केलेय ते दर्शविणारा, मी उकरून काढलेल्या मातीचा ढीग पडला होता आणि त्याने सुरुवात केली, ''डुकरा, मी बघतोय तूला मघापासून. काम कसे करायचे ते शिकवावे लागेल तुला. बघ तुला दातानी जमीन उकरायला लावतो की नाही ते. माझ्याशी गाठ पडल्यावर दोन दिवसांत गुरासारखा मरून पडशील. आयुष्यात कधी हाताने काम केले आहेस का तू? कोण होतास तू? व्यापारी?'' ह्या वेळेपर्यंत खरं तर मी कशाचीही काळजी करण्यापलीकडे पोहोचलो होतो. पण तो देत असलेल्या मरणाच्या धमकीकडे लक्ष देणे जरुरीचे होते. मी ताठ उभा राहिलो व त्याच्या डोळ्याला डोळा भिडवून म्हणालो, ''मी डॉक्टर होतो, स्पेशालिस्ट!'' ''काय, डॉक्टर? मग काय चांगलेच लुबाडले असशील लोकांना.'' खरं तर मी गरिबांसाठी असलेल्या दवाखान्यात अनेकदा विनामूल्य काम करीत असे. पण मी बरेच बोलून गेलो होतो. तो माझ्या अंगावर तुटून पडला आणि वेड लागलेल्या माणसासारखे ओरडत त्याने मला खाली पाडले. तो काय काय बरळला ते मला आता आठवत नाही!

वरवर क्षुल्लक वाटणाऱ्या घटनांतून घडोघडी होणारे असे अपमान मनाचा दगड झालेल्या कैद्यांनाही तीव्रतेने बोचत, ते शारीरिक दुःखापेक्षाही अधिक जाचत. ज्याला माझ्याबद्दल काहीही माहिती नाही, त्याने न्यायमूर्तींच्या थाटात माझ्या चारित्र्यावर

शिंतोडे उडविलेले पाहून मी खवळलो होतो. येथे मी एक कबुली देतो. वरील गोष्टीचा मी बालिश सूड घेतला. मी माझ्या सहकाऱ्याला म्हटले, हा असंस्कृत आणि एवढा क्रूर दिसणारा माणूस माझ्या दवाखान्यात आला असता, तर माझ्या परिचारिकेने ह्याला प्रतीक्षा खोलीतदेखील येऊ दिले नसते. असे म्हटल्याने मला उगाचच पोरकट आनंद वाटला.

नशिबाने आमच्या गटावरील कापो माझा ऋणी होता. त्याला मी आवडत होतो. थंडीत कामाच्या जागेपर्यंत जाताना कराव्या लागणाऱ्या लांब लांब परेडच्या वेळी तो आपल्या प्रेमकहाण्या, कौटुंबिक, वैवाहिक दु:खाच्या कहाण्या सारे मला सांगून माझ्याजवळ मन मोकळे करत असे. त्याला माझा डॉक्टरी सल्लादेखील मोलाचा वाटे. त्यामुळे तो बरीच मदत करत असे. उदाहरणार्थ, बरेचदा तो मला पहिल्या पाच ओळींत आपल्या बाजूला उभे करी. ही मोठीच मदत होती. आमचा दोनशे ऐंशी जणांचा गट होता. पहाट व्हायच्या आधी आम्हाला उठून रांगांत येऊन उभे रहावे लागे. उशीर व्हायची प्रत्येकाला भीती वाटायची. कारण उशीर झाला तर मागच्या रांगांत उभे रहावे लागे. कुठलेही घाणेरडे किंवा भयप्रद काम करण्यास माणसांची गरज भासे तेव्हा सिनियर कापोज येत व बहुधा मागच्या रांगांतील माणसांना घेऊन जात. मग त्या माणसांना वेगळ्या कैद्यांबरोबर अनोळखी गार्डच्या हाताखाली धोकादायक कामे करावी लागत. कधीकधी मात्र मुरलेले कापोज, आम्हाला संभ्रमात ठेवायला आणि पुढच्या रांगेत उभे राहण्याची चलाखी करणाऱ्यांना पकडण्यासाठी समोरच्या रांगेतील माणसे घेऊन जात. साधासा निषेध किंवा कळकळीची विनंती ह्याला उत्तर मिळे ते गुद्दे, बुक्के अन् ठोश्यांचे. निवडलेले बळी मग बोलणी सहन करत आणि मार खात खात कामाच्या जागी नेले जात. जोवर माझ्या कापोला माझ्याशी बोलण्याची गरज असे, तोवर माझ्यावर असे प्रसंग येत नसत. तो मला आपल्याजवळ त्यातल्या त्यात सुरक्षित जागी ठेवी. ह्याचा आणखी एक फायदा होता. इतर कैद्यांसारखीच माझ्याही पायांवर उपासमारीने सूज आली होती. सूज एवढी जास्त होती, की मला गुडघे वाकवता येत नव्हते. जोड्यांचे बंद बांधणेही सुजेमुळे अशक्य होते. मोजे असते तरी मला ते घालता आले नसते. नेहमीच आमचे पाय ओले नि रस्त्यावरील हिमाने भरलेले असे असत. बर्फाचे खडे बनून जोड्यांत जात. पाय हिमदग्ध होत. प्रत्येक पाऊल उचलणे असह्य होई. अनेकदा कैदी बर्फावर पाय घसरून खाली पडत नि मागून येणारे त्यांच्यावर आदळत. परेड क्षणभर थांबे, पण क्षणभरच. लगेच गार्ड थांबलेल्यांना बंदुकीचे रट्टे लगावीत येई. पडलेल्यांना, दुखऱ्या पायांनी धावत जाऊन वाया गेलेला वेळ भरून काढायचा व गटात पुन्हा सामील व्हायचे, ह्या दिव्यातून जावे लागे. पुढच्या रांगेत असणाऱ्यांचा ह्यापासून

थोडा बचाव होई व त्यांना काही क्षणांचा विसावा मिळे. जोपर्यंत माझ्या कापोला माझ्याजवळ मन मोकळे करायची गरज भासत होती, तोपर्यंत त्याचा वैयक्तिक डॉक्टर म्हणून मी 'सुखात' पुढील रांगेत राहून स्थिर पावले टाकीत चालू शकत असे.

'माझ्या' कापोचा डॉक्टर असण्याचा मला आणखी एक फायदा होई. कामावर मधल्या वेळी जर कधी सुपाचे वाटप झाले, तर मला वाढताना हा कापो पातेल्यात तळापर्यंत डाव नेऊन सूप वाढी, म्हणजे सुपातील वाटाण्याचे चार दाणे माझ्या पदरात पडत. हा कापो पूर्वी सैन्यात अधिकाऱ्याच्या जागेवर होता. म्हणून त्याला माझ्या जिवावर उठलेल्या गार्डच्या कानात 'हा खरेच चांगले काम करणारा आहे.' एवढे कुजबुजण्याचे धैर्य झाले. त्या वेळी त्याच्यामुळे माझा जीव वाचला. अनेक वेळा केवळ अद्‌भुत योगायोगाने मी वाचलो, त्यातली ही एक वेळ. त्या घटनेनंतर दुसऱ्या दिवशी माझ्या कापोने माझी गुपचूप दुसऱ्या कामगारांच्या गटात बदली केली.

क्वचित कधी माणुसकी जागी असलेले मुकादम भेटत. ते बांधकामाच्या जागी आमचे काम हलके करण्याचा शक्य तेवढा प्रयत्न करीत, पण तेदेखील इतर कामगार आमच्यापेक्षा अधिक काम, आमच्यापेक्षा कमी वेळात कसे करतात ह्याची आम्हाला आठवण करून देत, फरक एवढाच की यामागील कारण समजण्याची सहृदयता त्यांच्यात होती. दिवसाकाठी मिळणारा साडेदहा औंसाचा पावाचा तुकडा (प्रत्यक्षात त्याहूनही कमीच असे) आणि वाडगाभर पातळ सूप ह्या आहारावर आम्ही कसेबसे जगत आहोत हे कळल्यावर त्यांना आमच्या 'कमी' उत्पादनक्षमतेचे कारण समजून घेता येई. शिवाय इतर कामगार आमच्यासारखे कल्पनातीत मानसिक तणावाखली काम करत नसत. आमच्या डोक्यावर मरणाची तलवार सतत टांगलेली असे. आपल्या जिवलगांचे काय झाले हे कळण्यास आम्हाला मार्ग नव्हता. हे सारेही त्यांना समजू शके. एकदा तर अशा एका भल्या मुकादमाला मी, ''हे बघ गड्या, मी जेवढ्या वेळात तुझ्याकडून रस्ताबांधणीचे काम शिकतो आहे ना, तेवढ्या वेळात तू माझ्याकडून मेंदूवर शस्त्रक्रिया करण्यास शिकलास तर मी तुला मानेन.'' असे म्हणण्याचे धैर्य करू शकलो आणि तो देखील खिलाडू वृत्ती दर्शवीत हसला.

औदासीन्य हे मानसिक अवस्थेतील दुसऱ्या टप्प्यावरील प्रमुख लक्षण होते. मनाच्या स्वास्थ्यासाठी वास्तवतेचे भान धूसर करणे जरुरीचे होते. स्वरक्षणासाठी त्याची आवश्यकता होतीच, कारण रोजच सगळे प्रयत्न, सारी शक्ती स्वत:ला व बरोबरील मित्रांना जिवंत ठेवण्याच्या प्रयत्नात खर्ची पडे. सारे जण अत्यंत कष्टदायक दिवसाच्या शेवटी तळावरील आपल्या शिबिरात गुरांसारखे वळवून

आणले जात असताना नि:श्वास टाकीत, ''चला आजचा दिवस तर पदरात पडला.'' एवढेच म्हणू शकत. अशा अवस्थेत आम्हा कैद्यांचा मनोव्यापार आदिम जमातीच्या प्राथमिक पातळीवर येऊन ठेपायचा. मानसशास्त्र जाणणारे तळावरील आम्ही काही वेचक कैदी आपापसांत आमच्या मानसिक अवनतीबद्दल बोलत असू. दडपलेल्या आशा नि इच्छांचे दर्शन स्वप्नात घडे. कैदी कोणती स्वप्ने पाहत? मुख्यत: स्वप्ने असत ती घासभर पाव नाहीतर केक, सिगारेटचे मारलेले झुरके, छान गरम पाण्याने केलेली अंघोळ ह्यांची. दडपलेल्या साध्या साध्या इच्छांची स्वप्नात पूर्तता होत असे. ह्या स्वप्नांचा कैद्यांना काही फायदा होत असे का नाही कुणास ठाऊक. स्वप्नातून जागे व्हावेच लागे आणि जाग आल्यावर स्वप्नातील आभास नि वस्तुस्थिती ह्यातील तफ़ावत तीव्रतेने जाणवे.

एकदा मला जवळ झोपलेल्या कैद्याच्या कण्हण्याच्या आवाजाने जाग आली. झोपेत तो खूप हातपाय झाडत होता. बहुधा त्याला भयंकर स्वप्न पडत असावे. भीतिदायक स्वप्नांनी बेजार झालेल्यांची मला कणव येई. मला त्या कैद्यास उठवावेसे वाटू लागले. त्याला जागे करण्याकरता पुढे केलेला हात मी अचानक मागे घेतला. आपण काय करतो आहोत हे लक्षात येताच मला भयंकर भीती वाटली. त्या क्षणी मला अत्यंत तीव्रतेने जाणवले, की स्वप्न कितीही भयावह का असेना, तळावरील क्रूर वस्तुस्थितीपेक्षा ते बरेच असेल. मी त्याला तसेच झोपू दिले.

तीव्र उपोषणाने गांजलेल्या आम्हा कैद्यांची अन्न ही प्राथमिक गरज होती. त्या गरजेभोवती आमचे मनोव्यापार सतत रुंजी घालत असत. क्वचित कधी आमच्यावरचा पहारा जरा शिथिल झालेला दिसला, की लगेचच जवळजवळ काम करणाऱ्या कैद्यांत खाण्यापिण्याची चर्चा सुरू होई. मग एकमेकांना, तुझा आवडता पदार्थ कोणता, त्याची कृती, सुटका झाल्यावर कोण काय खाणार ह्याविषयी विचारणा सुरू होई. सुटका झाल्यावर एकत्र जमून केलेली पंगत, त्या पंगतीत बनवल्या जाणाऱ्या पदार्थांची यादी हे चर्चेचे विषय असत. सुटून घरी परतल्याच्या दिवसांची चित्रे तपशीलवार रंगविली जात. सारे चर्चेत बुडालेले असताना अचानक परवलीचा शब्द नाहीतर आकडा उच्चारलेला ऐकू येई. 'हुश्शार पहारेकरी येत आहे'! असा त्याचा अर्थ असे. मला अशा अन्नाविषयीच्या चर्चा धोकादायक असल्याची नेहमी शंका येई. अत्यंत कमी अन्नाशी कशीबशी तडजोड करीत जगत असणाऱ्या आमच्या शरीरास अन्नविषयक चर्चेने प्रज्वलित करणे मला वैद्यकीयदृष्ट्या योग्य वाटत नसे. त्यामुळे जरी मनाला क्षणभर विसावा मिळाल्यासारखं वाटलं तरी शरीराला अपाय होण्याची शक्यता होती. तरीही साऱ्या जणांचे (अगदी अविचल इच्छाशक्ती असलेल्यांचेही) कधीकाळी मिळणारे रिकामे

क्षण आपल्याला पुन्हा कधी चांगले खायला मिळणार ह्याचा विचार करण्यात जात. ही ओढ केवळ अन्नाकरताच होती असे नाही, तर अन्नाशिवाय दुसरा कसलाही विचार न करू शकणाऱ्या अमानुष अस्तित्वापासूनच्या सुटकेसाठीही होती. ज्यांनी छळछावणीतील आमच्या हालांचा, उपासमारीचा अनुभव घेतला नाही, त्यांना आमच्या सततच्या लहान नि मोठ्या मानसिक संघर्षाची आणि घडोघडी इच्छाशक्ती पणाला लावताना होणाऱ्या आमच्या आत्म्याच्या मृत्यूची कल्पना करणे जवळजवळ अशक्य आहे.

पहाटेपासून थंडीत खड्डे खणत असताना आमचे सारे लक्ष साडेनऊ किंवा दहाला वाजणाऱ्या भोंग्याकडे असे. भोंगा वाजला की आम्हाला लहानसा पावाचा तुकडा (उरला असला तर) मिळे. मुकादम जरा बरा असला तर त्याला आम्ही घडीघडी किती वाजले म्हणून विचारीत असू. पावाचा तुकडा हातात पडला की गोठलेल्या बोटांनी त्याला कुरवाळायचे, हळूच त्याचा एक कण मोडून तोंडात टाकायचा आणि सारी इच्छाशक्ती पणाला लावून पाव दिवसभर पुरावा म्हणून परत कोटाच्या खिशात टाकायचा. ह्या लहानशा पावाच्या तुकड्याचा जास्तीत जास्त सदुपयोग कसा करायचा ह्यावर आमच्या लांबलांब चर्चा होत. कुणाचे म्हणणे असे, की मिळाल्याबरोबर पटकन सगळा पाव खाऊन टाकावा म्हणजे दिवसातून एकदा तरी आणि क्षणभरासाठी का होईना, पण भूक भागल्याचे समाधान होते. शिवाय तसे केल्याने ब्रेड चोरीस जाण्याची किंवा काम करताना पडून जायची भीती राहत नाही. दुसऱ्या गटाचे म्हणणे असे, की पावाचे तुकडे करून दिवसभर कण कण खात पुरवावे. बऱ्याच विचाराअंती मी दुसऱ्या गटात सामील झालो.

युद्ध संपता संपतानाच्या छावणीतील शेवटच्या दिवसांत पाव नि सुपाच्या आमच्या आहारात चमचाभर डालडा, चीज, निकृष्ट मांसाचा लहानसा तुकडा, चमचाभर जॅम नाहीतर मध ह्याची जराशी भर घातली गेली होती. रोज बदलणारे आमच्या आहाराचे प्रमाण; बाहेरची थंडी, आमचे तोकडे कपडे नि भरघोस शारीरिक श्रमाचे काम लक्षात घेता अत्यंत अपुरे असे. आजाऱ्यांना मिळणाऱ्या आहाराची दशा याहूनही वाईट होती. लवकरच आमच्या अंगावरील चरबी संपली. कातडीत गुंडाळलेले नि लक्तरांनी झाकलेले सापळे झालो होतो आम्ही. आमच्या अंगावरील मांसाने स्वत:लाच भक्ष्य बनविले होते. सारे स्नायू नष्ट झाले होते. कुठलीही प्रतिकारशक्ती अंगात उरली नव्हती. एक एक करून आमच्या झोपडीतले लोक मरू लागले. स्वत:सह आता कोणाची मरणाची पाळी येणार हे सारे जण अचूक हेरू लागले. मृत्यूच्या पावलांच्या खुणा आम्हाला बरोबर ओळखता येऊ लागल्या. ''हा जाणार आता; तो जास्त काळ तग धरू शकणार नाही.'' अशी कुजबूज कैद्यांमध्ये नित्याची झाली. सायंकाळी, जेव्हा आम्ही

विवस्त्र होऊन अंगावर झालेल्या उवा वेचायला बसत असू, तेव्हा साऱ्यांच्या मनात सारखाच विचार येई, ''माझ्या शरीराचं प्रेतात रूपांतर तर झालेलंच आहे. पण माझं काय झालं आहे? ह्या काटेरी तारांच्या कुंपणाआड दाटीवाटीने कोंडलेल्या मांसाच्या मोठ्या गोळ्याचा मी एक लहानसा भाग झालोय आणि मोठा मासांचा गोळादेखील रोज आकुंचन पावतोय कारण दररोज त्याचा कुठलातरी भाग मृत्यूच्या घशात जातोय.''

चोवीस तासांतील सगळ्यांत क्लेशदायक वेळ असायची ती उठायची वेळ. अविश्रांत श्रमाने दमले-भागलेले आमचे शरीर, अपुऱ्या झोपेत अधुऱ्या इच्छांची स्वप्ने बघत असताना सूर्योदयापूर्वीच कर्कश वाजणाऱ्या तीन शिट्ट्या आम्हाला निर्घृणपणे जागे करीत. लगेच थंडीने आक्रसून गेलेल्या जोड्यांत दुखरे, सुजलेले पाय घालायची आमची धडपड सुरू होई. लहानमोठ्या दु:खांनी व्याकूळ अशा कण्हण्याचा आवाज ऐकू येई. कुणाची बुटांचा बंद नसल्यामुळे वापरत असलेली तार तुटलेली असे, तर कुणी वेदनाग्रस्त असे. एकदा मी एरवी धैर्याने नि ठामपणे वागणाऱ्या एका धीरगंभीर व्यक्तीस लहान मुलासारखे ढसाढसा रडताना ऐकले. भयंकर सुजलेले पाय जोड्यात न घालता आल्यामुळे त्याला बर्फात अनवाणी जावे लागणार होते. मन पिळवटून टाकणाऱ्या त्या क्षणी माझे स्वत:चे सांत्वन मी कोटाच्या खिशात सापडलेल्या पावाचा लहानसा कण मोठ्या चवीने चघळून केले.

कुपोषणाने जर्जर झालेल्या आम्हा साऱ्यांच्या लैंगिक वासनांचाही अंत झाला होता. सैन्यासारख्या, सर्व पुरुष असलेल्या आमच्या वस्तीत, तेथे आढळणाऱ्या लैंगिक विकृती क्वचितच दिसत. स्वप्नातसुद्धा लैंगिक विचारांना थारा नसे. उलट दडपलेल्या भावना आणि सुसंस्कृत विचारांचे स्वप्नात दर्शन होई. दिवसा मात्र साऱ्या भावना, संवेदना गोठून गेलेल्या भासत. जागेपणी सारी शक्ती शरीर वाचविण्याच्या कामी खर्ची पडे. त्यापलीकडे इतर कसलाही विचार मनाला शिवत नसे. ह्याची जाणीव मला आम्हाला ऑशविट्झमधून डाकॉव्हशी निगडित असलेल्या छळछावणीत हलविले जात असताना प्रकर्षाने झाली. दोन हजार कैदी कोंबलेली आमची गाडी व्हिएन्नावरून जात होती. मध्यरात्रीच्या सुमारास व्हिएन्नातील एक स्टेशन आले. गाडीचा मार्ग लवकरच माझा जन्म झाला त्या घराजवळून जाणार होता. त्या घरात मी कैदी बनवून पकडला जाईपर्यंतचे बहुतांश सारे आयुष्य काढले होते. फक्त दोन लहानसे झरोके असलेल्या आमच्या डब्यात पन्नास कैदी होते. त्यातील जेमतेम अर्धे जण बसू शकतील एवढीच जागा डब्यात होती. उरलेली माणसे टाचांवर उभे राहून साऱ्यांच्या डोक्यावरून 'खिडकीच्या' बाहेर बघायचा प्रयत्न करत होती. मला माझ्या गावाचे ओझरते दर्शन झाले. त्या

वेळी आम्हाला जिवंत असल्यापेक्षा आपण मेलो आहोत असेच वाटत होते. कारण आपल्याला 'माउत्झेन'च्या छळछावणीत नेण्यात येत आहे नि आता आपले आयुष्य उण्यापुऱ्या एक-दोन आठवड्यांचे उरले आहे अशी आमची कल्पना होती. व्हिएन्नातील रस्ते, चौक, लहानपणी भटकताना पाहिलेली घरे सारे काही मी पैलतीरावरून परत आलेल्या, मृतवत भासणाऱ्या डोळ्यांनी पाहिल्याचे मला स्पष्टपणे जाणवले. जणू मी ते भुताटकीसम वाटणारे शहर हवेत तरंगत वरून बघत होतो. स्टेशनवर बराच वेळ थांबून गाडी पुन्हा सुरू झाली आणि मला दिसला तो 'माझा' रस्ता. बरीच वर्षे छळछावणीत आयुष्य काढलेली तरणी पोरे, त्यांच्यासाठी हा प्रवास म्हणजे एक विशेष घटना होती. ते तन्मयतेने झरोक्याबाहेर बघत होते. मी त्यांना, 'क्षणभर मला झरोक्यासमोर येऊन माझ्या घराचे दर्शन करू द्या.' म्हणून कळकळीची विनंती करीत होतो. ते दर्शन मला किती मोलाचे आहे ते सांगत होतो. त्यांनी माझी विनवणी, ''राहत होतास ना येथे खूप वर्षे? खूप पाहिले आहेस तू आधीच. मग आता आणखी काय बघायचे आहे तुला?'' अशा उद्धट शब्दांत भिरकावून लावली. आमचे सारे मृदुभाव थिजून गेल्याचे द्योतक होते ते.

छळछावणीत जणू आमची सांस्कृतिक शीतसमाधी (हायबरनेशन) लागली होती. मात्र ह्यास दोन अपवाद होते. धर्म आणि राजकारण. अफवांवर आधारित राजकारणाबद्दल सतत आपापसांत चर्चा व्हायच्या. युद्धाबद्दलच्या उलटसुलट अफवा वाऱ्यासारख्या छावणीत पसरत. त्याचा परिणाम केवळ आमच्या मनात तुंबळ युद्ध माजण्यात होई. कधी 'युद्ध लवकरच संपणार' अशी अफवा उठे नि आमच्या आशा पल्लवीत होत. लवकरच ती खोटी असल्याची अफवा पसरे नि आम्ही घोर निराशेच्या गर्तेत फेकले जात असू. काही कैद्यांनी सुटकेची आशा करणेच सोडून दिले. कधी कधी अखंड आशावादी असणाऱ्यांचाही ताप वाटायला लागे.

धर्मावरील श्रद्धा छावणीत लवकरच स्पष्ट दिसू लागल्या. त्यातील प्रामाणिकता अगदी अस्सल होती. मनाच्या खोल गाभाऱ्यातून त्या प्रकटलेल्या वाटत. त्या श्रद्धेचे बळ, साधेपणा नव्याने छावणीत आलेल्या कैद्याच्या मनास आश्चर्यचकित करत असे त्यांचे मन हेलावून जात असे. उत्स्फूर्तपणे रचलेल्या आमच्या प्रार्थना नि पूजा, आम्ही कधी आमच्या झोपड्यांच्या कोपऱ्यात तर कधी लांबवरील कामाच्या जागेवरून अंधाऱ्या बंद मोटरगाड्यांतून गुरांसारखे कोंबून परत आणले जात असताना अपुऱ्या कपड्यात गारठलेल्या, भुकेल्या अवस्थेत अंधारात करीत असू.

एकोणीसशे पंचेचाळीसच्या हिवाळ्यात नि वसंतात तळावर टायफस ह्या

रोगाची साथ आली. जवळ जवळ प्रत्येक जण त्याला बळी पडला. अशक्त असलेल्यांमध्ये मृत्यूचे प्रमाण फार मोठे होते. आजारी असतानासुद्धा त्यांची कष्टदायक कामांतून सुटका नव्हती. फारच आजारी पडलेल्यांसाठी राखून ठेवलेली जागा सर्वच दृष्ट्या अपुरी होती. तेथे ना औषधे होती ना परिचारक. आजाऱ्यांना अन्नाकडे बघवत नसे. आधीच कमी अन्नावर जगणाऱ्या आम्हा कैद्यांसाठी हे लक्षण जीवन-मरणाचा प्रश्न बने. भ्रम होणे हे टायफसचे आणखी एक लक्षण होते. माझ्या एका मित्राला टायफस होऊन फार वाईट भ्रमिष्टावस्था आली. आपला मृत्यू झाला असा भ्रम होऊ लागला. त्याला प्रार्थना करावी असे वाटे, पण प्रार्थनेचे शब्द त्याला आठवत नसत. ही अवस्था टाळण्यासाठी मी आणि माझे इतर काही मित्र मग सतत रात्र रात्र जागरण करू लागलो. तासचे तास मी मनात भविष्यात कधीतरी देण्यासाठी म्हणून भाषणाचे मसुदे तयार करीत असे. ऑशविट्झमध्ये कापोने हिरावून घेतलेल्या माझ्या पुस्तकाचे हस्तलिखित मी पुन्हा जुळवून तयार करू लागलो. कुठेही सापडलेल्या चिठोऱ्यांवर मी मुख्य मुद्द्यांचे शब्द टिपू लागलो.

कधी कधी आमच्यात बौद्धिक नि वैज्ञानिक विषयावर चर्चा होई. एकदा मला मी पूर्वी कधीही न अनुभवलेला प्रकार बघायला मिळाला. जरी मला मनोवैज्ञानिक म्हणून या विषयाबद्दल कुतूहल होते, तरी मी मृतात्म्यांना बोलावून केलेले प्लँचेट कधी पाहिले नव्हते. छावणीतच कैदी बनून आलेल्या आणि छावणीचा मुख्य डॉक्टर म्हणून काम करणाऱ्या सहकाऱ्याने मला प्लँचेट बघायला बोलाविले. माझी ह्या विषयाबाबत असलेली जिज्ञासा त्याला माहिती होती. आजाऱ्यांसाठी असलेल्या जागेतील लहानशा खोलीत बैठक बसली. आलेली निवडक मंडळी गोलाकार करून बसली. त्यात कैद्यांत मिसळणे बेकायदेशीर असतानासुद्धा एक आरोग्यखात्यातील अधिपत्र काढणारा ऑफिसरदेखील होता. एक जण मृतात्म्यांस आवाहन करू लागला. गोलाकारात बसलेल्या छावणीतील कारकुनाच्या समोर कागद पेन्सिल होती. दहा मिनिटांनंतर आत्मे येण्याचे लक्षण दिसत नाही असे पाहून प्लँचेट बंद केले गेले. त्या वेळात कारकून अहेतुकपणे कागदावर काहीतरी खरडू लागला. त्याच्या हातातील पेन्सिल सरकत होती. 'व्हि ए ई व्हि' अशी स्पष्ट दिसणारी अक्षरे कागदावर उमटली होती. त्या कारकुनाला लॅटिन भाषा अवगत नव्हती. त्याने 'व्हे व्हिक्टिस' (पडलेल्यांसाठी शोक) हे शब्द पूर्वी कधीही ऐकले नव्हते असे ह्याची खातरजमा करण्यात आली. मला वाटते, की कदाचित त्याने हे शब्द कुठेतरी ऐकले असावेत आणि युद्ध संपण्यापूर्वी काही महिन्यांच्या त्या काळात त्याचा सुप्त मेंदू ह्या गोष्टीबद्दल विचार करीत असावा.

छळछावणीत आमचे शारीरीक आणि मानसिक अस्तित्व अत्यंत अविकसित

प्राथमिक अवस्थेत काढले जात होते. तरीदेखील आपले आध्यात्मिक अस्तित्व अधिक सखोल करणे प्रत्येकाला शक्य होते. छळछावणीत आणल्या गेलेल्यांत पूर्वीच्या आयुष्यात बौद्धिक, सुसंस्कृत नि संवेदनशील आयुष्य जगलेल्या व्यक्तींना शारीरिक त्रास जास्त जाणविण्याची शक्यता होती. कारण त्यांना छावणीत कराव्या लागणाऱ्या खडतर शारीरिक कष्टांची सवय नव्हती. शारीरिकदृष्ट्या ते कमकुवत होते. पण त्यांच्या अस्मितेला होणारी इजा कमी हानिकारक होती. अनुभवसमृद्ध जीवनामुळे त्यांचं मनोबल नि वैचारिक शक्ती अधिक होती. त्यायोगे ते स्वत:स भोवतालच्या वातावरणापासून अलिप्त करून आपल्या संपन्न वैचारिक नि मानसिक विश्वात विश्रांतीसाठी नेऊ शकत होते. छळछावणीतील विघातक प्रसंगांत ठणठणीत प्रकृतीची माणसे धडाधड ढासळून पडत असताना वरवर नाजूक प्रकृतीचे दिसणारे लोक जास्त प्रमाणात वाचले ह्या विरोधाभासामागील कारण हेच असावे. वरील विधान मी एक स्वानुभव सांगून स्पष्ट करायचा प्रयत्न करतो.

छळछावणीत, फटफटायच्याही आधीच दिलेल्या कर्कश आज्ञा कानांवर आदळून आम्हाला जाग येत असे. 'कामगारांनो, परेड करायला सुरुवात करा. डावा; दोन, तीन, चार; डावा, दोन, तीन, चार; डावा, दोन, तीन, चार; पहिला माणूस डावीकडे वळा, डावीकडे, डावीकडे, डावीकडे; टोप्या काढा.' (आजही ते शब्द कानांत घुमताहेत माझ्या), ह्या आज्ञेबरोबर आम्ही कॅम्पच्या दारापाशी पोहोचलेले असायचो. तेथे आमच्या तोंडावर प्रखर सर्चलाईटचा झोत फेकला जाई. जो कोणी तरतरीतपणे परेड करताना दिसत नसे, त्याला लाथा मिळत. थंडीत कुडकडून बचावासाठी, जर कोणी चुकून टोप्या परत घालायची आज्ञा होण्याच्या आधी टोपी डोक्यावर ठेवली तर त्याची खैर नसे. त्याला लाथाबुक्क्यांचा विशेष प्रसाद मिळे.

अंधारात मोठाल्या दगडांवरून ठेचकाळत, पाण्याच्या डबक्यांतून धडपडत कॅम्पमधून मुख्य रस्त्याकडे जाणाऱ्या एकुलत्या एक रस्त्यावरून आम्ही चालत जात असू. बरोबरचे पहारेकरी, आमच्यावर ओरडत नि बंदुकीच्या दट्ट्याने बडवत आम्हाला हाकलत नेत. पाय खूपच दुखत असले तर कुणी हळूच शेजाऱ्याचा आधार घेई. थंडगार वाऱ्यात कुणाला तोंड उघडायची हिंमत होत नसे. त्यामुळे तोंडावाटे क्वचितच एखादा शब्द निघत असे. एकदा माझ्याशेजारी चालत असलेला माणूस शर्टाच्या उंच केलेल्या कॉलरमध्ये तोंड लपवून कुजबुजला; ''जर आपल्या बायकांनी आपल्याला अशा अवस्थेत पाहिले तर! देव करो नि त्या ह्या कॅम्पपेक्षा बऱ्या कॅम्पमध्ये असोत आणि त्यांना आपण कुठल्या परिस्थितीत जगत आहोत ह्याचा पत्ता न लागो.'' त्याच्या त्या शब्दांसरशी मला माझ्या बायकोची आठवण झाली. मैलोगणती त्या रस्त्यावरून चालताना,

घसरताना, एकमेकांना आधार देताना, एकमेकांना ओढत पुढे नेताना आम्ही नि:शब्द होतो. आम्ही दोघे आपापल्या बायकांच्या आठवणीत गढून गेलो आहोत हे उभयतांना कळत होते. अधूनमधून मी वर आकाशाकडे पाहत होतो. तारे मावळू लागले होते आणि काळ्या ढगांच्या आडून उषेचा रक्तिमा पसरू लागला होता. माझ्या डोळ्यांसमोरून बायकोची प्रतिमा हलेना. तिचा चेहरा मला अगदी स्पष्ट दिसत होता. माझ्या प्रश्नाला तिने दिलेले उत्तर मी स्पष्ट ऐकत होतो. तिचा हसरा चेहरा, तिची निष्पाप, प्रोत्साहित करणारी नजर, सारे मला लख्ख दिसत होते. खरे असो वा नसो, त्या वेळच्या मला दिसलेल्या तिच्या चेहऱ्यावर, उगवत्या सूर्याच्या प्रभेपेक्षाही अधिक प्रसन्न प्रभा झळाळत होती. तत्त्वज्ञान्यांनी लिहून ठेवलेल्या नि कवींनी काव्यात गुंफलेल्या सत्याचा आपण प्रत्यय घेतो आहोत ह्या विचाराने मग मनात ठाण मांडले. 'प्रेम हे सर्वांत उदात्त लक्ष्य आहे, ते गाठण्याचा प्रयत्न करणे हे प्रत्येकास कुठल्याही परिस्थितीत शक्य आहे,' हे ते सत्य. मग मला 'माणसाचा मोक्ष प्रेमातच आहे आणि तेथे पोहोचण्याचा मार्गही प्रेमाच्या वाटेवरूनच जातो.' हे देखील उमगले. जिच्याजवळ काहीही उरलेले नाही अशी व्यक्तीसुद्धा आपल्या प्रियजनांच्या विचाराने श्रांत मनास क्षणभर का होईना, निर्भेळ आनंदाच्या विश्वात नेऊ शकते. निराशेच्या खोल गर्तेत वाहत असताना, स्वत:च्या भावना व्यक्त करायला कुठलाही पोषक मार्ग उरलेला नसतानाही माणसाला एक मार्ग उपलब्ध असतो. तो म्हणजे आपले भोग ताठ मानेने भोगणे. अशा परिस्थितीत जिव्हाळ्याच्या माणसाच्या चिंतनात माणसाला समाधान मिळते नि पूर्णत्वाचा भास होऊ शकतो. मग मला 'संतांची ब्रम्हानंदी टाळी लागलेली असते' ह्या उक्तीचा खरा अर्थ कळला.

मी असा स्वप्नात गुंतलेला असताना माझ्यासमोरचा माणूस ठेचाळून पडला. त्याच्या मागे चालत असणारे त्याच्या अंगावर धडपडले. ताबडतोब गार्ड धावत आला नि त्याने सर्वांना चाबकाचे फटकारे दिले. माझ्या समाधीचा भंग झाला, पण क्षणभरच. मी लगेचच स्वत:ला सावरले. पुन्हा मनाला त्या निर्दय वातावरणातून बाहेर काढून मी माझ्या भावविश्वात दंग झालो व बायकोशी संवाद करू लागलो. मी तिला प्रश्न विचारत होतो, ती उत्तरे देत होती; ती मला विचारत होती, मी बोलत होतो.

''थांबा!'' आज्ञा झाली. आम्ही कामाच्या जागी पोहोचलो होतो. कामासाठी बऱ्यापैकी फावडे नि कुदळ मिळवण्यासाठी सारे जण तेथे असलेल्या अंधाऱ्या झोपडीकडे धावले. प्रत्येकाने अवजारे आणली. ''डुकरांनो, लवकर नाही का जाता येत तुम्हाला?'' एस.एस.चा कर्कश आवाज कान भेदून गेला. काल काम करत असलेल्या खड्ड्यापाशी आम्ही आलो. बर्फामुळे गोठून गेलेल्या जमिनीवर कुदळीचे

प्रहार होऊ लागले. घर्षणाने ठिणग्या उडू लागल्या. सारे जण नि:शब्द होते. सारी मने बधिर होती.

माझे मन बायकोच्या प्रतिमेभोवती गुंतले होते. ती जिवंत आहे का नाही हे देखील मला माहीत नव्हते. प्रेम शारीरिक अस्तित्वाच्या पलीकडे शाश्वत असते हे मला जाणवत होते. ते झिरपत आत्म्यापर्यंत पोहोचते नि तिथे त्याला अपूर्व असा प्रत्यय येतो हे मला कळत होते. शरीराच्या असण्यानसण्याला मग फारसे महत्त्व उरत नाही हे मी अनुभवत होतो. माझी बायको कोणत्या परिस्थितीत आहे ते कळायला मार्ग नव्हता. ह्या क्षणी त्याची गरजही नव्हती. तिच्यावरील माझ्या प्रेमाची शक्ती, माझ्या मनातील तिची प्रतिमा, माझे विचार ह्याला कुणीही धक्का लावू शकत नव्हते. ती गेल्याचे मला माहीत असते तरीही माझा तिच्याशी चाललेला मानसिक संवाद सुरूच राहिला असता. त्याने मला तेवढीच शांती नि समाधान मिळाले असते. 'हृदयावर शिक्कामोर्तब करून प्रेम मृत्यूस तुल्यबल ठरते.' हेच खरे.

अशा प्रकारे स्वत:च्या गहिऱ्या भावविश्वात हरवून, भोवतालच्या रखरखीत, चैतन्यशून्य वातावरणापासून स्वत:स दूर नेऊन कैदी आपल्या श्रांत मनासाठी विसावा शोधत. कल्पनेच्या पंखावर बसून आमचे मन पूर्वायुष्यातील आठवणींत रंगून जाई. ते आयुष्य फारफार दूर मागे राहिल्याची जाणीव होई आणि हळव्या मनाने कल्पनेत तेथे जायचा आम्ही प्रयत्न करीत असू. मागील लहानसहान घटना मग मनोरम रूप धारण करत. कधीकधी मी मनाने बसचा प्रवास करून आपल्या घराच्या दाराशी पोहोचे, फ्लॅटचे दार उघडून आत जाई, दिवे लावी नि फोनवरील संदेशांस उत्तर देई. त्या साध्या साध्या आठवणी डोळ्यांत पाणी आणत.

भावना तरल झालेल्या अवस्थेत निसर्गसौंदर्याचा प्रत्ययदेखील अधिकच प्रकर्षाने येई आणि भोवतालच्या जगाचा विसर पडे. ऑशविट्झहून बव्हेरियाच्या छळछावणीत हलविले जात असताना, बंद गाडीच्या गजाआडील लहानशा झरोक्यातून दिसणाऱ्या, सूर्यास्ताच्या सप्तरंगात न्हायलेल्या साल्सबर्गच्या पर्वतरांगांचे सौंदर्य तन्मयतेने डोळ्यांत साठवून ठेवणारे आमचे चेहरे जर कुणी पाहिले असते, तर त्या बघणाऱ्याचा; हे चेहरे स्वातंत्र्याची नि जगण्याची सारी आशा हरवून बसलेल्या कैद्यांचे आहेत ह्यावर विश्वास बसला नसता. कदाचित सारे काही हरवून बसल्यामुळेच आम्हाला अनेक दिवसांत न दिसलेल्या त्या निसर्गसौंदर्याची इतक्या प्रकर्षाने जाणीव झाली असावी. छळछावणीत काम करत असतानासुद्धा, मध्येच कुणी कैदी आपल्या जवळ काम करीत असणाऱ्या सहकाऱ्याला, ड्युररच्या चित्रात रंगविल्यासारखा बव्हेरियाच्या झाडीतून डोकाविणाऱ्या सूर्यास्ताच्या किरणांचा देखावा बघण्यास खुणावीत असे. ह्याच बव्हेरियाच्या रम्य वनात आमच्या श्रमाने, भव्य शस्त्रसामुग्रीचा कारखाना बांधला गेला.

एकदा दिवसभराच्या अविश्रांत श्रमाने दमूनभागून गेलेले आम्ही, मिळालेल्या वाडगाभर सुपाचे भांडे हातात घेऊन झोपडीत येऊन जमीनीवर बसलो होतो. तेवढ्यात एक कैदी धावत आत आला आणि ''लवकर, लवकर आपण कामासाठी जमतो त्या मैदानावर सूर्यास्त बघायला या.'' म्हणून बोलावू लागला. आम्ही बाहेर आलो. पश्चिमेचे ढग सूर्यास्ताच्या लालीने, रक्तिम्याने चकाकत होते. लोखंडी राखाडी ते जर्द लालपर्यंत सतत रंग नि आकार बदलणाऱ्या मेघांमुळे आकाश जणू जिवंत झाल्यासारखे वाटत होते. आमच्या केविलवाण्या दिसणाऱ्या मातीच्या झोपड्या त्या चित्राला जणू पार्श्वभूमी पुरवित होत्या. मैदानावरील साचलेल्या पाण्याच्या डबक्यात आकाशातील चमचमते रंग परावर्तित होत होते. अनेक क्षण आम्ही नि:शब्द होऊन तो देखावा बघत होतो. जरा वेळाने एक कैदी दुसऱ्यास म्हणाला, ''जग किती सुंदर होऊ शकते, नाही?''

आणखी एकदा आम्ही खड्डे खणायचे काम करीत होतो. झुंजूमुंजू होत होते. आकाश करडे दिसत होते. बर्फ राखाडी वाटत होता. आम्हा सर्वांचे कपडेही मळकट, धुळकट, करडेच होते. साऱ्यांचे चेहरेदेखील म्लान व निस्तेज होते. मी नेहमीप्रमाणेच मनात बायकोशी संवाद करत होतो, निराशेने या भोगाचे, कणाकणाने येणाऱ्या मरणाचे कारण शोधीत होतो. तोंडाशी येऊन उभे राहिलेल्या मृत्यूविरुद्ध निषेधही करत होतो. एकाएकी मला माझ्या शरीरात, चैतन्य, घोर निराशेस भेदून पार करीत जात असल्याचा भास झाला.

''माझ्या अशा जगण्याला काही अर्थ आहे का?'' ह्या मी विचारीत असलेल्या प्रश्नास विजयी ''होय.'' असे स्पष्टपणे दिलेले उत्तर मला ऐकू आले. दूरवरच्या शेतातील घरात त्याच वेळी दिवा लागला. भोवतालच्या राखाडी पार्श्वभूमीवर उजळलेले ते घर जणू कुणी रंगवून तेथे ठेवल्यासारखे दिसत होते. मला ओळी आठवल्या, 'तिमिरातच प्रसवे उषा.' तासचे तास मी जमिनीवर कुदळीने प्रहार करीत राहिलो. कापो माझा अपमान करत जवळून गेला. मी पुन्हा माझ्या प्रियतमेबरोबरच्या संवादात गर्क झालो. तिचे माझ्याजवळील अस्तित्व मला अधिकच स्पष्टपणे भासत होते. मला जाणवत होते, की मी तिला स्पर्श करू शकत होतो, माझा हात लांब करून मी तिच्या हातात देऊ शकत होतो. तिचा हात माझ्या हातात धरू शकत होतो. हा अनुभव एवढा तीव्र होता, की माझी खात्री आहे, की ती खरोखर तेथे होती. त्याच क्षणी एक पक्षी उडत येऊन मी खणून ठेवलेल्या मातीच्या ढिगावर अगदी माझ्यासमोर येऊन बसला नि माझ्याकडे टक लावून बघत राहिला.

मी मघाशी कलेचा उल्लेख केला. कुणी म्हणेल, छळछावणीत कला सापडणे शक्य आहे का? तुम्ही कला कशाला म्हणता, यावर ह्या प्रश्नाचे उत्तर अवलंबून राहील. कधीकधी छळछावणीत गायन नि नृत्याचा कार्यक्रम आखला जाई. एखादी

झोपडी तात्पुरती रिकामी करून दोन-चार बाकडी एकत्र करून कार्यक्रम केला जाई. ज्यांना पहाटे उठून लांब मोर्चे करून कामावर जायचे नसे, असे 'कापो' व इतर 'वरच्या' जागेवर नेमलेले कैदी तेथे जमत. थोडे हसायला नाहीतर रडायला किंवा कष्ट जरासे विसरायला ते तेथे येत. गाणी, कविता, चुटके, छावणीतील जीवनावर आधारित उपहासगर्भ नाट्य सारे तेथे असे. छावणीतील जीवनाचा जरा वेळ का होईना, पण विसर पडावा एवढाच उद्देश त्यामागे असे अन् तो सफल होई. कधीकधी दिवसभराच्या श्रमाने दमून गेलेले सर्वसाधारण कैदीसुद्धा, दिवसाकाठी मिळणाऱ्या घासभर अन्नाची वेळ टाळावी लागत असताना देखील कार्यक्रम बघायला येत. एवढी त्या कलेची आम्हाला गरज असे.

काम करीत असताना आम्हाला दुपारी अर्धा तास जेवणासाठी मिळे. त्या वेळी जो आमच्या जेवणासाठी म्हणून सैन्याकडून पैसा घेई, पण आमच्या जेवणावर खर्च करायची गरज त्याला भासत नसे, तो ठेकेदार, आम्हाला डावभर पातळ सूप वाटत असे. ते आम्ही अधाशासारखे गट्ट करीत असू. त्यासाठी आम्हाला एका इंजिनखोलीतील मोकळ्या जागेत जमावे लागे. एकदा एक कैदी तेथे ठेवलेल्या स्नानकुंडावर उभा राहिला नि उत्स्फूर्तपणे इटालियन आर्या गाऊ लागला. सर्वांना गाणी खूप आवडली. बक्षीस म्हणून त्याला दुप्पट सूप मिळाले, तेही वाडग्याच्या तळापासून उपसलेले, म्हणजे मटारचे चार दाणे असलेले सूप. कलेचा महिमा!!

बक्षीस केवळ कलाकारांनाच मिळे असे नाही, तर ते टाळ्या वाजविणाऱ्यांनाही मिळे. कसे ते सांगतो हं! मागे वर्णन केल्यासारखाच परत एकदा प्लँचेटचा कार्यक्रम आखला गेला. परत मला बोलावणे होते. छावणीतील डॉक्टरचे काही जवळचे मित्र तेथे होते. तसेच परवानगी नसताना आलेला एक स्वच्छता विभागाचा पहारेकरीही तेथे होता. तेवढ्यात सार्थ करणांमुळे 'खुनी कापो' म्हणून ओळखला जाणारा 'कापो' अकस्मात तेथे आला. लगेचच सर्वांनी त्याला त्याची छावणीत 'कु'प्रसिद्ध असलेली कविता म्हणायला सांगितले. त्याला त्याच्या कविता म्हणायला मुळीच आग्रह लागत नसे. लगेच आपली डायरी बाहेर काढून तो स्वत:ची काव्य, 'कला' सादर करू लागला. त्याची प्रेमकविता ऐकून, हसू फुटू नये म्हणून मी आपले ओठ दाताखाली घट्ट दाबून धरले, पण मी टाळ्यादेखील कडकडून वाजविल्या. त्यामुळे माझे प्राण वाचायची शक्यता वाढली. त्याच्या हाताखाली काम करताना काढलेला एक दिवस मला पुरेसा होता. सुदैवाने मी त्याच्या हाताखाली पुन्हा नेमलो गेलो नाही. तरीपण त्याच्या खात्यात आपले नाव जमेकडे असलेले बरे ह्या हिशोबाने मी मनापासून त्याच्या कवितांना दाद दिल्याचे नाटक हुबेहूब वठविले.

छावणीत कला शोधणे तसे विक्षिप्तपणाचेच होते. मनावर ठसा उमटत असे तो

कला नि भोवतालचे विषण्ण वातावरण यातील विरोधाभासाचाच. ऑशविट्झच्या छळछावणीतील दुसरी रात्र चांगली आठवतेय मला. अत्यंत गलितगात्र अवस्थेत झोपी गेलेला मी, मला जाग आली ती कुठल्यातरी गाण्याच्या आवाजाने. झोपडीच्या दाराजवळच असलेल्या त्यांच्या खोलीत वरिष्ठ पहारेकरी आनंदोत्सव साजरा करत असावा. दारूच्या नशेतील काही आवाज जुनीपुराणी गाणी केकाटत होते. एकाएकी सारे शांत झाले नि व्हायोलिनचे अत्यंत करुण स्वर अवकाशात निनादू लागले. सतत वाजवून ज्यांचा गोडवा हरविला नाही असे स्वर होते ते. व्हायोलिन कारुण्यात थबथबून रडत होते नि त्याबरोबर मी रडत होतो. त्याच दिवशी कुणाचातरी चोविसावा वाढदिवस होता. ते कुणीतरी ऑशविट्झमधल्या दुसऱ्या कुठल्यातरी तळावर होते. कदाचित शंभर गजांवर, कदाचित हजार गज दूर. स्पर्शाच्या पलीकडे. ते कुणीतरी म्हणजे माझी प्रिय सखी होती.

छळछावणीत अधूनमधून कलेचा शिडकावा दिसतो हे ऐकून बाहेरच्यांना कदाचित आश्चर्य वाटण्याची शक्यता आहे, पण त्याहूनही अचंबा वाटायला लावणारी गोष्ट म्हणजे तेथे कधीकधी क्षणभर आणि पुसटसा का होईना विनोददेखील आढळून येई. विनोद हे आत्मसंरक्षणाचे नव्हे आत्म्याच्या संरक्षणाचे प्रभावी साधन होऊ शकते. हास्यरस पळभरासाठी का होईना, माणसाला भोवतालच्या परिस्थितीकडे अलिप्ततेने बघून त्यावर मात करायला शिकवितो. मी माझ्याबरोबर छावणीत काम करीत असलेल्या माझ्या मित्राला आपली विनोदबुद्धी कशी वाढवावी ते शिकविले. आपली सुटका झाल्यानंतर एका दिवसाने कोणती मजेशीर घटना घडू शकेल ह्या विषयावर रोज एक गोष्ट सांगायचे वचन आम्ही एकमेकांना दिले. तो पूर्वायुष्यात एका मोठ्या दवाखान्यात असिस्टंट सर्जन होता. एकदा मी त्याला त्याचीच गोष्ट सांगून थोडे हसवू शकलो. आम्ही बांधकाम करत असताना जर वरचा अधिकारी पाहणीसाठी येताना दिसला तर आमच्याकडून काम करून घेणारा मुकादम, ''ॲक्शन, ॲक्शन,'' म्हणून जोरजोरात आज्ञा सोडत असे. मी माझ्या मित्राला म्हटले, ''गड्या, सुटका झाल्यावरदेखील येथील सवयी मोडणे आपल्या साऱ्यांना कठीण जाईल, नाही? कदाचित तू मोठे पोटाचे ऑपरेशन करण्यात गुंतला असताना अकस्मात एखादा ऑर्डर्ली आत घुसेल नि 'ॲक्शन, ॲक्शन' असे म्हणत मुख्य सर्जनचे आगमन सूचित करेल.'' इतर कैदीदेखील भविष्याची सुखद नि गमतीशीर स्वप्ने रचत एक कैदी म्हणाला, ''कल्पना करा, की सुटकेनंतर कुणीतरी आपल्याला छानशा मेजवानीला बोलाविले आहे. मला काळजी ही वाटते, की मी आपण आता छळछावणीत नाही हे विसरून घरच्या गृहिणीला, 'मला जरा पातेल्याच्या तळास डाव घालून खालचे दाट सूप वाढ ना,' अशी विनंती तर नाही ना करणार?''

जीवन जगताना, आयुष्याकडे जरा गमतीशीर दृष्टिकोनातून बघत, जगण्यासाठी आवश्यक अशी विनोदबुद्धी आत्मसात करण्याची गरज असते. छळछावणीत जीवन कंठताना मला उमगले, की दु:ख सतत भोवताली वावरत असतानासुद्धा स्वसंरक्षण अत्यावश्यक असणारी विनोदबुद्धी जोपासता येते आणि शिकतादेखील येते. दु:ख वायूसारखे असते. वायू जसा एखाद्या खोलीत सोडला तर ती सारी खोली, मग ती केवढ्याही आकाराची का असेना, व्यापून टाकतो; तसेच दु:ख, मग ते लहान असो का मोठे, माणसाचे मन व्यापून टाकते. तीच गोष्ट आनंदाची. किरकोळ गोष्टीत देखील मन आनंदाने भरून टाकायचे सामर्थ्य असते. एक उदाहरण सांगतो. आम्हाला ऑशविट्झच्या छळछावणीतून डाकॉव्हच्या छळछावणीत हलविण्यात येत होते. अर्थात आपल्याला कोठे नेण्यात येत आहे याविषयी आम्हाला काहीच माहिती नव्हती. आपल्याला मॅथाव्हसेनच्या अतिभयंकर छळछावणीत तर नेत नाहीत ना ह्या भयाने आम्ही सारे त्रस्त होतो. डॅन्युब नदीवरील मॅथाव्हसेन छावणीकडे जाणारा पूल जवळ आला तशी आमची भीतीने गाळण उडाली. जेव्हा आमची गाडी पुलावर न जाता 'केवळ डाकॉव्हच्या छळछावणीकडे' जाणाऱ्या दिशेने वळली तेव्हा आम्ही सारे केवढ्या आनंदाने नाचलो होतो, ह्याची कल्पना त्या वेळी आम्हाला न पाहिलेल्या लोकांना करता येणे शक्य नाही. डाकॉव्हच्या छावणीत त्यातल्या त्यात कमी छळ होतो अशी वदंता होती.

दोन दिवस आणि तीन रात्रींचा आमचा गाडीचा प्रवास जवळजवळ उभ्यानेच झाला होता. गाडीत साऱ्यांना एकदम उकिडवे बसायलासुद्धा जागा नव्हती. आमच्यापैकी बहुतेक जण सारा वेळ उभेच होते. काही थोडे जण आळीपाळीने गाडीत टाकलेल्या, मूत्राने ओंथबलेल्या गवतावर आळीपाळीने थोडा थोडा वेळ बसले होते. नवीन छावणीत आल्यावर तेथील कैद्यांकडून एक महत्त्वाची बातमी कळली. ती ही, की येथील छावणी तुलनेत लहान होती. येथे 'केवळ' पंचवीसशे कैदी होते आणि मुख्य म्हणजे येथे विद्युतभट्टी आणि विषारी वायुकक्ष नव्हते. ह्याचा अर्थ हा, की मोसलेम (अशक्त नि आजारी) झालेल्या कैद्यांना आल्याआल्या मरणाच्या दारी पाठविले जाण्याची शक्यता नव्हती. निदान आजाऱ्यांची गाडी येऊन त्यांना परत ऑशविट्झमध्ये पाठविले जाईपर्यंत काळजी करण्याचे कारण नव्हते. आमचा आनंद अधिकच दुणावला. आमच्या झोपडीतील वॉर्डनची इच्छा पूर्ण झाली होती. विद्युतभट्टी नि विषारी वायुकक्ष नसलेल्या छावणीत आम्ही आलो होतो. ह्या आनंदात आम्ही हास्यविनोद करू शकलो आणि पुढील काही तासांत येणारे हाल, होऊ शकणारे छळ पचवू शकलो.

नवीन छावणीत आल्याआल्या साऱ्यांची गणती करण्यात आली. तेव्हा एक माणूस कमी असल्याचे अधिकाऱ्यांच्या लक्षात आले. मग तेव्हा 'हरवलेला'

माणूस सापडेपर्यंत साऱ्या जणांना थंडगार पावसात उभे ठेवण्यात आले. शेवटी एकदाचा तो सापडला. अत्यंत थकून कुठेतरी आडवा झाला होता तो. मग हजेरीऐवजी शिक्षेस सुरुवात झाली. सकाळपर्यंत तसेच थंडी, वारा अन् पावसाचा मार खात आम्हाला उभे ठेवण्यात आले. आधीच लांबच्या खडतर प्रवासाने शिणलेले आम्ही पूर्ण गारठून गेलो. तरीदेखील आम्ही आनंदात होतो. निदान येथे विद्युतभट्ट्या व विषारी वायुकक्ष नव्हते. ऑशविट्झ दूर मागे राहिले होते. आता सारे काही ठीकच होते!

एकदा छावणीत काम करीत असताना जर्मन गुन्हेगारांचा तांडा आमच्या समोरून नेला जात असताना आम्हाला दिसला. हालांची तरतमता आम्हाला तेव्हा तीव्रतेने जाणवली. गुन्हेगार असूनही त्यांचे जीवन शिस्तीत चालले होते. ते सुरक्षित होते. त्यांना अंघोळ करता येत होती, दात घासायला अन् कपडे स्वच्छ करायला स्वत:चा ब्रश मिळत होता. त्यांना प्रत्येकाला वेगळे अंथरूण होते. महिन्यातून एकदा त्यांना पत्रे येत होती, घरच्यांची खुशाली कळत होती. आपले कुटुंबीय जिवंत आहेत का नाहीत ते समजत होते. गुन्हेगार नसूनही आम्हाला ह्यातले काहीच उपलब्ध नव्हते. आमच्यापैकी ज्यांना फॅक्टरीत काम करायची संधी मिळाली होती, त्यांचादेखील आम्हाला हेवा वाटत होता कारण त्यांना थंडी-पावसापासून सुरक्षित बंद जागी काम करता येत होते. स्वत:चा जीव वाचवू शकणारे ते सुदैवी होते. माझ्यासारख्या बाहेर, उघड्यावर काम करणाऱ्यांतही कमी अधिक भाग्य असलेले लोक होते. कमनशिबी लोकांना कमरेएवढ्या चिखलात, कड्याकपारींतील निसरड्या उतारांवर उभे राहून, बारा बारा तास रेल्वेचे टब साफ करण्याचे काम करावे लागत होते. हे काम करत असताना रोज अपघात होत आणि अनेकदा ते अपघात प्राणघातक असत.

काही कामगारांच्या तुकडीवरील अधिकारी कामगारांना नित्यनियमित दंडुक्याचा प्रसाद देण्याची आपली रीत पाळत. त्यांच्या हाताखाली काम न करावे लागणे किंवा फक्त तात्पुरतेच काम करावे लागणे हेदेखील आम्ही आपले सुदैव समजत असू. एकदा दुर्दैवाने मी अशा अधिकाऱ्याच्या गटात सापडलो. दोन तास भयंकर मार खाल्ल्यावर अचानक बॉंबहल्ल्याची सूचना देणारा भोंगा वाजला व माझी सुटका झाली. तसे झाले नसते तर मी बहुधा तिरडीवरूनच छावणीत आणलो गेलो असतो. नशिबाने भोंगा बंद झाल्यावर कामगारांची अदलाबदल करण्यात आली आणि मी बचावलो. बॉंबहल्ल्याची सूचना देणारा तो भोंगा ऐकून मी जसा सुटकेचा नि:श्वास टाकला, तसा शेवटच्या क्षणी हरण्यापासून वाचविणाऱ्या घंटेचा नाद ऐकून कुस्ती खेळणाऱ्या एखाद्या मल्लानेही टाकला नसेल.

ह्या अशा वातावरणात दयार्द्र करुणा यांनी भरलेले लहान लहान क्षणदेखील

फार मोलाचे वाटायचे. दिवसाअंती अंगावरच्या उवा काढायला मिळणाऱ्या वेळाबद्दल आम्हाला धन्य धन्य वाटे. तसे उवा काढायचे काम काही सुखद नव्हते. उवा काढताना आम्हाला विवस्त्र अवस्थेत थंडगार झोपडीत उभे करीत. अनेकदा त्या झोपडीच्या छतावरून गोठलेले पाणी थेंबाथेंबाने गळून त्याचे लांबच लांब बर्फाळ लोलक होऊन छपरावरून खाली लटकत. अशा त्या झोपडीत अंगावरच्या उवा काढत बसले असताना बाँबहल्ल्याची सूचना देणारा भोंगा वाजून व्यत्यय आला नाही तर आम्ही कृतज्ञ होत असू. कारण भोंगा वाजला की दिवे बंद केले जात आणि उवा काढण्याचे काम पूर्ण झाले नसले तर तशा अवस्थेत वॉर्डन आम्हाला अर्धी अर्धी रात्र जागे ठेवीत.

त्या दिवसांत आम्ही नकारात्मक सुखाचा अनुभव घ्यायला शिकलो. आज छळ नाही ना झाला, मग आजचा दिवस सुखाचा, असे आमचे गणित असे. अगदी छोटेसे सुद्धा सकारात्मक सुख छावणीत क्वचितच अनुभवास मिळे. एकदा मी एका कागदावर सकारात्मक सुखाच्या अनुभवांची नोंद करावयास सुरुवात केली. मला आढळून आले, की गेल्या अनेक आठवड्यांत मी अक्षरश: दोनच सकारात्मक सुखाचे क्षण अनुभवले होते. एक क्षण होता जेव्हा दिवसभराच्या कामानंतर बराच वेळ तिष्ठत बसल्यावर मी जेवणाच्या रांगेत लागलो होतो. रांगेत पुढे होत होत मी एका कैदी वाढप्याच्या पुढ्यात आलो. त्याने डाव पातेल्यात घातला व वाडग्यात सूप वाढले. तो एकच असा वाढपी होता, जो वाढताना भेदभाव करीत नसे. इतर सारे आपल्या मित्रांना किंवा देशबांधवांना तळापासून डाव घालून बटाटे, मटार वगैरे वाढीत व बाकीच्यांना वरवरचे पाणी घालीत. भेदभाव न केलेला तो एक सुखाचा क्षण होता. पण आपल्या मित्रांची विशेष काळजी घेत पक्षपात करणाऱ्यांना तरी मी दोष कसा देऊ? जीवन-मरणाचा प्रश्न असलेल्या त्या दिवसांत आपापल्या मित्रांची काळजी घेणे स्वाभाविकच नव्हते का? 'त्याच्या जागी आपण असतो तर आपण तसेच वागलो नसतो का?' हा प्रश्न स्वत:ला विचारून त्याचे प्रामाणिकपणे उत्तर दिल्याशिवाय कुणाचा न्यायनिवाडा आपण कसा करणार?

छळछावणीतून सोडविले गेल्यानंतर बऱ्याच काळाने नेहमीचे जीवन जगण्याचा प्रयत्न करीत असतानाच्या दिवसांत कुणीतरी 'इलस्ट्रेटेड वीकली' मधील एक फोटो दाखविला. फोटोत खूप सारे कैदी दाटीवाटीने काही खाटांवर पडले होते. कॅम्पमध्ये भेट द्यायला आलेल्या एका व्यक्तीकडे ते शून्य भकास नजरेने बघत होते. ''भयंकर आहे नाही हे दृश्य? शून्यात नजर लावलेले हे चेहरे, ह्या फोटोतील सारंच मला भयाण वाटतंय.'' मला फोटो दाखविणारा माणूस मला सांगत होता.

''का बरं, का भयाण वाटतंय?'' मी विचारले. तो असे का म्हणतोय ते मला खरेच कळेना. त्या क्षणी माझ्या दृष्टीसमोर एक चित्र उभे राहिले होते.

पहाटेचे पाच वाजले होते, बाहेर गडद काळोख होता. मातीच्या झोपडीत लाकडी फळकुटांवर सत्तर आजाऱ्यांसमवेत मी पहुडलो होतो. आम्ही एवढे आजारी होतो, की परेड करीत आम्हाला कामावर नेणे शक्य नव्हते. दिवसभर आम्ही पेंगुळलेल्या अवस्थेत आणि रोजच्या (आजाऱ्यांसाठी कमी केलेल्या आहाराची) पावाच्या तुकड्याची आणि अधिकच पातळ केलेल्या सुपाची वाट पाहत पडलो होतो, पण आम्ही संतुष्ट होतो. निदान आज तरी बाहेर गारठ्यात जाऊन काम करायचे नव्हते. उबेसाठी एकमेकांना चिकटून पडलो होतो आम्ही. एक बोटदेखील विनाकारण हलवून निरर्थक शक्ती खर्च करायची इच्छा नव्हती आमची. एवढ्यात कर्कश शिटीचा आणि कठोर आज्ञांचा आवाज झाला. रात्रपाळीवर गेलेले कैदी कामावरून परतले होते आणि हजेरी लावायला उभे होते. दार एकदम उघडले गेले. बर्फ आणि थंडगार वाऱ्याचा झोत आत आला. एका श्रांत बर्फाच्छादित कामगाराने आत येऊन बसकण मारली. दोनच मिनिटे विश्रांती घ्यायची होती त्याला, पण वॉर्डनने त्याला हुसकून बाहेर काढले कारण हजेरी चालू असताना कुणाला झोपडीत यायची परवानगी नव्हती. ते नियमांविरुद्ध होते. मला त्याचे हाल पाहून फार वाईट वाटले आणि निदान आज तरी आपण त्याच्या जागी नाही ह्यासाठी बरेही वाटले. आजारात का होईना दोन दिवस पडायला मिळाले होते. आजार तसाच राहिला तर कदाचित आणखीही दोन दिवस मिळतील! मी विचार करीत होतो. ते सारे दृश्य माझ्या डोळ्यांसमोर तरळून गेले. मला फोटोतील प्रसंग का भयावह वाटला नाही ते मी फोटो दाखविणाऱ्या माणसाला सांगितले. मला तो फोटो, त्याला वाटला तेवढा कष्टप्रद का वाटला नाही व कदाचित फोटोतील व्यक्ती त्याला वाटतात तेवढ्या दु:खी-कष्टी नसतीलही हे त्याला कळले.

आजारपणाच्या चौथ्या दिवशी मला रात्रपाळीवर जायची आज्ञा झाली होती. मी कामावर जायला निघणार, एवढ्यात तेथील प्रमुख डॉक्टर घाईघाईने आत आला व मला, ''जवळच्या टायफस (टायफाईड नव्हे) ने आजारी असलेल्या रोग्यांच्या वॉर्डमध्ये उपचारासाठी मदतनीस म्हणून ये.'' असे म्हणू लागला. माझे सहकारी मला तेथे न जाण्याचा सल्ला देऊ लागले. (कारण रोग साथीचा होता). त्यांच्यापैकी कोणीही मदतनीस म्हणून पुढे झाले नाही. तेथे जाणे म्हणजे मृत्यूस आमंत्रण देणे आहे हे मला ठाऊक होते. मी मनाशी विचार केला की येथे निरर्थक काम करीत खितपत पडण्यापेक्षा डॉक्टर म्हणून इतरांना मदत करताना जीव गेला तर आयुष्य सार्थकी लागल्याचे समाधान तरी मिळेल. नाहीतरी खड्डे खणताना लवकरच मरण येणार हे निश्चितच होतेच. माझ्या दृष्टीने ते साधे गणित होते. त्यात फार मोठा त्याग वगैरे काही नव्हता. आरोग्य केंद्रातील वॉरंट ऑफिसरने मदतनीस म्हणून आणल्या जाणाऱ्या दोन डॉक्टरांची 'नीट निगा राखा' म्हणून

काढलेल्या फर्मानाची मला कल्पना नव्हती. आम्ही एवढे अशक्त होतो, की त्या ऑफिसरला मदतनीस डॉक्टर मिळायच्या ऐवजी आपल्याला दोन अधिक प्रेतांची विल्हेवाट लावायचे काम तर नाही ना करावे लागणार ह्याची काळजी वाटत होती.

मी मागे सांगितले आहेच, की छळछावणीतील आमच्या जीवनात स्वत: जिवंत राहणे नि आपल्या मित्रांना जगायला मदत करणे याशिवाय इतर कुठल्याही गोष्टीस काही महत्त्व उरले नव्हते. बाकी साऱ्या मूल्यांची जीवनयज्ञाच्या कुंडात आहुती पडत होती. मनात सतत द्वंद्व चालू असे. शंकाकुशंका थैमान घालीत. काय बरे आणि काय वाईट ह्याचे उत्तर येथे नव्हते. आम्ही अशा जगात वावरत होतो, जिथे माणसाच्या जीवनाला काहीही मोल नव्हते. आत्मसन्मान, माणुसकी ह्या शब्दांचा अर्थ तर कधीच पुसला गेला होता. आमची सारी इच्छाशक्ती पिळवटून काढण्यात आली होती. आमच्या शरीराच्या शेवटल्या कणात जोर असेपर्यंत आम्हाला राबवायचे नि मग आम्हाला मृत्यूच्या सरणावर ढकलायचे, एवढाच जर्मन सैन्याला आमचा उपयोग होता. अशा जगात आम्ही आमची मूल्ये, आमचा चांगुलपणा सारे काही हरवून बसलो होतो. असले नसलेले सारे बळ एकवटून आपली अस्मिता जपण्याचा प्रयत्न केला नाही तर मानसिक स्वातंत्र्य जपणे नि स्वतंत्र व्यक्ती म्हणून जगणे अशक्य होते. आता केवळ एका लोळागोळा झालेल्या जनसमुदायाचा अपंग हिस्सा, एवढाच अर्थ व्यक्तीच्या अस्तित्वास उरला होता. आम्ही जनावरासारखे होत होतो. मग आज इथे उद्या तेथे, कधी कळपात, कधी कळपाबाहेर हाकारली जाणारी, स्वत:चे स्वतंत्र अस्तित्व नसलेली, 'मुकी बिचारी कुणी हाकावी' अशा मेंढरांत आमचे रूपांतर होत होते. एका लहान, पण हिंस्र प्राण्यांच्या कळपाने आपल्याला चहूकडून घेरले आहे, ते प्राणी घडोघडी आपल्यावर क्रूर आघात करत आहेत ही जाणीव आम्हाला सातत्याने होत होती. ते प्राणी दंडुके आणि लाथाबुक्क्यांनी हाणत आम्हाला सतत कधी पुढे तर कधी मागे असे पळवत आणि आम्ही मेंढरे, ह्या लांडग्यांना कसे टाळता येईल व दोन घास तोंडात कसे कोंबता येतील ह्या दोनच गोष्टींच्या विचारात सतत दंग असू. बस! मेंढरांसारखे मग प्रत्येक जण कळपाच्या मध्ये राहायची धडपड करी. तसे केल्याने आमच्या मागे, पुढे व बाजूने फिरत असणाऱ्या रखवालदारांच्या दंडुक्यांपासून बचाव करण्याची जराशी संधी मिळे. शिवाय मध्ये राहिल्याने झोंबऱ्या, थंडगार, हाडे गोठविणाऱ्या वाऱ्यापासूनही थोडे संरक्षण मिळे. स्वत:ची कातडी वाचविण्यासाठी आम्ही कळपात 'हरवून' जायचा प्रयत्न करीत असू. कधी अनवधानाने तर कधी हेतुपूर्वक. त्या वातावरणात एस.एस.चे लक्ष स्वत:कडे मुळीच वेधून घ्यायचे नाही हा स्वसंरक्षणाचा मंत्र आम्ही चांगलाच पाठ केला होता.

कधीकधी मात्र आपल्यावर कुणीतरी सतत लक्ष ठेवून आहे, ही कल्पना असह्य होई व ह्या कळपातून दूर कुठेतरी जाऊन, आपल्याच विचारांत हरवून जायची इच्छा अनावर होई, एकांत मिळावा ही आस उफाळून येई. टायफसच्या वॉर्डमध्ये डॉक्टरचा मदतनीस म्हणून काम करत असताना मला अधूनमधून पाच-दहा मिनिटे एकांतात बसायची संधी मिळत असे. मातीच्या खोपटात, टायफसमुळे भ्रम झालेल्या पन्नास पन्नास रुग्णांची काळजी घेत असताना, मधून मधून मी खोपटामागे असलेल्या एका शांत जागी जाऊन बसे. खोपटामागे छावणीस वेढणाऱ्या काटेरी तारांच्या कुंपणाच्या कोपऱ्यात ती जागा होती. तेथे एक खांब गाडला होता. झावळीच्या फांद्या छपरासारख्या वापरून, एक लहानसा तंबू उभारून अर्धा डझन प्रेते ठेवण्यासाठी तेथे जागा केली होती. सरासरी रोज होणाऱ्या मृतांची ती संख्या होती. तेथेच पाण्याच्या पाइपापर्यंत जाणारा एक चौकोनी खड्डा होता. त्यावर एक फळकूट टाकलेले असे. आजाऱ्यांची शुश्रूषा करताना थोडा वेळ मिळाला तर मी त्या फळकुटावर जाऊन बसे. तेथून काटेरी कुंपणाच्या चौकटीतून पलीकडे दूरवर दिसणारे बव्हेरियाचे निळे डोंगर, त्याच्या उतारावरील हिरवीगार कुरणे मी बघत राही. तेथून ईशान्येकडे असणाऱ्या माझ्या घराचे मग मला वेध लागत. मी घरी जाण्याची स्वप्ने पाही, पण दूरवर फक्त ढगांचेच अस्तित्व जाणवे.

असे स्वप्नात हरवून बसलो असताना, जवळ पडलेल्या उवांनी भरलेल्या प्रेतांचा मला मुळीच त्रास होत नसे. रखवालदाराच्या पावलांचा जवळ येणारा आवाज, नाहीतर रोग्यांना बघायला जायचे असेल किंवा माझ्या झोपडीतील पेशंट्ससाठी येणाऱ्या औषधांचे पार्सल घ्यायची वेळ झाली असेल, तरच माझी तंद्री भंग पावत असे. औषध म्हणजे पाच-दहा ॲस्पिरिनच्या गोळ्या. त्या पन्नास पेशंट्सना मिळून अनेक दिवस पुरवाव्या लागत. मी औषध घेऊन रोग्यांना पाहायला झोपडीत जायचो. त्यांची नाडी बघायचो आणि जास्त आजारी असलेल्यांना अर्धी-पाव गोळी द्यायचो. शेवटचे दिवस मोजत असलेल्या रोग्यांना औषध देणे शक्य नसे. त्यांना औषधाचा उपयोग होण्याची वेळ टळून गेलेली असे. त्यापेक्षा जगण्याची थोडीतरी आशा असलेल्यांना औषध देणे अधिक श्रेयस्कर होते. कमी आजारी असलेल्यांना मी फक्त दोन धीराचे शब्द द्यायचो. असे प्रत्येक आजाऱ्याला बघत मी वॉर्डभर फिरायचो. मी स्वत:देखील टायफसने आजारी होतोच नि खूप अशक्त झालो होतो. सगळ्यांना पाहून झाले की मग थकून मी पुन्हा माझ्या एकांतातील फळकुटावर जाऊन बसायचो. ह्या फळकुटाखालील पाइपापर्यंत जाणाऱ्या खड्डेवजा मार्गाने एकदा तीन जणांचा जीव वाचविला होता, युद्ध संपून आमची सुटका व्हायच्या थोडे दिवस आधीची गोष्ट होती ती. कैद्यांना डाकॉव्हमधील कुप्रसिद्ध छळछावणीत हलवण्यात येणार होते. तीन कैदी शहाणपणा करून तो प्रवास टाळायचा प्रयत्न करीत होते. ते रखवालदारास

चुकवीत फळकुटाखालील खड्ड्यात लपून बसले. मी साळसूद चेहरा करून समोरच्या काटेरी कुंपणाच्या तारांवर खडे फेकण्याचा बालिश खेळ करीत वर फळकुटावर बसून राहिलो. रखवालदार तेथे येऊन क्षणभर थबकला नि पुढे निघून गेला. थोड्या वेळाने मी कैद्यांना धोका टळल्याचा इशारा दिला.

छळछावणीत माणसाचा जीव किती कवडीमोलाचा होता ह्याची कल्पना तो अनुभव न घेतलेल्यांना येणे शक्य नाही. छावणीतील अनुभवांनी निगरगट्ट झालेल्या कैद्यांना ह्या वास्तवाची नव्याने जाणीव होई, ती आजाऱ्याची गाडी वाहून नेताना. रोग्याची वाहतूक करताना, त्यांचे गलितगात्र देह दुचाकी गाडीत अक्षरश: फेकले जात. इतर कैद्यांना रोग्यांनी भरलेली ती गाडी बर्फातून ओढत, मैलोगणती दुसऱ्या कॅम्पमध्ये न्यावी लागे. दुसऱ्या कॅम्पमध्ये नेले जाण्यापूर्वीच जर कोणी देह ठेवला, तर तो मृतदेहदेखील त्याच गाडीत फेकला जाई. रखवालदारांना त्याचं सोयरसुतक नसे. त्यांना फक्त यादीप्रमाणे देहांची गणती बरोबर आहे का नाही एवढेच पाहायचे असे. माणूस, मग तो मृत असो वा जिवंत, फक्त एक आकडा असे. गणतीदेखील रुग्ण कैद्याची नव्हे तर त्याच्या अंगावर गोंदलेल्या आकड्यांची असे. त्या आकड्यांचे नाव, त्यांचे जीवन, त्यांचा इतिहास हे काहीही कुणाच्याही खिजगणतीत नसे. एकदा एका कैद्याच्या भावाचे नाव रोग्याच्या यादीत नसल्याने त्याला रोग्यांसाठी असलेल्या गाडीत जाता येत नव्हते. कैद्याने रखवालदाराची एवढ्या वेळ विनंती केली की शेवटी रखवालदार थोडी अदलाबदल करण्यास तयार झाला. दुसरा एक कैदी मागे राहण्यास तयार झाला. दोघांच्या नंबराची अदलाबदल केली गेली, भाऊ भाऊ बरोबर राहू शकले आणि रखवालदाराची यादीदेखील 'बरोबर' झाली. मदतनीस डॉक्टर म्हणून मला अनेकदा रोग्यांच्या गाडीबरोबर बव्हेरियातील एका छावणीतून दुसऱ्या छावणीत जावे लागे. मी हा आकड्यांचा खेळ विषण्ण होऊन बघत राहायचो.

आमच्याजवळील आमची खूण पटविणारे सारे कागदपत्र जप्त केले गेल्याचे मी तुम्हाला मागे सांगितलेच आहे. फक्त श्वास चालू असणारे आमचे शरीर आमच्याजवळ उरले होते नि त्यासाठी आम्ही देवाचे आभारी होतो. हाडांच्या सापळ्यासारख्या आमच्या शरीरावर लटकत असलेल्या लक्तरांत कुणाला रस नव्हता. ह्याला एकच अपवाद होता. कुणा रुग्णाला, 'मोसलेम'ला दुसरीकडे हलवायची वेळ आली की मग मात्र इतर कैद्याची उत्सुकता जागी होई. ते रुग्णाइताचे कपडे, बूट, साऱ्याचे निरीक्षण करीत. स्वत:जवळ असलेल्या जुन्या कपड्यांपेक्षा ते बरे दिसले तर खुशाल ते रोग्याच्या अंगावरून काढून घेतले जात. हा काही कुणाच्या भावनांचा किंवा नीतिमत्तेचा प्रश्न नव्हता. प्रश्न असे तो केवळ स्वसरंक्षणाचा. त्यांचे 'रोगी तर गेल्यातच जमा आहे. त्याचे नशीब अटळ आहे. आता त्याच्या कपड्यांची, अजून काम करावे लागत असणाऱ्या कैद्यांना अधिक गरज आहे. मग निदान आपले जीवन

वाचवायचा प्रयत्न का नाही करू?' असे साधे समीकरण होते ते. कैद्यांचे स्वत:चे नशीबदेखील अनिश्चित नि सर्वस्वी रखवालदाराच्या लहरीवर अंवलबून असे. कैदी स्वत:स रखवालदाराच्या लहरीवर टिकटिकणारे बाहुले समजत. ही जाणीव त्यांना अधिकच भावनाहीन बनवे.

ऑशविट्झच्या छळछावणीत असताना मी एका महत्त्वाच्या नियमाचे पालन करायला शिकलो. विचारलेल्या प्रश्नाचे मी बहुधा खरेखुरे उत्तर देई. मात्र मी कधीही कुठल्याही प्रकारचे अधिक स्पष्टीकरण देत नसे. काही कालानंतर माझ्या सहकाऱ्यांनीही त्याचे अनुकरण करण्यास सुरुवात केली. वय विचारले की सांगायचे. पेशा विचारला तर 'डॉक्टर' एवढे म्हणून गप्प बसायचे. ऑशविट्झमधील पहिल्या सकाळी एक एस.एस. अधिकारी आम्ही परेड करीत असणाऱ्या पटांगणावर आला. त्याने आमचे वेगवेगळे गट करायला सुरुवात केली. चाळिशीच्या वरचे, चाळिशीच्या खालचे; लोहार, यंत्रावरील कामगार वगैरे वर्गवारी करण्यासाठी वापरत असलेले मापदंड होते त्याचे. मग आमची शारीरिक तपासणी करून पुन्हा आमचे लहान लहान गट केले. माझ्या गटाला एका झोपडीत नेण्यात आले. परत एकदा आमची 'वय', 'पेशा' प्रमाणे विभागणी झाली. पुन्हा आमच्या गटाला दुसऱ्या झोपडीत नेले. असे बरेच वेळा करण्यात आले, एकदा जेथे कुणाचीही भाषा मला समजत नव्हती अशा गटात टाकला गेल्यामुळे मी काळजीने भयंकर बेजार झालो. नशिबाने परत एकदा गटविभागणी झाली व मी प्रथम होतो त्याच गटात परत पाठवलो गेलो. तेथे असलेल्या कैद्यांस माझी काही काळाची अनुपस्थिती जाणवली नसेल. मला मात्र त्या थोड्या मिनिटांत माझ्या नशिबाने खालीवर घेतलेल्या हेलकाव्यांची पुरेपूर जाणीव झाली. हा एक मानसिक छळाचा जाणूनबुजून आरंभलेला तर प्रकार तर नव्हता?

मागे म्हटल्याप्रमाणे रुग्णाइतांना 'विश्रांतीसाठी' म्हणून हलविण्यात येई तेव्हा डॉक्टर ह्या नात्याने माझेही नाव, नव्हे माझाही नंबर, त्या यादीत असे. कारण तेथे काही डॉक्टरांची गरज असे. आपल्याला पाठविले जात आहे ते ठिकाण 'विश्रामधाम' नाही ह्याची जाणीव प्रत्येकाला असे. काही आठवड्यांपूर्वी असेच 'विश्रांतीसाठी' म्हणून काही जणांना पाठविण्याची तयारी करण्यात आली होती. तेव्हासुद्धा प्रत्येकाला आता आपल्याला विषारी वायुकक्षात नेले जात आहे असेच वाटले होते. एवढ्यात, जो जीवघेण्या रात्रपाळीवर काम करायला तयार असेल त्याचे नाव हलविले जाणाऱ्यांच्या यादीतून काढून घेण्यात येईल असे जाहीर करण्यात आले. ब्याऐंशी लोकांनी आपले हात रात्रपाळी करण्यासाठी वर केले. पंधरा मिनिटांनी कुणालाच हलविले जाणार नसल्याचे कळले. मात्र हात वर केलेल्यांचे नाव रात्रपाळी करणाऱ्यांच्या यादीतच राहिले. त्यातील बहुतेकांसाठी ह्याचा अर्थ 'पंधरवड्यात मरण' हा ठरला. परत रुग्णाइतांना हलविण्याचे ठरले तेव्हा कैद्यांना हा पंधरा दिवसच का होईना, आपल्या

शरीरात शेवटचा श्वास असेपर्यंत कष्ट करवून घेण्यासाठी टाकलेला डावपेच आहे का विषारी वायुभट्टीकडे नेण्याचा मार्ग आहे का खरोखरच आपल्याला विश्रांतीसाठी पाठविले जात आहे, काहीच कळेना. छळछावणीतील मुख्य डॉक्टरला मी थोडा आवडू लागलो होतो. एक दिवस पावणेदहाला गुपचूप येऊन त्याने मला सांगितले, ''तुझी इच्छा असल्यास दहा वाजेपर्यंत तू आपले नाव हलविले जाणाऱ्यांच्या यादीतून काढून टाकू शकतोस, असे मी काम करणाऱ्या सेवकाला सांगून आलो आहे.'' मी म्हटले, ''माझ्या नशिबात असेल ते होईल. मी आपल्या मित्रांबरोबर राहणेच पसंत करेन.'' त्याने अत्यंत दयार्द्र दृष्टीने माझ्याकडे पाहिले. जणू त्याला आमच्या पुढ्यात काय वाढून ठेवले आहे, ह्याची जाणीव होती. त्याने माझा हात हातात घेऊन हळुवारपणे दाबला. जणू तो माझा अखेरचा निरोप घेत होता. जड पावलांनी मी आपल्या झोपडीकडे गेलो. तिथे माझा एक खूप चांगला मित्र माझी वाट पाहत होता. ''तू खरंच त्यांच्याबरोबर जाणार आहेस?'' त्याने खिन्नपणे मला विचारले. ''होय.'' मी म्हटले. त्याचे डोळे भरून आले. मी त्याला धीर देण्याचा प्रयत्न केला. एक गोष्ट करायची राहिली होती. माझे मृत्युपत्र. मी ते करायच्या तयारीस लागलो.

''हे बघ मित्रा – 'ओटो'

त्याचे नाव – मी जर परत घरी बायकोकडे येऊ शकलो नाही आणि जर तू तिला भेटलास, तर तू तिला सांग, की मी रोज तिच्याशी संवाद करीत असे – तासन्तास... लक्षात ठेव बरं आणि दुसरे असे सांग – मी तिच्यावर सगळ्यांत जास्त प्रेम केले – आणि तिसरे हे सांग, लग्नानंतरचे थोडकेच का होईना – पण आपले बरोबर काढलेले सुखाचे दिवस येथे अनुभवलेल्या साऱ्या दुःखांवर मात करतात. नक्की सांग हं तिला सारं – सांगशील ना?... विसरणार तर नाहीस?'' झाले मृत्युपत्र तयार.

ओटो, मित्रा कुठे आहेस रे तू? जिवंत आहेस का रे? आपल्या शेवटच्या भेटीनंतर तू काय काय अनुभवलेस? तुला तुझी बायको सापडली का रे पुन्हा? तुला आठवते का, मी तुझ्याकडून माझे मृत्युपत्र शब्दशः पाठ करून घेतले होते ते. तू लहान मुलासारखे मुसमुसून रडत असतानादेखील!

दुसऱ्या दिवशी सकाळी मी साऱ्या काफिल्याबरोबर हलविला गेलो. ह्या वेळी मात्र त्या वाहतुकीमागे काही डावपेच नव्हते. आम्हाला विषारी वायुकक्षाकडे न नेता खरेच विश्रामस्थळी नेण्यात आले होते. माझी कणव करणारे जे बिचारे मागे छावणीत राहिले होते त्यांना मात्र लवकरच आमच्या कॅम्पमध्ये होता त्यापेक्षाही अधिक दुष्काळास तोंड द्यावे लागले होते. जीव वाचविण्यासाठी ते मागे राहिले, पण त्यांचे नशीब त्यांना सामोरे आले. काही महिन्यांनंतर युद्ध संपले व आमची सुटका झाली. मी त्या छावणीतील एक मित्रास भेटलो. त्याने मला सारी हकिकत सांगितली. छावणीत काम करीत असताना मेलेल्यांच्या ढिगातील एका प्रेताच्या शरीरावरचा

मांसाचा तुकडा नाहीसा झालेला त्याने पाहिला. शोधाशोध केल्यावर त्याला तो स्वयंपाकघरात एका पातेल्यात शिजत टाकलेला दिसला. त्याने तो कसाबसा बाहेर काढला. आत्यंतिक उपोषणास बळी पडून लोक नरमांस खाण्यास प्रवृत्त झाले होते. मी वेळीच बाहेर पडू शकलो होतो.

मला 'तेहरानमधील मृत्यू' नावाच्या एका पर्शियन गोष्टीची आठवण झाली. एक श्रीमंत नि बडी पर्शियन आसामी आपल्या एका सेवकाबरोबर बागेत हिंडत होती. सेवक एकाएकी ओरडला. कारण विचारता ''मला मृत्यू दिसतोय आणि तो मला भेडसावतोय.'' असे म्हणू लागला. ''हुजूर, मला एक वेगवान घोडा द्या. मी त्यावर स्वार होऊन तेहरानला पळून जाईन. संध्याकाळपर्यंत मी तेथे पोहोचेन.'' म्हणून तो गयावया करीत मालकाची विनंती करू लागला. मालकाने त्याला घोडा दिला. त्यावर स्वार होऊन घोडा उधळीत सेवक निघून गेला. मालक घरात परत येऊन बघतो तर त्याला मृत्यू समोरच दिसला. ''बिचाऱ्या माझ्या नोकराला तू का धमकावलेस आणि घाबरवलेस?'' मालक मृत्यूला विचारू लागला. ''मी काही त्याला घाबरवत नव्हतो. त्याला येथे पाहून माझे डोळे विस्फारले, एवढेच. मी त्याला संध्याकाळी तेहरानमध्ये भेटायचे ठरविले होते.'' मृत्यू म्हणाला.

छावणीतील कैदी कोणताही निर्णय घेण्यास घाबरू लागले. त्यांची कुठल्याही कामात पुढाकार घ्यायची क्षमता संपली होती. नशिबाने आपले भवितव्य ठरवून टाकले आहे, त्यात ढवळाढवळ न करता ते नेईल तेथे आपल्याला जाणे भाग आहे अशी त्यांची मनोधारणा बनली होती. त्यात अतीव मानसिक औदासीन्याची भर पडत होती. कधी कधी जीवनमरणाचा प्रश्न समोर असताना पळभरात निर्णय घेण्याची आवश्यकता असे. अशा वेळी अनेक कैदी नशिबावर हवाला ठेवून बसत. छळछावणी तळावरून पळून जायचे का नाही हा एक अशा प्रकारचा निर्णय असे. क्वचित कधी छावणीतून पळून जायची संधी उपलब्ध होई. तिचा फायदा घ्यायचा का नाही हे ठरविण्यास काही पळांचाच अवकाश असे. त्या क्षणात होणारा कैद्याचा मनक्षोभ नरकात होणाऱ्या यातनांपेक्षा कमी नसे.

मलादेखील अशा मनक्षोभास तोंड द्यावे लागले होते. युद्ध चालू असताना दोन्ही पक्षांच्या युद्धाच्या आघाड्या, पलटणी जवळ जवळ येऊ लागल्या होत्या. त्या वेळी एकदा मला पळून जाण्याची संधी मिळेलसे वाटत होते. माझ्या एका वैद्यकीय सहकाऱ्याला छावणीच्या कुंपणाबाहेर असलेल्या झोपड्यांतील रोग्यांच्या तपासणीसाठी पाठविले जाणार होते. ती संधी साधून पळ काढायचा त्याचा बेत होता. तो मला बरोबर घेऊन जाणार होता. मला तज्ज्ञाच्या सल्ल्याची गरज आहे असे सांगून त्याने मला आपल्याबरोबर कुंपणाबाहेर काढले. बाहेर गुप्तहेर संघटनेतील काही हेर आम्हाला आवश्यक ते गणवेश आणि कागदपत्रे पुरवणार होते. आयत्या

वेळी काही तांत्रिक गफलत झाली नि आम्हाला आत परत यावे लागले. त्या थोडक्या वेळात पुढील तरतुदीसाठी थोडे सडके बटाटे आम्हाला मिळाले, शिवाय थोडा वेळ सामान ठेवण्यासाठी लागणारी पिशवी शोधण्यात आम्ही घालवू शकलो. एवढीच आमची त्या वेळची मिळकत झाली. तेव्हा बायकांसाठी असलेल्या एका रिकाम्या झोपडीत आम्ही शिरलो होतो. तेथील बायकांना दुसऱ्या तळावर हलविण्यात आले होते. झोपडीत अस्ताव्यस्त पसारा होता. अनेक बायकांनी तेथे धाड घालून तेथील सामान पळविल्याची लक्षणे जागोजाग दिसत होती. चिरगुटे, वाळके गवत, नासके अन्न, काचेच्या बशा नि वाडग्यांचे फुटके तुकडे असे सारे सभोवार पसरले होते, एकदोन सुस्थितीत असलेले वाडगे पण तेथे होते. ते आमच्या कामी येऊ शकले असते. आम्ही ते न नेण्याचे ठरविले. आम्हाला माहिती होते की परिस्थिती जसजशी बिकट होत गेली, तसतसे भांड्यांचा उपयोग अन्न ठेवण्याव्यतिरिक्त मलमूत्रासाठीही केला जात होता. झोपड्यांत भांडी आणायला सक्त मनाई होती. परंतु टायफसने आजारी झालेले काही रोगी इतरांच्या मदतीने देखील जेवणघरापर्यंत चालत जाऊ शकत नव्हते. त्यामुळे भांडी झोपडीत न नेण्याचा नियम मोडणे त्यांना भाग होते. मी बाहेर पहारा करीत उभा राहिलो व माझा मित्र थोड्याच वेळात सामान ठेवायला उपयोगी पडेल अशी एक पिशवी कोटाखाली लपवत बाहेर आला. त्याला आत आणखी एक पिशवी असावी असे वाटत होते. मग तो बाहेर उभा राहिला नि मी आत पळालो आणि पसाऱ्यात खुडबूड करू लागलो. मला पिशवी दिसली. दात घासायचा एक ब्रश दिसला आणि एकाएकी सामानाच्या पसाऱ्यात पडलेले एका बाईचे प्रेतही दिसले.

मी पळत माझ्या झोपडीत आलो आणि माझी सारी मालमत्ता – माझा वाडगा, टायफसने मेलेल्या एका पेशंटच्या देहावरील मिळविलेले हातमोजे आणि ज्यावर मी माझ्या पुस्तकासाठी नव्याने टिपणे करायला सुरुवात करणार होतो, त्या सापडलेल्या कागदाचे कपटे गोळा केले. मी घाईघाईने एकदा शेवटचे म्हणून झोपडीच्या दोन्ही भिंतींजवळील मोडक्या फळकुटांवर पहुडलेल्या माझ्या पेशंट्सना बघितले. त्यात माझा एकुलता एक देशबांधव होता. मी पेशंट्सना बघत त्याच्याजवळ आलो. अत्यंत आजाराने पछाडलेला, मरणासन्न असलेला त्याचा जीव वाचविणे हे मी माझे ध्येय बनविले होते. पळून जाण्याच्या माझ्या प्रयत्नाची वाच्यता करणे मला शक्यच नव्हते. तरीदेखील काहीतरी चालले आहे हे त्याला कळले असावे, असे मला वाटले. कदाचित माझ्या हालचालीतील अस्वस्थता त्याला जाणवली असावी. अत्यंत थकलेल्या आवाजात त्याने मला, ''तू पण सुटून जाणार ना?'' म्हणून विचारले. मी त्याला ठाम नकार दिला. त्याच्या दु:खार्द्र नजरेस नजर देण्याचे धैर्य मला झाले नाही. सगळ्या पेशंट्सना बघून झाल्यावर मी

पुन्हा त्याच्याजवळ आलो. निराश नजरेने त्याने माझ्याकडे बघितले. का कुणास ठाऊक, पण मला आरोपीच्या पिंजऱ्यात बसल्यासारखे वाटले. मित्राबरोबर पळून जाण्याच्या बेतास संमती देताना ज्या अस्वस्थ करणाऱ्या भावनेने मला ग्रासले होते, तीच भावना मला पुन्हा तीव्रतेने जाणवू लागली. तिने माझ्या मनाचा पगडा घेतला. शेवटी मी आपले नशीब आपल्या हातात घेण्याचा निर्णय घेतला. धावत बाहेर येऊन माझ्या मित्राला, ''मी पेशंट्सना सोडून तुझ्याबरोबर पळून जाऊ शकत नाही.'' असे सांगितले. ह्या निर्णयाची वाच्यता करताक्षणीच माझे दु:ख निमाल्याची जाणीव मला झाली. पुढे काय वाढून ठेवले आहे ह्याची मला कल्पना नव्हती. परंतु त्या क्षणी पूर्वी कधीही न अनुभवलेल्या मन:शांतीचा प्रत्यय मला आला. रुग्णाइतांच्या झोपडीत परत येऊन मी माझ्या देशबांधवाच्या पायथ्याशी बसून त्याला धीर देत राहिलो. नंतर मी इतर भ्रमिष्टावस्थेत असलेल्या रोग्यांशी बोलून त्यांना शांत करण्याच्या प्रयत्नाला लागलो.

शेवटी युद्धाचा अखेरचा दिवस उजाडला. युद्धसीमा जवळ येऊन ठेपल्या तसतसे बहुतेक साऱ्या कैद्यांना इतर तळावर हलविण्यात आले होते. छावणीतील अधिकारी, कापोज, स्वयंपाकी सारे पळून गेले होते. त्या दिवशी संध्याकाळच्या आत कॅम्प रिकामा करण्याची आज्ञा दिली गेलेली होती. उरलेले कैदी, रोगी, डॉक्टर्स, नर्सेस साऱ्यांना कॅम्प सोडण्याच्या आज्ञा झाल्या होत्या. त्या रात्री छावणीस आग लावण्यात येणार होती. दुपार झाली तरी रोग्यांना वाहून नेणारे ट्रक्स आलेले नव्हते. एकाएकी छावणीची दारे बंद करण्यात आली आणि कोणी पळून जाऊ नये म्हणून काटेरी कुंपणावरचा पहारा वाढला. बहुधा उरलेले कैदी आणि रुग्णांसह छावणी जाळून टाकायचा त्यांचा डाव असावा. मी व माझ्या मित्राने पुन्हा पळून जायचा बेत रचला.

छावणीतील तीन प्रेते कुंपणाबाहेर नेऊन पुरून टाकण्याची आज्ञा आम्हाला देण्यात आली होती. हे काम करण्यास लागणारे बळ अंगात असणारे असे आम्ही दोघेच उरलो होतो. बाकी बहुतेक सारे जण तापाने फणफणलेले, भ्रमिष्टावस्थेत असलेले असे होते. त्यांना काही थोड्या अजून वापरल्या जात असणाऱ्या झोपड्यांत ठेवले होते. पहिल्या प्रेताबरोबर माझ्या मित्राची पिशवी बाहेर नेऊन कपडे धुण्यासाठी वापरत त्या टबात लपवायची, दुसऱ्या प्रेताबरोबर माझी पिशवी न्यायची आणि तिसरे प्रेत बाहेर नेले की पळ काढायचा असा आमचा बेत होता. पहिल्या दोन फेऱ्या आखलेल्या बेताप्रमाणे पार पडल्या. तिसरे प्रेत न्यायच्या आधी, माझा मित्र आम्हाला रानात लपून बसले असताना खायला लागणाऱ्या पावाच्या तुकड्यांच्या शोधाला लागला. मी वाट पाहत होतो. मिनिटे गेली आणि तो परतला नाही, तसतशी माझी अस्वस्थता वाढू लागली. तीन वर्षांच्या कैदेच्या भयंकर अनुभवानंतर मी सुटकेची

स्वप्ने आतुरतेने पाहत होतो. युद्धरेषेपर्यंत पळून जाऊन अमेरिकन किंवा ब्रिटिश सैन्याकडे जायला जमले तर काय मजा येईल, अशी स्वप्ने पाहण्यात मी दंग होतो. पण ती वेळ आली नाही.

माझा मित्र परतला अन् त्याच क्षणी छावणीची कवाडे धाडधाड आवाज करीत उघडली गेली. पांढऱ्या रंगाची लाल क्रुसाची खूण असलेली एक चकचकीत नवी गाडी हळूहळू आम्ही कवायत करीत असू त्या मैदानावर छावणीतील पटागंणाकडे सरकू लागली. जिनेव्हातील आंतरराष्ट्रीय रेड क्रॉसचे प्रतिनिधी आमच्यापर्यंत येऊन पोहोचले होते. आता पूर्ण छावणी आणि आम्ही सारे कैदी त्यांच्या संरक्षणाखाली होतो. काही आणीबाणीची परिस्थिती आली तर जवळच असावे ह्या हेतूने त्यांनी छावणीजवळील एका घरात डेरा दिला. आता पळून जायची गरज उरली नव्हती. गाडीतून औषधांचे खोके खाली उतरविले गेले. आम्हाला सिगारेट वाटल्या गेल्या. कॅमेरे आमचे फोटो काढत होते. आमच्या आनंदाला भरते आले होते. आता युद्धरेषेकडे पळण्याचा धोका पत्करण्याचे कारण उरले नव्हते. ह्या धुमश्चक्रीत आम्ही तिसरे प्रेत बाहेर नेऊन पुरायला पार विसरून गेलो होतो. शेवटी आठवण झाली तेव्हा आम्ही ते बाहेर नेले आणि बाहेर खणून ठेवलेल्या खड्ड्यात पुरले. आमच्याबरोबरचा पहारेकरी एकाएकी आमच्याशी सौजन्याने वागू लागला. युद्धाचे रंग पालटू लागल्याचे त्याच्या लक्षात आले. आता त्याला आमच्या सदिच्छांची गरज भासली. मृताच्या देहावर माती घालण्याआधी त्याच्यासाठी केलेल्या आमच्या प्रार्थनेत पहारेकरीदेखील सामील झाला. मागील काही दिवसांचा आणि तासांचा ताण संपत आला होता. मृत्यूबरोबर नित्य नवी शिवाशिवी खेळण्याचा काळ संपला होता. शांतीसाठी आमच्या प्रार्थनेच्या शब्दांतील कळकळ व आर्तता मानवाने केलेल्या कुठल्याही प्रार्थनेहून अधिक भावपूर्ण व श्रद्धामय असावी.

छावणीतील आमचा तो शेवटला दिवस स्वातंत्र्याची अपेक्षा करण्यात गेला. आम्ही आनंद सोहळा वेळेआधीच साजरा केला होता. साऱ्या करारमदारांवर आवश्यक असलेल्या सह्या झालेल्या आहेत; आता कॅम्पमधून कुणालाही हलविले जाणार नाही असे रेड क्रॉसच्या प्रतिनिधींनी आम्हाला सांगितले होते. परंतु त्या रात्री एस.एस. ट्रक्स घेऊन आले. त्यांनी कॅम्प रिकामा करायच्या आज्ञा दर्शविणारी कागदपत्रे बरोबर आणली होती. साऱ्या कैद्यांना मध्यवर्ती असलेल्या तळावर नेण्यात येईल, तेथून अठ्ठेचाळीस तासांत त्यांना स्वित्झर्लंडमध्ये नेले जाईल. स्वित्झर्लंडमध्ये युद्धकैद्यांची अदलाबदल करण्यात येईल असे त्यांनी आम्हाला सांगितले. एस.एस. अधिकाऱ्यांत आता ओळखू न येण्याइतका बदल झाला होता. अत्यंत स्नेहपूर्ण आवाजात ते, न घाबरता ट्रक्समध्ये बसा म्हणून आम्हाला गळ घालत होते. तुम्ही तुमच्या सुदैवाबद्दल देवाचे आभार मानायला हवे, असे आम्हाला सांगत होते. ज्यांच्यात शक्ती होती ते

स्वत:हून आत चढले व आजारी असलेल्यांना उचलून ट्रक्समध्ये ठेवण्यात आले. मी आणि माझा मित्र आता उघडपणे पिशव्या हातात घेऊन घोळक्याच्या मागे उभे होतो. आमच्यातील तेरा जणांना शेवटून दुसऱ्या नंबरच्या ट्रकमध्ये बसविण्यात आले. छावणीतील मुख्य वैद्याने आवश्यक असलेल्या आकड्यांची पूर्ती केली. त्याने आम्हाला वगळले. आम्हाला मागे रहावे लागले. आम्ही आश्चर्यचकित झालो, चिडलो, निराश झालो नि त्याला दोष देऊ लागलो. मी थकलोय, माझे लक्ष राहिले नाही, असे म्हणत तो बाजूला झाला. मला वाटले, की तुम्ही अजूनही पळून जाण्याच्या विचारात आहात असेही म्हणाला तो. पाठीवर पिशव्या टाकून अधीरतेने आम्ही उरलेल्या काही कैद्यांबरोबर शेवटल्या ट्रकची वाट पाहत खाली बसलो. खूप वेळ वाट पाहून शेवटी आम्ही पहारेकऱ्यांनी रिकाम्या केलेल्या त्यांच्या खोलीत गाद्यांवर जाऊन झोपलो. मागील काही दिवसांत आणि तासांत आशा-निराशेच्या हिंदोळ्यावर हेलकावून आम्ही गलितगात्र झालो होतो. कपड्या आणि जोड्यांसहित, निघण्याच्या जय्यत तयारीत, आम्ही झोपेच्या अधीन झालो.

बंदुकांच्या अन् तोफगोळ्यांच्या आवाजाने आम्हाला जाग आली. वेध घेणाऱ्या गोळ्यांचा लखलखाट आणि बंदुकांच्या गोळ्यांच्या फैरी झोपडीत शिरल्या होत्या. मुख्य डॉक्टरने धावत आत येऊन आम्हाला 'जमिनीवर आडवे पडा' म्हणून सांगितले. एका कैद्याने वरच्या बर्थवरून जोड्यांसकट खाली उडी मारली ती नेमकी माझ्या पोटावर. आता मला खाडकन जाग आली व काय चालले आहे ते लक्षात आले. युद्धाच्या फळ्याच आमच्या दाराशी पर्यंत येऊन पोहोचल्या होत्या. पहाट झाली तेव्हा बंदुकांच्या फैरी थांबल्या. छावणीच्या प्रवेशद्वाराजवळील खांबावर शरणागती दर्शविणारा पांढरा ध्वज वाऱ्याने फडफडत होता.

सुटका झाल्यावर अनेक आठवड्यांनंतर आम्हाला आणखी एक हकिकत कळली. सुटकेची चाहूल दर्शविणाऱ्या त्या शेवटच्या तासांतदेखील नशीब आम्हा थोडक्या वाचलेल्यांच्या जिवांशी खेळत होते. जीवन-मरणाबाबत घेतलेला मानवी निर्णय, त्यांच्या परिणामाची अनिश्चितता आमच्या लक्षात आली. आमच्या छावणीपासून फारशा दूर अंतरावर नसलेल्या एका छावणीतील तळाचा फोटो मी पाहिला. स्वातंत्र्याच्या मार्गावर जातोय असे समजून ट्रक्समध्ये बसलेल्या आमच्या सहकारी कैद्यांना त्या तळावर नेण्यात आले होते. तेथे त्यांच्या झोपड्यांच्या दारांना बाहेरून कुलपे लावून त्या सर्वांना जिवंत जाळण्यात आले होते. अर्धवट जळालेले ते देह, त्यांची ओळख पटवायला पुरेसे होते. मला 'तेहरानमधील मृत्यू'ची पर्शियन गोष्ट पुन्हा आठवली.

औदासीन्य हे मानसिक सरंक्षणासाठी उपयोगी तर होतेच; पण अतीव उदासीनतेची इतरही काही कारणे होती. भयंकर प्रमाणातील कुपोषण नि उपोषण,

रोजचा झोपेचा अभाव ह्यामुळे नैराश्यात भर पडे. त्यामुळे साऱ्यांची चिडचिडदेखील होई. तळांवरील झोपड्यांत कैदी ठासून भरलेले असत. तशात आरोग्यासाठी लागणाऱ्या सोयींचा संपूर्ण अभाव असल्याने आमच्या झोपड्या किडे, मुंग्या, जंतू ह्या सर्वांसाठी आदर्श वसतिस्थान बने. त्यांचा अंगावर भडिमार होत असताना स्वस्थ झोप लागणे अशक्यप्राय होई. कॉफी, सिगारेट्स असे कुठलेही उत्तेजक पदार्थ आम्हाला मिळत नसत. सगळीकडे निराशा अन् चिडचिड हेच आढळून येई. वातावरण निरुत्साहाने भरून जाई. ह्या शारीरिक कारणांव्यतिरिक्त उदासीनतेची मानसिक कारणेही होतीच. बहुतेक कैद्यांत न्यूनगंडाची भावना बळावलेली असे. छावणीत आणले जाण्याआधीच्या आयुष्यात आम्ही साऱ्यांनी आपण कुणीतरी आहोत हे गृहीत धरले होते. छावणीत कैदी म्हणून आणले गेल्यानंतर आम्हाला नगण्य ठरविले गेले होते. खरे तर माणसाचे स्वत:चे मोल बाह्य स्थितीवर अवलबून नसते, नसावेही. ते कुठल्यातरी आधिभौतिक, आध्यात्मिक शक्तीशी निगडीत असते. आध्यात्मिक शक्तीशी जुळलेली आपली ती नाळ ओळखता आली तर प्रतिकूल परिस्थितीशी सामना देत असतानाही अस्मिता जपणे शक्य होऊ शकते. (टीप : नेल्सन मंडेलासारख्या काही असामान्य व्यक्तींनी सत्तावीस वर्षांचा दीर्घ नि खडतर कारावास भोगूनही आपल्या आत्मिक शक्तीला, अस्मितेला धक्का लागू दिला नव्हता). छळछावणीतील कैदी तर सोडाच, पण पूर्णपणे स्वतंत्र असलेल्यांतील किती जणांना त्या स्व-शक्तीची जाणीव असते आणि स्वत:चे मोल जपता येते? जाणीवपूर्वक त्या भावनेचा विचार न करणारा सर्वसामान्य कैदी छळछावणीत मनाने करपून जाई. छावणीतील रोजचा विरोधाभास अनुभवल्यानंतर ही गोष्ट लगेच लक्षात यायची. छावणीत 'सामाजिक' दर्जाप्रमाणे स्तर बनलेले असत. कापोज, पोलीस, स्वयंपाकी, दुकानात काम करणारे कैदी स्वत:स 'उच्च पदस्थ' समजत. त्यांना आपण कुणी भव्यदिव्य आहोत असे वाटे व त्यांची अस्मिता बरी असे. इतर 'सामान्य' कैद्यांना त्यांचा हेवा वाटे, रागदेखील येई. हा राग मग अनेक वाटांनी बाहेर पडे. त्यात बोचरा विनोद हादेखील एक मार्ग असे. एकदा मी दोन कैद्यांना कापोजबद्दल आपापसांत बोलताना ऐकले. एक दुसऱ्याला सांगत होता, ''बघितलेस ना गड्या, तो ना चांगल्या मोठ्या बँकेचा सर्वोच्च पदाधिकारी होता. बघ केवढे त्याचे भाग्य, की आता ह्या छळछावणीत कापोच्या पदावर त्याची बढती झालीय.'' छावणीत बरेचदा छळ केला जाई लोक 'वरच्या' पदावरील व्यक्तींच्या सहवासात आले की विस्फोट होत असे. त्याचे कारण बहुतांशी अन्नाचे वाटप हे असे. मग साऱ्यांची चिडचिड होई नि भांडणे जुंपत. सभोवताली सतत मारपीट चालू असल्याने हिंसक प्रवृत्तीची वाढ होई. मी भुकेला नि थकलेला असताना अनेकदा मला स्वत:ला, माझ्या मुठी रागाने आवळलेल्या दिसत. टायफस वॉर्डमध्ये रोग्यांसाठी शेगडी ठेवायची परवानगी

असे. शेगडीत रात्रभर सरपण ढकलण्याचे काम मला करावे लागे. त्यामुळे मी सदैव थकलेला असे. मात्र ते काम करत असताना, सारे रोगी झोपलेले किंवा भ्रमिष्ट अवस्थेत असतील तेव्हा मला कधीकधी थोडे चोरलेले बटाटे भाजून खायची किंवा उबेत पाय पसरून स्वप्ने पाहायची संधी मिळे. कदाचित ह्या संधीचे उट्टे म्हणून असेल, पण दुसऱ्या दिवशी मला जास्तच थकवा वाटे, माझी चिडचिड होई व एक प्रकारची भावशून्यता मला ग्रासून टाकी.

टायफसच्या साथीत डॉक्टर म्हणून काम करीत असताना एकदा माझ्या कामात भर पडली. आजारी असलेल्या आमच्या वॉर्डनचे कामदेखील मलाच बघावे लागले. त्यात एक काम होते, आमच्या झोपडीत स्वच्छता राखण्याचे. छळछावणीतील वातावरणात स्वच्छता हा शब्दच हास्यास्पद होता. स्वच्छतेची पाहणी करण्याच्या नावाखाली अधिकारी वारंवार झोपडीत येत. पाहणीऐवजी काहीतरी कारण काढून आमचा छळ करण्याचाच त्यांचा उद्देश असे. थोडीतरी औषधे आणि अन्न दिले असते तर स्वच्छता ठेवण्यास त्याची मदत झाली असती. अधिकाऱ्यांची स्वच्छतेची कल्पना म्हणजे कडब्याच्या गादीतील काडी कुठे खोलीत पडली तर नाही, किंवा रोग्याचे जंतू नि उवालिखांनी बजबजलेले, जुने फाटके पांघरूण त्यांच्या पायाशी नीट दुमडून ठेवले आहे ना अशा गोष्टीपर्यंतच मर्यादित होती. कैद्यांच्या बऱ्यावाइटाचे त्यांना काही सोयरसुतक नव्हते. मी तरतरीतपणे, माझ्या भादरलेल्या डोक्यावरून टोपी काढून, खाडकन 'दक्ष' चा पवित्रा घेऊन, ''झोपडी नंबर ६।९, कैदी पेशंट्स ५२, दोन आर्डर्ली नर्सेस, एक डॉक्टर.'' असे म्हटले, की त्यांचे समाधान होई. आपले काम झाले म्हणून ते निघून जात. ते येईपर्यंत मला कडब्याच्या गादीतील खाली पडलेल्या काड्या वेचा, तापाने तडफडत असल्याने घडीघडी विस्कटलेली रोग्यांची पांघरुणे परत परत नीट ठेवा, अशी निरर्थक कसरत करावी लागे. तापाने तडफडल्यामुळे माझे 'स्वच्छता ठेवण्याचे' काम वाढविणाऱ्या आजारी कैद्यांची मला अनेकदा चीड येई. मी त्यांच्यावर ओरडे. स्वतः तापाने फणफणत असलेले कैदी निस्तेज, शिथिल नि निरुत्साही असत. ओरडल्याखेरीज ते ऐकत नसत, कधी कधी ओरडूनदेखील फायदा होत नसे. एकीकडे पाहणीचा धाक नि दुसरीकडे त्यांची शिथिलता पाहून माझी चिडचिड अधिकच वाढे. त्यांच्या अंगावर हात टाकण्यापासून स्वतःला परावृत्त करण्यासाठी तेव्हा मला विलक्षण निग्रह करावा लागे.

छावणीतील वातावरण, त्याचा कैद्यांवर येणारा शारीरिक नि मानसिक ताण, त्यामुळे सर्वांच्या वागणुकीवर होणारा परिणाम, ह्या सगळ्यांचे मी केलेले वर्णन वाचून कदाचित तुम्हाला वाटेल, की माणूस सर्वस्वी भोवतालच्या वातावरणाच्या, विशेषतः जिथे कैद्याला आपली वागणूक बदलत्या परिस्थितीनुसार पदोपदी बदलावी लागे,

अशा छळछावणीतील अस्थिर वातावरणाच्या अधीन असतो. तुम्हाला असेही वाटण्याची शक्यता आहे, की मला 'पराधीन आहे जगती पुत्र मानवाचा' असे म्हणायचे आहे. तुम्ही विचाराल छळछावणीसारख्या भयानक वातावरणात माणसाला स्वत:ला करता येण्यासारखे काहीच नसते का?

ह्या प्रश्नांची उत्तरे आपण आपल्या अनुभवात किंवा वैचारिक नि तात्त्विक बैठकीत शोधण्याचा प्रयत्न करू शकतो. छळछावणीतील अनुभवांनी मला शिकविले, की अत्यंत कसोटीच्या प्रसंगातदेखील, त्याला कशा प्रकारे तोंड द्यायचे हे ठरविण्याचे आपले स्वातंत्र्य आपल्याला जपता येते. छळछावणीतील असह्य शारीरिक अन् मानसिक त्रासाच्या वातावरणातदेखील मला अनेक असामान्य धैर्याचे नि शौर्याचे प्रसंग पहावयास मिळाले. औदासीन्यावर मात करता येते, स्वत:च्या चिडचिडीवर नियंत्रण घालता येते, अस्मिता जपता येते, आपले मानसिक स्वातंत्र्य टिकविता येते हे मला तेथे शिकायला मिळाले. झोपड्यांत इतरांना धीर देत फिरणारी माणसे मी तेथे पाहिली. स्वत:च्या एवढ्याशा पावातील शेवटचा तुकडा दुसऱ्याला देणारी माणसे छळछावणीतून वाचलेल्या अनेक माणसांना आठवताहेत. अशी देदीप्यमान माणसे संख्येने कमी असतील, पण 'त्यांचे असणे' हा एक मोठा पुरावा होता. कुठल्याही परिस्थितीत आपण आपली दानत, आपली प्रवृत्ती आपण ठरवू शकतो, सन्मानाने जगत प्रसंगाला सामोरे जात आपला मार्ग आपण शोधू शकतो हे सिद्ध करणारा पुरावा. माणसाचे मानसिक स्वातंत्र्य कुणीही, कशाही स्थितीत हिरावून घेऊ शकत नाही ह्याचा पुरावा होती ती माणसे!

दररोज, दर ताशी स्वत:च्या वागणुकीची निवड करण्याची संधी समोर येत असे. तुमच्या अस्मितेचा नाश करणाऱ्या, तुमचे मनोबल हिरावून घेऊ पाहणाऱ्या शक्तींना शरण जायचे का नाही हे पदोपदी ठरवावे लागे. तुम्ही केवळ नियतीच्या हातातील खेळणे बनता का नाही हे तुमच्या निर्णयांवर अवलबूंन असे. आपले मानसिक स्वातंत्र्य घालवून, आत्मसन्मान गमावून मेंढरांसारखे मनानेदेखील कैदी होता का नाही हे ठरविण्याचे तुमचे स्वातंत्र्य अबाधित असे. ह्या दृष्टिकोनातून बघता, छळछावणीतील कैद्यांची मानसिक स्थिती ही केवळ त्यांच्या विशिष्ट शारीरिक अन् मानसिक परिस्थितीस दिलेली प्रतिक्रिया होती, असे म्हणता येणार नाही. छावणीतील असीम शारिरीक छळ, झोपेचा अभाव, उपोषण हे सारे लक्षात घेता ह्या स्थितीत मनुष्य अमुक असा वागेल असे सांगता येत नाही. शेवटी त्याची प्रतिक्रिया वातावरणापेक्षा त्याच्या आत्मिक बलावर अधिक अवलंबून आहे असेच आढळून येई. म्हणूनच अत्यंत अमानुष प्रसंगीसुद्धा आपली नियती ठरविण्यात आपला हात अधिक मोलाचा असतो ह्याचे मला आकलन झाले. छळछावणीतदेखील आत्मभान राखता येते, हेच खरे.

सुप्रसिद्ध रशियन लेखक डोस्टोव्हस्कीने म्हटले आहे, ''मी माझ्या भोगास अपात्र तर ठरणार नाही ना, एवढी एकच भीती मला वाटते.''

छळछावणीत जेव्हा माझी कुठल्याही प्रसंगात धीराने वागणाऱ्या महान लोकांशी ओळख झाली, जेव्हा साऱ्या त्रासांना, अन् मृत्यूलादेखील ताठ मानेने समोर जाणारे ते हुतात्मे मी पाहायचो, तेव्हा तेव्हा मला डोस्टोव्हस्कीच्या त्या शब्दांची आठवण व्हायची. मरणास तोंड देणाऱ्यांनी आपले आत्मिक स्वातंत्र्य गमावलेले नाही हे मला कळायचे. आलेल्या दुर्दैवास ते खचितच पात्र होते. अमानुष परिस्थितीत त्यांनी दाखविलेले आत्मबल खरोखर स्तुत्य होते. कधीही हिरावून घेतले न जाऊ शकणारे मनोबल आपले जीवन अर्थपूर्ण बनविते हे मला उमगले.

क्रियाशील आयुष्य जगताना सृजनशीलतेचे महत्त्व पटवून देणाऱ्या अनेक संधी आपल्याला मिळत जातात. तसेच निसर्गसौंदर्य, जीवनातील मधुरता, अप्रतिम कलाकृती इत्यादींचा आस्वाद घेत असताना अमाप आनंद अनुभवता येतो, परंतु जेथे सृजनशीलता किंवा कलेचा, सौंदर्याचा पूर्णतया अभाव असतो अशा खडतर आयुष्यातदेखील जीवन सार्थ करणारी एक मोलाची वाट उपलब्ध असते. ती म्हणजे स्वत:चा दृष्टिकोन. निर्मितीच्या संधी, सौंदर्य, कलापूर्ण जीवन समृद्ध असले तरी केवळ ह्यातच अर्थ असतो असेही नाही. दु:ख, यातना अन् मृत्यूदेखील जीवनाचा अविभाज्य घटक आहेत. तेव्हा जीवनात जर अर्थ असेल तर त्यातील यातनांना देखील अर्थ आहे हे मान्य करावेच लागेल. कठीण समयीदेखील आपण आपले भोग कसे भोगतो ह्यावर आपण आपले जीवन किती अर्थपूर्ण बनवितो हे अवलंबून आहे. आपण मृत्यूशी मानाने, शौर्याने, नि:स्वार्थीपणे टक्कर देऊ शकतो किंवा स्वत:चे शरीर जपण्यासाठी कराव्या लागणाऱ्या क्लेशकारक झुंजीत, माणुसकी विसरून आपण प्राण्यासारखे वागू शकतो. आलेल्या संकटांचा उपयोग आपण आपली नैतिक पातळी किती उंचावर नेऊ शकतो हे ठरवायलादेखील करू शकतो. आपले वागणे आपण आपल्या वाटेला आलेल्या हालअपेष्टांना पात्र आहोत का नाही ते ठरविते. माणसाच्या चारित्र्याची पारख तेथे होते.

हे विचार साध्यासरळ, नेहमीच्या अस्तित्वात असणाऱ्या आयुष्याला लागू होत नाहीत असे म्हणून सोडून देऊ नका. उच्च नैतिक पातळी गाठणे फार थोड्यांना जमते हे खरेच. छळछावणीतील असंख्य कैद्यांपैकी थोडेच आपले मानसिक स्वातंत्र्य सर्वतोपरी जपू शकले, संकटात नैतिक उदात्तता गाठू शकले हे खरे आहे, पण ती थोडीशी उदाहरणे, भोवताली असह्य वातावरण असातानादेखील माणूस उच्च पातळीवर जगू शकतो, ह्या सिद्धांताला पुरावा देण्यासाठी पुरेशी होती. असे प्रसंग छळछावणीसारख्या ठिकाणीच येतात असे नाही, तर जेथे जेथे माणसावर संकट कोसळते, तेथे तेथे त्याला उन्नतीची संधीही उपलब्ध असते.

असाध्य रोगाने ग्रस्त झालेल्या माणसाचे उदाहरण घ्या. एकदा मला एका रोग्याने लिहिलेले पत्र वाचायची संधी आली. त्याने आपल्या मित्राला लिहिलेले पत्र होते ते. ऑपरेशन करूनदेखील बरा न होऊ शकणाऱ्या आजाराने त्याला पछाडले होते व आपल्या आयुष्याचे थोडेच दिवस उरले आहेत हे त्याला कळून चुकले होते. आपण मृत्यूला धैर्याने समोर जाणाऱ्या माणसाच्या जीवनावर आधारित एक चित्रपट पाहिल्याचे त्याने लिहिले होते. तो पाहून मृत्यूला शौर्याने सामोरे जाणे हे देखील आयुष्यातील एक साध्यच आहे असे त्याने ठरवले. स्वत:ला तशी संधी मिळाल्याचे तो धीराने कळवत होता.

अनेक वर्षांपूर्वी ज्यांनी टॉलस्टॉयच्या पुस्तकावर आधारित 'रेझरेक्शन' नावाचा चित्रपट पाहिला होता, त्यांच्याही मनात कदाचित असेच विचार आले असतील. त्यात लहान माणसे नि नियती ह्यांची गाठ पडल्याचे कथानक होते. आमची त्या वेळी कुठल्याही प्रारब्धाशी गाठ पडली नव्हती आणि मोठेपणा मिळविण्याची कुठलीही संधी आमच्या समोर नव्हती. चित्रपट पाहिल्यानंतर आम्ही सारे जवळच्या एका उपगृहात गेलो. कॉफी नि सँडविचचा फडशा पाडेपर्यंत चित्रपट पाहून मनात आलेल्या आधिभौतिक उच्च विचारांचा आम्हाला विसर पडला होता. दैव जेव्हा आमच्यासमोर उभे ठाकले नि महानता दाखवायची वेळ आली, तोवर क्षणभर केलेले तेव्हाचे उच्च निर्धार आम्ही विसरून गेलो होतो. आम्ही अयशस्वी ठरलो. युद्ध संपल्यानंतर पुन्हा केवहतरी तो किंवा तसलाच चित्रपट बघितला, तेव्हा त्या चित्रपटाबरोबरच इतरही अनेक दृश्ये माझ्या मन:चक्षूंसमोर तरळली. भावप्रवण चित्रपटात दाखविता येणार नाहीत अशी कितीतरी चित्रे होती ती. कुणा महान व्यक्तिमत्त्वांची, त्यांचे अंतर्यामिक सामर्थ्य दर्शविणारी चित्रे त्यात होती, तसेच छळछावणीत मी पाहिलेल्या एका तरुण मुलीच्या मृत्यूचीही चित्रे होती. तिची गोष्ट अगदी साधी आहे. कदाचित तुम्हाला ती गोष्ट म्हणजे माझ्या कल्पनेचा खेळ आहे असे वाटण्याचीही शक्यता आहे. परंतु माझ्यासाठी ती साधी गोष्ट एखाद्या अतीव सुंदर कवितेसारखी आहे.

आपला मृत्यू लवकरच – म्हणजे पुढील काही दिवसांतच – होणार आहे हे तिला कळून चुकले होते. तरीही ती हसतमुख होती. ती मला म्हणाली, ''दैवाने मला हा एवढा मोठा तडाखा दिला हे एका अर्थी बरेच झाले. पूर्वायुष्यात मी अगदी सुखासीन होते. अध्यात्म्याचा मी कधी विचारच केला नव्हता.'' तिच्या झोपडीच्या लहानशा खिडकीतून दिसणाऱ्या झाडाकडे बोट दाखवीत ती पुढे म्हणाली, ''ते झाड दिसते आहे ना, इथल्या एकांतवासातले ते माझे एकुलते एक मैत्र आहे.'' त्या खिडकीतून चेस्टनटच्या झाडाची फक्त एक लहानशी फांदी दिसत होती. त्या फांदीवर दोन फुले उमलली होती. ''मी अनेकदा त्या झाडाशी बोलते.'' ती म्हणाली. तिला

मनोविकार होऊन आभास होताहेत का काय, ह्याची मला काळजी पडली. चिंतातुर होत मी तिला, ''झाड पण तुझ्याशी बोलते का?'' म्हणून विचारले. तिने होकारार्थी उत्तर दिले.

''काय म्हणते आहे ते तुला?'' अधिकच चिंताग्रस्त होत मी पुन्हा विचारले.

''झाड म्हणते, मी आहे ना इथे, इथेच आहे. माझे नाव जीवन; अक्षय जीवन.'' ती उत्तरली.

म्हणून म्हणतो मी, की कैद्याचे मनोजीवन त्यांच्यावर बाहेरून लादलेल्या वातावरणापेक्षा त्यांनी स्वत: कळून सवरून घेतलेल्या निर्णयावर अधिक अवलंबून असते. ज्या कैद्यांचा छळछावणीतील अमानुष वातावरणात आपल्या मनोजीवनावरील ताबा सुटला, ज्यांनी त्या परिस्थितीत आपल्या नैतिकतेचा बळी दिला, त्यांचा पूर्णपणे अध:पात झाला. कैद्यांच्या मानसिक तपासणीत हेच आढळून आले. मग प्रश्न हा उरतो, की छावणीतील वातावरणात आपल्या जीवनावरचा स्वत:चा ताबा सुटू न देण्याकरता त्यांना काय करता आले असते? त्यांनी काय करायला हवे होते?

छळछावणीतून वाचलेल्या कैद्यांचे अनुभव ऐकले किंवा वाचले तर असे आढळून येते की, 'अनिश्चितता' ही त्यांना सर्वांत भयंकर शिक्षा वाटली. आपण येथे किती दिवस अडकून पडणार आहोत, हे त्यांना माहिती नव्हते. छावणीत हा प्रश्न विचारता येण्याची शक्यता नव्हती. तसे करणे निरर्थक होते. कैदेची मुदत अनिश्चित, आणि अमर्यादित स्वरूपाची होती. एका मनोवैज्ञानिकाने छावणीतील अस्तित्वाला 'अनंत अनिश्चित आयुष्य' असे म्हटले आहे.

छावणीत नव्याने आलेले कैदी तेथील परिस्थितीबाबत पूर्णतया अनभिज्ञ होते. दुसरीकडून छावणीत हलविले गेलेल्या कैद्यांना मौन बाळगणे भाग पडत होते – काही छावण्यांतून कोणीच बाहेर पडू शकले नव्हते – छावणीत आल्यावर कैद्यांच्या मनोवृत्तीत बदल होई. ह्या साऱ्याचा शेवट काय होणार ह्या विचाराने मन व्यापून जाई. ही परिस्थिती हे अस्तित्व, बदलेल तरी का नाही, बदलले तर कसे नि केव्हा हे कळणे दुरापास्त असे.

लॅटिन भाषेत 'फिनिस' (फिनिश) ह्या शब्दाला दोन अर्थ आहेत. एक अर्थ 'संपणे, शेवट' हा आहे तर दुसरा आहे 'साध्य'. ज्याला सध्याच्या अस्तित्वाचा शेवट कधी व कसा होणार हे जाणून घेण्याची शक्यता नव्हती, त्याला 'साध्या'चा विचार करणेही कठीण होते. सर्वसाधारण माणसे बघतात तशी भविष्याची स्वप्ने तो पाहू शकत नसे. भविष्याची स्वप्ने बघता न आल्याने त्याच्या मनाची घडणच बदलून जाई. लाकडास वाळवी लागली की होते तशी त्याच्या मनाची 'पोखरण' सुरू होई. छावणीव्यतिरिक्त इतरत्रदेखील थोड्याफार फरकाने हे दृश्य आपल्याला दिसते. उदाहरणार्थ : बेकारीने ग्रस्त झालेल्या माणसाच्या मनासदेखील अशीच

पोखरण लागते. भविष्याची स्वप्ने पाहण्याची त्याची क्षमतासुद्धा कमी होते. खाणीत काम करणारे मजूर बेकार झाल्यावर त्यांचे मानसिक वेळापत्रकच बदलून जाते. छावणीत देखील मानसिक वेळापत्रकाचे विरूपण होते. शारीरिक नि मानसिक छळाने ग्रस्त दिवसाची लांबी अमर्याद वाढलेली असे वाटत असे. याउलट सात दिवसांचा आठवडा कधी संपला ते कळत नसे. दिवस आठवड्यापेक्षा लांब होऊन काळाचा विपर्यास झाला असे वाटते. थॉमस मॅन नावाच्या लेखकाने आपल्या 'द मॅजिक माउन्टन' (जादूचा पर्वत) ह्या पुस्तकात, मानसिकदृष्ट्या छावणीतील कैद्यासारख्याच अवस्थेत असलेल्या लोकांविषयी – (उदाहरणार्थ केव्हा घरी जायला मिळेल हे न माहीत असलेले सॅनिटोरियम मध्ये असलेले क्षयाचे रोगी) असेच उद्गार काढले आहेत. भविष्याची स्वप्ने पाहता न आल्याने साध्य न ठरवू शकणाऱ्या त्या लोकांनाही कालविपर्यासाचा असाच अनुभव येतो.

छावणीत येताना स्टेशनपासून तळावर पोहोचेपर्यंत केलेल्या परेडमधल्या अनुभवाचे वर्णन करताना मला एक कैदी म्हणाला, ''मी जणू स्वत:च्या प्रेतयात्रेत भाग घेतला आहे, आपले भविष्य संपले आहे, मृत्यू होऊन आपले आयुष्य 'झाले संपले' या सदरात जमा झाले आहे असे मला भासत होते.'' इतर वाईट अनुभव अशा भावनांत भर घालत होतेच. बेमुदत कैद ही छळछावणीतील सर्वांत मोठी शिक्षा होती. त्यामुळे आयुष्याला रितेपण आल्यासारखे वाटे. जागेच्या संकल्पनेवरदेखील ह्या भावनेचा परिणाम होई. काटेरी कुंपणाबाहेरील जग आवाक्यापलीकडील अन् काल्पनिक असल्यासारखे वाटे. कुंपणापलीकडील माणसे, तेथील घटना साऱ्या भुताटकीसारख्या वाटत. बाहेरच्या जगातील कधीकाळी दिसणारी दृश्ये जणू आपण मृत्युलोकातून परत येऊन पाहत असल्यासारखी वाटत.

मनाने खचलेला अन् भविष्याची स्वप्ने न पाहू शकणारा कैदी मग भूतकाळात वावरायला शिके. भूतकाळात गेले की वर्तमानकाळातील भीषणतेची सत्यता कमी झाल्यासारखी कशी वाटे हे आपण मागे पाहिलेच आहे; परंतु अशा रीतीने वर्तमानकाळ हरवून बसण्यातदेखील धोका असे. कारण मग कैद्यांची, वर्तमानकाळातील काही संधींचा उपयोग करून घेण्याची क्षमता संपून जाई. छळछावणीतदेखील काही चांगले करण्याची संधी अधूनमधून गवसे. आधीच अनिश्चित अन् भविष्यहीन आयुष्यात वर्तमानदेखील हरवून बसल्याने कैद्याचे स्वत:च्या मनावरील नियंत्रण पूर्णतया सुटण्यास मदत होई. जीवनाला सामोरे जाऊन त्याच्याशी समर्थपणे टक्कर देण्याऐवजी ते डोळे मिटून भूतकाळातच वावरणे पसंत करीत. त्यांच्यासाठी आयुष्य संपूर्णत: दिशाहीन, निरर्थक बने. अत्यंत कठीण परिस्थितीत स्वत:ची स्वत:पलीकडे जाऊन उन्नती करण्याची संधी ते हरवून बसत. 'घन तमी शुक्र बघ राज्य करी' ह्या वचनाची सत्यता दिशाहीन बनलेले कैदी विसरून जात.

अशा वातावरणावर मात करून उच्च नैतिक ध्येय गाठणे फार थोड्यांनाच शक्य होते हे मी मागे सांगितलेच आहे. व्यावहारिक दृष्टीने अयशस्वी ठरलेल्या आणि मरणाच्या दारी गेलेल्या काही थोड्या लोकांस ही नैतिक उन्नतीची संधी मिळाली होती. साध्या आयुष्यात कदाचित त्यांना असे मोठेपण गाठता आले नसते. बिस्मार्कने म्हटले आहे, की आयुष्याचा अनुभव कधी कधी दाताच्या डॉक्टरकडे जाण्यासारखा असतो. आपण आणखी दुखणार म्हणून वाट पाहत राहतो अन् तोवर सारे काही संपून गेलेले असते. छावणीतील आमच्यासारख्या सर्वसाधारण कैद्यांचा अनुभव तसाच होता. आयुष्यातील साऱ्या संधी आपल्याला मागे टाकून निघून गेल्या असेही आम्हाला वाटत होते. खरे तर परीक्षा आणि स्वत:ला उच्चपदाकडे न्यायच्या संधी दोन्ही सतत पुढे येतच होत्या. कसोशीचा प्रयत्न करून आपण त्यात उत्तीर्ण व्हायचे का त्यांना डावलून बहुतांश कैद्यांसारखे भाजीपाल्यासारखे क्रियाहीन आयुष्य काढायचे, हे आपल्यालाच ठरवायचे होते.

छावणीतील मन मारणाऱ्या दूषित वातावरणाला टक्कर देण्यासाठी कैद्यांना तयार करायचा, त्यांचे मनोबल वाढवायचा, त्यांना आत्मघातकी मार्गावरून परतविण्याचा एकच मार्ग तेथे उपलब्ध होता. तो म्हणजे त्याला त्याच्या पुढील आयुष्यातील साध्याची ओळख करून द्यायची. मानसोपचाराचा हा फार महत्त्वाचा भाग होता. मानवी जीवनाचे वैशिष्ट्य हे आहे, की भविष्याकडे बघतच तो वर्तमान जगू शकतो. अत्यंत कसोटीच्या काळातून यशस्वीरीत्या मुक्त व्हायचा तोच एक उपाय असतो. काही कैदी स्वत:तील उपजत प्रेरणेने हा मार्ग शोधण्यात यशस्वी होत. कधीकधी मात्र खचून गेलेल्या मनाला महत्प्रयासाने आपले साध्य शोधायला शिकवावे लागे. कैद्याला कधीकधी मोठ्या कष्टाने मन साध्यावर केंद्रित करायला शिकावे लागे.

मला स्वत:चाच असा एक अनुभव आठवतोय. एकदा फाटक्या जोड्यांनिशी लांबवर चालत जात असता माझ्या पायावर व्रण येऊन ते भयंकर दुखू लागले. मी लंगडत काही किलोमीटर दूर असलेल्या कामाच्या जागी जायचा प्रयत्न करीत होतो. अतीव दुखण्याने माझे डोळे भरून येत होते. थंडगार बोचरा वारा अंगाला झोंबत होता. ह्या फुटक्या आयुष्यातील अगणित दु:खांनी मन पोळत होते. मनात विचारांचे काहूर माजले होते. काय बरे असेल आज रात्रीच्या जेवणात? एखादा लहानसा मांसाचा तुकडा असला तर माझा पावाचा तुकडा देऊन बदल्यात तो घ्यावा का? पंधरवड्यापूर्वी अधिक काम करून मिळवलेली माझी शेवटची सिगारेट देऊन जास्तीचे सूप पदरात पाडावे? जोड्याचे बंद म्हणून वापरत असलेली तार तुटून गेली होती. कुठे बरं मिळेल दुसरा तारेचा तुकडा? दुखऱ्या पायांनी कामाच्या जागी मला वेळेवर पोहोचता येईल का? का उशिरा पोहोचल्याने वेगळ्याच अनोळखी तुकडीबरोबर मला काम करावे लागेल? त्या तुकडीवरील अधिकारी जास्त दुष्ट तर नसेल? त्या

दुसऱ्या 'कापो'शी सूत कसे बरे जुळवावे? ते जमले तर ह्या लांबवरच्या कामाच्या जागेऐवजी छावणीतल्याच एखाद्या कामावर तो माझी नेमणूक करेल का? तसे झाले तर रोज कराव्या लागणाऱ्या ह्या लांब परेडचा त्रास तरी वाचेल.

दररोज क्षणाक्षणाला छळणाऱ्या ह्या आयुष्याचा मला अगदी उबग आला. ह्या असल्या अत्यंत महत्त्वाच्या, पण लहानसहान गोष्टींचा विचार करण्यात आपल्या आयुष्याचा व्यय होतोय हे लक्षात आल्यावर तर मला सगळ्यांचा वीट आला. मग बळजबरीने माझ्या मनाचे तट्टू मी दुसरीकडे वळविले. एकाएकी मला मी दिसलो. उबदार, भरपूर उजेड असलेल्या सुरेख सभागृहातील व्यासपीठावर मी उभा होतो. गाद्यांच्या खुर्चीवर बसलेला माझ्यासमोरील श्रोते समुदाय तन्मयतेने माझे भाषण ऐकत होता. 'छळछावणीतील मनोवृत्ती' ह्या विषयावर मी भाषण देत होतो. मला जाचत असलेले सारे दु:ख जणू व्यक्तिनिरपेक्ष झाले. मी तटस्थ शास्त्रज्ञाच्या दृष्टिकोनातून त्यांना न्याहाळत त्यांचे वर्णन करीत होतो. तसे केल्याने मला सद्य:परिस्थितीवर मात करता आली. जणू काही हा वर्तमानकाळ कधीच भूतकाळात जमा झाला होता. मी आणि माझे दु:ख माझ्याच अभ्यासाचे वेधक विषय बनले होते.

'स्पिनोझा' म्हणतो, ''त्रासाचे रंगरूप व्यवस्थितपणे रेखाटले की त्रासातील त्रासिकता संपते.''

भविष्यावरील –स्वत:च्या भविष्यावरील विश्वास उडालेला कैदी भविष्यच हरवून बसतो. त्याची आध्यात्मिक बैठकच उद्ध्वस्त होते. त्याचा शारीरिक अन् मानसिक क्षय सुरू होतो. एका अवचित क्षणी तो पूर्णपणे ढासळतो. छावणीतील अनुभवी कैद्यांना असे प्रसंग चांगले परिचयाचे झाले होते. आम्हाला अशा अवस्थेची फार भीती वाटे. स्वत:साठी नव्हे, कारण स्वत: त्या अवस्थेत गेल्यावर सारे संपलेले असणार हे आम्हाला माहिती होते; परंतु आपला सहकारी अथवा मित्र कोसळलेला पाहिला की आमची भीतीने गाळण उडे. अचानक एका सकाळी कुणीतरी बिछान्यातून उठून, तोंड धुवून परेड मैदानावर जायचे नाकारी. त्याला उभे करायला केलेल्या विनवण्या, दाखविलेला धाक, प्रसंगी दिलेले बुक्केसुद्धा निकामी ठरत. तो हालचाल न करता, नि:स्तब्ध पडून राही. आजारी असला तरी रोग्यांसाठी असलेल्या 'उपचार केंद्रात' जायचे नाकारी. त्या अवस्थेतून स्वत:ला बाहेर काढण्यासाठी तो काहीही करण्याचे नाकारी. नुसता हताश झालेला तो मग स्वत:च्याच विष्ठेत पडून राही. त्याला कसलेच सोयरसुतक उरलेले नसे.

एकदा मला भविष्याची आशा हरवून बसणे नि शरीरस्वास्थ्य ह्याचा किती निकटचा संबंध आहे ते प्रत्यक्ष पाहण्याचा योग आला. आमच्या गटाचा वॉर्डन माझ्याजवळ येऊन, 'मला तुला काही सांगायचंय' असे म्हणू लागला. ऑपेरा संगीत रचनाकार म्हणून बऱ्यापैकी नावाजलेला माणूस होता तो. ''डॉक्टर, मला

एक विचित्र स्वप्न पडले. स्वप्नात एक आवाज मला म्हणाला, की तू कसलीही इच्छा करू शकतोस. कुठलाही प्रश्न विचारू शकतोस. मात्र तुला खरोखर जे जाणून घ्यायचे आहेच तेच विचारायला हवे. तुला तुझ्या प्रश्नाचे उत्तर मिळेल. मी काय विचारले माहीत आहे? मी विचारले की माझ्यासाठी हे युद्ध केव्हा समाप्त होईल? डॉक्टर तुम्हाला कळला का मी विचारलेला प्रश्न? 'माझ्यासाठी' युद्ध केव्हा संपेल? आपल्या दु:खाचा शेवट कधी होईल? केव्हा सुटू आपण या छळछावणीतून?''

''तुला हे स्वप्न कधी पडले?'' मी विचारले.

''फेब्रुवारी १९४५ मध्ये.''

आमचा संवाद झाला तेव्हा मार्च महिन्याची सुरुवात होती.

''काय उत्तर दिले तुला स्वप्नातल्या आवाजाने?''

गुपचूप काही सांगावे तसे तो माझ्या कानात कुजबुजला, ''तीस मार्चला.''

मला हे सांगताना तो आशेने फुलून आला होता. स्वप्नातील आवाजाच्या खरेपणाबद्दल त्याला मुळीच शंका नव्हती. स्वप्नातील ते बोल खरे होणार हा विश्वास त्याला होता. जसजशी सांगितलेली तारीख जवळ येऊ लागली, आमच्यापर्यंत पोहोचणाऱ्या बातम्यांत युद्ध संपण्याची, आमच्या सुटकेची कुठलीच चिन्हे दिसेनात, तसतशी त्याची आशा मावळत चालली. मार्चच्या एकोणतीस तारखेस त्याला खूप ताप भरला, तीस तारखेला भ्रम होऊन त्याची शुद्ध गेली आणि एकतीस तारखेस तो मरण पावला. वैद्यकीय निदान तो टायफसने मरण पावला, हे होते.

माणसाची मन:स्थिती, त्याची आशा, निराशा, धैर्य, दुर्बलता, व त्याची शारीरिक अवस्था, त्याची रोगप्रतिबंधक शक्ती ह्यांचे नाते किती निकटचे आहे हे ज्यांना माहिती आहे, त्यांनाच आशेचा दीप मालवणे हे शरीराला किती घातक असू शकते ते कळू शकेल. माझ्या मित्राच्या मृत्यूचे खरे कारण होते त्याच्या आशाअपेक्षांचे मरण. जेव्हा त्याला सांगितलेला आमच्या सुटकेचा दिवस जवळ येऊनही आमच्या सुटकेची चिन्हे दिसेनात तेव्हा त्याची घोर निराशा झाली. त्याच्या शरीरातील जंतुप्रतिबंधक शक्तीचा लय झाला. तेथे वास करीत असलेल्या टायफसच्या जंतूंनी त्याच्या शरीराचा ताबा घेतला. स्वत:च्या भविष्यावरचा त्याचा विश्वास ढासळला, त्याशिवाय जगण्याची इच्छा मेली आणि त्याचबरोबर त्याच्या देहानेही ठाव सोडला. अखेर त्याच्या स्वप्नातील आवाजाचे बोल खरे ठरले. 'त्याची' सुटका झाली.

ह्या केसचे अवलोकन करून काढलेले माझे निष्कर्ष आणि छावणीतील प्रमुख वैद्याने मला सांगितलेले त्याचे अनुभव अगदी तंतोतंत जुळतात. एकोणीसशे चव्वेचाळीसचा नाताळ नि एकोणीसशे पंचेचाळीसचे नवे वर्ष यामधील काळात आमच्या छळछावणीतील मृत्यूंचे प्रमाण अपेक्षेबाहेर वाढले. प्रमुख वैद्याच्या म्हणण्याप्रमाणे त्याचे कारण आमची वाढती उपासमार, चढते कष्ट, वाईट हवा किंवा

नवीन साथ हे नव्हते. बहुतेक कैद्यांना आशा वाटत होती, की निदान ह्या नाताळात तरी सुटका होऊन आपल्याला घरी जाता येईल. नाताळ आला अन् युद्ध संपून सुटका होण्याची चिन्हे दिसेनात तेव्हा साऱ्यांचा धीर खचला. घोर निराशेने त्यांना ग्रासले. त्यांची प्रतिकारशक्ती संपली आणि खूपसे लोक मरण पावले.

मागे म्हटल्याप्रमाणे माणसाची गेलेली आशा त्याला परत मिळवून द्यायची असेल, त्याचे मनोबल वाढवायचे असेल तर त्याच्यासमोर कुठलेतरी साध्य ठेवणे अत्यंत आवश्यक असते. तत्त्वज्ञानी 'नित्शे'ने म्हटले आहे, की ज्याला 'कशासाठी' जगायचेय हे कळले तो 'कसाही' जगू शकतो. कैद्यांची काळजी घेणाऱ्या मनोवैज्ञानिकांनी हे तत्त्व दीपस्तंभासारखे सतत डोळ्यांसमोर ठेवायला हवे. छळछावणीतील भयाण अस्तित्वात जगत राहाण्यासाठी मनोवैज्ञानिकांनी कैद्यांना जमेल तेव्हा त्यांच्या जगण्याचे कारण दाखवायला, पटवायला हवे. ते जमले तर कैद्यांना जगण्याचा मार्ग सापडण्याची शक्यता वाढेल. ज्यांना तो मार्ग सापडत नाही, जगण्याचे ध्येय गवसत नाही, जीवनात काही तथ्य राहिले आहे असे वाटत नाही, त्यांना जगण्यात काहीच अर्थ वाटत नाही. त्यांना धीर देण्याच्या प्रयत्न करणाऱ्यांना 'आयुष्याकडून आता माझ्या कुठल्याच अपेक्षा राहिल्या नाहीत.' असे सांगून ते निरुत्तर करतात.

अशा छळछावणीतील परिस्थितीत आम्हाला आमचा स्वत:चा दृष्टिकोन बदलण्याची फार आवश्यकता होती. आयुष्याकडून आपल्या काय अपेक्षा आहेत किंवा असाव्यात, ह्याचा विचार करण्याऐवजी 'आयुष्य आपल्याला काय आव्हान करतंय' हे आम्हाला स्वत:ला आणि धीर सोडून बसलेल्यांना शिकवायची गरज होती. आयुष्याला काय अर्थ आहे असे विचारण्याऐवजी आयुष्यातील प्रत्येक तासाला, प्रत्येक क्षणाला आपण काय अर्थ देऊ शकतो हे आयुष्य आपल्याला विचारत आहे हे समजून घ्यायला हवे आणि उत्तर केवळ भाषणात नि उपासनेत न शोधता आपल्या वागण्यात नि कृतीत शोधायला हवे. शेवटी आयुष्य म्हणजे जबाबदारी अंगावर घेऊन आपल्यापुढे ठाकलेल्या प्रश्नांचे योग्य उत्तर शोधणे, त्यातील गुंता सोडवायचा कसोशीचा प्रयत्न करणे हेच असते ना?

आयुष्याने समोर ठेवलेल्या समस्या सोडवायचा प्रत्येकाचा मार्ग आणि त्याला सापडलेले उत्तर वेगवेगळे असू शकते. परिस्थितीनुसार त्यात बदलदेखील होऊ शकतात. म्हणूनच आयुष्यातील अर्थाची सरसकट एकच व्याख्या करता येणार नाही. ह्याचा अर्थ आयुष्य म्हणजे काहीतरी धूसर, अनाकलनीय आहे असे नाही. आयुष्य मूर्त, नि:संदिग्ध असते. त्याबाबतच्या जबाबदाऱ्याही तशाच मूर्त असतात. प्रत्येकासाठी नियती आपापला आकार घेऊन येते. त्याची तुलना दुसऱ्याच्या आयुष्याशी इतरांच्या नियतीशी करणे योग्य नसते. तसेच आयुष्यातील

स्थिती बदलती असल्याने दर वेळी परिस्थितीनुसार नवनवीन उत्तरे शोधायचीदेखील गरज असते. कालचे उत्तर आजच्या अवस्थेत बरोबर ठरेल असे खात्रीलायकपणे म्हणता येणार नाही. प्राप्त परिस्थितीत अनेकदा आपल्या हाताने आपले प्रारब्ध ठरवावे लागते, तर कधी आलेल्या संधीचा उपयोग कसा करून घ्यायचा हे शिकावे लागते. क्वचित कधी आलेले प्रारब्ध स्वीकारायलादेखील शिकावे लागते. आला क्षण आपापली अपूर्वाई घेऊन येतो. प्रत्येक समस्या तिचे उत्तर मागत असते. जेव्हा दुर्भाग्य समोर येऊन ठाकते तेव्हा नियतीने आपल्याला घातलेले ते एक आगळेवेगळे कोडे आहे असे समजून ते स्वीकारावे लागते. आपले भोग आपण कुणाला वाटून देऊ शकत नाही. ते दुःखभोग आपल्याला त्यांच्याशी सामना करायची अनुपम पद्धत निवडायची संधी देतात. तुम्ही म्हणाल मी भरकटतो आहे, निव्वळ तत्त्वज्ञान सांगतो आहे. तसे नाही. छळछावणीतील आम्हा कैद्यांसाठी केवळ वेळ घालविण्यासाठी म्हणून केलेल्या किंवा मतप्रणाली म्हणून मांडलेल्या ह्या चर्चा नव्हत्या. केवळ अशी विचारपद्धतीच आमच्या उपयोगी पडू शकणार होती. आम्हाला निराशेच्या खोल गर्तेत पडण्यापासून वाचवू शकणार होती. जेव्हा येथून जिवंत बाहेर पडायचा कुठलाही मार्ग समोर नव्हता, तेव्हा वरील विचार आम्हाला दिशा दाखविण्यास कामी पडत होते. धनदौलत जमविणे, काहीतरी मोलाचे काम करणे, आपले ध्येय गाठणे वगैरे पूर्वायुष्यातील सफल जीवनाच्या आमच्या व्याख्या कधीच कालप्रवाहात वाहून गेल्या होत्या. आता आमच्यापुढे जीवन-मरणाच्या चक्राचा, त्यातील यातनांचा अर्थ समजून घेण्याचा प्रयत्न करणे, समस्यांना समर्थपणे, मानाने समोर जाणे एवढे एकच काम बाकी होते.

क्लेशाचा अर्थ कळल्यानंतर त्यांच्याकडे दुर्लक्ष करणे, ते नाकारणे, किंवा खोटी आशा बाळगून छळाचे मानसिक मोल कमी करण्याचा प्रयत्न करण्याचे आम्ही सोडून दिले. भोग भोगणे हेदेखील आयुष्यातील एक अपरिहार्य कार्य आहे असे समजून त्याच्याकडे पाठ फिरविणे आम्ही सोडून दिले. कवी 'राईल्क'ने विचारल्याप्रमाणे ''अजून किती भोग बाकी आहेत बरं?'' असं विचारत आम्ही ते भोगायच्या व त्यातील (आम्हाला उन्नतीस नेणाऱ्या) संधी शोधायच्या मार्गी लागलो. भोग तर अनंत होतेच. तेव्हा गुपचूप अश्रू ढाळण्याच्या व अगतिक होण्याच्या क्षणांना कमीत कमी वेळ देत कंबर कसून दुःखांना सामोरे जाणे भाग होते. अश्रूंची लाज बाळगण्याचे कारण नव्हते. माणूस नियतीस धैर्याने तोंड देत असल्याचे ते साक्षी होते नि द्योतक होते. काही लोकांनी ते ओळखले. आपण अधूनमधून अश्रू ढाळत असल्याची ते ओशाळवाणे होत कबुली देत. एकदा बरोबरच्या सहकाऱ्याला, ''तुझ्या पायावरची सूज कशाने कमी झाली?'' असा प्रश्न केला असताना त्याने, ''मी रडून ती डोळ्यांवाटे घालवून टाकली.'' अशी प्रांजळ कबुली दिली.

छळछावणीत, संधी मिळेल तेव्हा, वैयक्तिक अथवा सामुदायिक मानसोपचाराची सुरुवात हलक्या पावलांनी होत होती. वैयक्तिक उपचाराची वेळ बहुधा आणीबाणीच्या प्रसंगी येई. माणसाचा जीव वाचविण्यासाठी केलेले ते उपचार असत. कैद्यास आत्महत्येपासून परावृत्त करणे हे महत्त्वाचे होते. छावणीतील कसोशीने पाळल्या जाणाऱ्या नियमांप्रमाणे कुणी गळ्याभोवती दोर बांधून स्वत:स फाशी देण्याचा प्रयत्न करीत असेल तर तो दोर कापण्याची इतरांना सक्त मनाई होती, तसेच आत्महत्येचा कुठलाही प्रयत्न करणाऱ्यास वाचविण्याचा प्रयत्न करण्याची परवानगी नव्हती. तेव्हा मुळात असा प्रयत्नच न होऊ देणे हे फार महत्त्वाचे होते. मला दोन केसेस चांगल्या आठवताहेत. दोन्हींत बरेच साम्य होते. दोघांनी आत्महत्या करण्याच्या आपला हेतूंची वाच्यता केली होती, दोघेही आत्महत्येचे कारण, ''आता आयुष्यात काही अर्थ राहिला नाही.'' हे असल्याचे सांगत होते. दोघांनाही, 'आयुष्य तुमच्याकडून काही मागतंय' हे समजावून सांगणे अत्यंत अगत्याचे होते. त्यांच्या भविष्याशी त्यांची ओळख करून देणे, त्यातील त्यांच्या कर्तव्यांची त्यांना जाणीव देणे फार महत्त्वाचे होते. शोध करता आम्हाला ती कारणे सापडली. एकाचे, त्याचे अत्यंत लाडके असलेले मूल परदेशात होते. ते त्याची वाट पाहत होते. त्या मुलासाठी असलेली त्याची जागा इतर कोणालाही भरून काढणे शक्य नव्हते. दुसरा शास्त्रज्ञ होता. त्याने पुस्तकमालिका लिहिल्या होत्या, पुस्तक प्रकाशनाचे काम व्हायचे होते. ते काम इतर कोणीही पूर्ण करू शकणार नव्हते. प्रत्येकाच्या आयुष्यात त्यातील प्रेमाची, कर्तृत्वाची, निर्मितीची अद्वितीयता होती. त्या अपूर्वतेत प्रत्येकाच्या जीवनाचा अर्थ वेगवेगळा अन् मोहक होता. हे समजून घेतले तर आपल्या आयुष्यातील विशिष्ट अर्थ टिकविण्यासाठी असलेल्या स्वत:च्या जबाबदारीची जाणीव होते. ओघानेच त्यासाठी स्वत:चे जगणे आवश्यक आहे हे पटू लागते. ज्याला आपण कुणासाठी तरी, कशासाठी तरी जबाबदार आहोत हे समजून येते, त्याला आपले आयुष्य वाऱ्यावर फेकून देता येत नाही. त्याला कशासाठी जगायचे ते कळते. मग तो कसे जगायचे ते शोधून काढतो.

छावणीत सामुदायिक मानसोपचाराच्या संधी मिळणे दुरापास्त असे. अशा वेळी उदाहरणाने शिकविणे महत्त्वाचे होऊन बसे. शब्द वापरता येत नसत तेव्हा कृतीने दिशा दाखविता येत असे, व ते अधिक परिणामकारी ठरत असे. काही वॉर्डन्स वरिष्ठांच्या अत्याचारी वागणुकीशी सहमत नसत. स्पष्टपणे बोलणे शक्य नसले तरी अशा वॉर्डन्सना आपल्या न्यायपूर्ण व धीर देणाऱ्या अनेक लहानमोठ्या कृतींतून त्यांच्या ताब्यात असलेल्या कैद्यांना नैतिक प्रोत्साहन देता येई. त्यांच्या सहानुभूतिपूर्वक वर्तनाचा ताबडतोब परिणाम होई आणि तो जास्त काळ टिकणारा असे. जेव्हा भोवतालची परिस्थिती अनुकूल वातावरण तयार करी, तेव्हा शब्ददेखील

अत्यंत उपयोगी ठरत. ह्याचा प्रत्यय मला आमच्या झोपडीतील कैद्यांवर सामुदायिक मानसोपचार करण्याचा प्रसंग पडला त्या वेळी आला. भोवतालच्या वातावरणाने त्यांचे मन माझे म्हणणे ऐकून घ्यायला तयार केले होते, त्यामुळे माझे शब्द परिणामकारक ठरले.

तो दिवस फार वाईट होता. परेड करायच्या वेळी एक घोषणा करण्यात आली होती. ''आजपासून अमुक तमुक गोष्टींस 'घातपाती कारवाया' म्हणून संबोधण्यात येईल. त्या गोष्टी करणाऱ्यास फाशीची शिक्षा देण्यात येईल.'' 'घातपाती कारवायां'च्या व्याख्येत, दुखऱ्या पावलाला आधार देण्यासाठी जुन्या पांघरुणाची चिंधी फाडणे, (भुकेपोटी) छोटासा पावाचा तुकडा चोरणे अशांसारख्या किरकोळ 'गुन्ह्यांचा' समावेश होता. थोड्याच दिवसांपूर्वी भुकेने व्याकूळ झालेल्या एका कैद्याने कोठाराचे दार फोडून थोड्याशा बटाट्यांची 'चोरी' केली होती. चोरी उघडकीस आली. काही कैद्यांनी चोराला ओळखले होते. अधिकाऱ्यांना ही गोष्ट कळताच त्यांनी 'गुन्हेगाराला आमच्या हाती सोपवा नाहीतर सर्वांस एक दिवसाचा संपूर्ण उपास पडेल.' अशी धमकी दिली. छावणीतील अडीच हजार कैद्यांनी उपास करण्याचे पत्करले.

त्या संध्याकाळी उपाशी अन् निरुत्साहित झालेले आम्ही सारे आमच्या मातीच्या झोपडीत पडलो होतो. कुणी फारसे बोलत नव्हते. बोललेला प्रत्येक शब्द जणू चिडचिड वाढविणारा वाटत होता. भरीला भर म्हणून की काय छावणीतील दिवे गेले. वातावरण तंग झाले होते. आमचा वरिष्ठ वॉर्डन अनुभवी नि समंजस होता. त्याने आमची मन:स्थिती प्रतिबिंबित करणारे एक छोटेसे भाषण करून आम्हाला बोलते केले. गेल्या काही दिवसांत आजाराने अथवा आत्महत्या करून मरण पावलेल्या आमच्या अनेक सहकाऱ्यांबद्दल तो बोलला. अनेकांच्या मृत्यूस कारणीभूत होणाऱ्या नैराश्याबद्दल तो बोलला. घोर निराशेच्या गर्तेत हरविण्याआधी ती थांबविण्याचा कुठलातरी मार्ग असेलच, असे विधान त्याने केले. मग माझ्याकडे बोट दाखवत साऱ्यांना योग्य सल्ला देण्यासाठी त्याने मला नेमले.

त्या वेळी मी कुणालाही, कुठलाही सल्ला अथवा उपदेश द्यायच्या मन:स्थितीत नव्हतो. कैद्यांना आवश्यक असलेले मानसोपचार मी करू शकत नव्हतो. मी थंडीने गारठलेला होतो, उपाशी होतो, अतीव थकव्यामुळे चिडचिडा झालेला होतो. तरीदेखील प्रयत्न करणे मला भाग होते. आलेल्या अनमोल संधीचा फायदा घेणे त्या वेळी अत्यावश्यक होते. त्या वेळी सर्वांना धीर देणाऱ्या शब्दांची अत्यंत निकड होती. मी सुरुवात केली.

प्रथम मी आम्हाला मिळत असणाऱ्या लहानमोठ्या 'सुखांची' नोंद केली. ''जरी दुसऱ्या जागतिक युद्धाच्या खाईत रुतलेल्या युरोपातील आपला हा सहावा गोठविणारा हिवाळा असला, तरी आपली अवस्था सर्वांत भयंकर नाही. आपल्यापैकी

प्रत्येकाने स्वत:ला विचारून पहावे की आतापर्यंत, कधीही भरून न काढता येईल असे आपले काय नुकसान झाले आहे? परीक्षण केल्यास अशा नुकसानाचे प्रमाण कमी असल्याचेच आढळून येईल. जोपर्यंत जिवात जीव आहे तोपर्यंत आशा आहे. आपले आरोग्य, हरवलेले नातेवाईक, व्यावसायिक कुशलता, पूर्वायुष्यातील पदाधिकार, समाजातील आपले स्थान, पैसा हे सर्व काही आपण परत मिळवू शकू. आपली हाडे शाबूत आहेत तोवर सारे काही शक्य आहे. इथल्या अनुभवांचा भविष्यात आपल्याला उपयोग करून घेता येईल.'' असे म्हणत मी तत्त्वज्ञानी 'नित्शे' ह्याच्या 'जे मला ठार मारून टाकत नाही ते माझे सामर्थ्य वाढविते.' ह्या उक्तीची त्यांना आठवण करून दिली.

नंतर मी भविष्याबद्दल बोलू लागलो. मी म्हटले, ''नि:पक्षपातीपणे पाहिल्यास आपले भविष्य निराशाजनक दिसते हे खरेय. तुम्ही स्वत:च बघा. जिवानिशी वाचण्याची आपली शक्यता किती कमी आहे ते आठवून पहा. सध्या छावणीत टायफसची साथ नसली तरी मला मी जिवंत राहण्याची शक्यता एक वीसांश असेल असे वाटते. तरीदेखील निराश होऊन आपले आयुष्य फुकाफुकी घालवायची माझी तयारी नाही. पुढच्या तासाचाच भरवसा नाही, तेव्हा भविष्यात काय लिहिलेय कोणी सांगावे. पुढील काही दिवसांत काहीतरी सणसणीत घडेल आणि युद्ध संपेल अशी अपेक्षा जरी आपण करू शकत नाही, तरीदेखील कधीकधी अकस्मातपणे संधी पुढ्यात येऊन ठाकतात हे छळछावणीत दिवस काढलेल्या आपल्या लोकांइतके इतर कुणालाच कळणार नाही. निदान एकट्यादुकट्याच्या बाबतीत तर हे खरेच शक्य आहे. कदाचित उद्या अनपेक्षितपणे आपली दुसऱ्या तुकडीत कामासाठी बदली होईल. कुणी सांगावे, त्या तुकडीवरील पहारेकरी सहृदय असेल.'' (जरा बरे वातावरण असलेल्या तुकडीत काम करायला मिळणे, ह्याला छळछावणीत आम्ही नशीब उघडणे म्हणत असू.)

मी केवळ पडद्याआडील भविष्याबद्दलच बोलून थांबलो नाही. मी भूतकाळाविषयी देखील बोललो. येथे येण्याआधी अनुभवलेले आनंद, व त्या आनंदांचे ह्या काळ्याकुट्ट वातावरणालाही भेदून आजही आपल्यापर्यंत येऊन पोहोचणारे किरण ह्याची मी त्यांना जाणीव करून दिली. मी प्रवचनकार असल्यासारखे बोलतोय असे त्यांना वाटू नये म्हणून मी माझ्या पुष्ट्यर्थ एका कवीचे अवतरण वापरले. ''जगातील कुठलीही शक्ती आपले अनुभव हिरावून घेऊ शकत नाही. ह्या वेळेपर्यंत आपण केलेली कृत्ये, आपले विचार, भोगलेले भोग, हे कोणीही नष्ट करू शकत नाही. भूतकाळ असला तरी तो आपण अनुभवलेला भूतकाळ असतो. भूतकाळातील आपले असणे हे देखील असणेच असते. आणि ते चिरंतन अन् शाश्वत असते.''

त्यानंतर मी आयुष्याला अर्थ देणाऱ्या संधींबद्दल बोललो. प्रत्येक जीवनाचा

काहीतरी हेतू असतो म्हणूनच कुठल्याही परिस्थितीत त्यातील अर्थ कायम असतो, हे मी माझ्या गलितगात्र होऊन पडलेल्या माझ्या सहकाऱ्यांना सांगितले. मधूनच कुणीतरी सोडलेले नि:श्वास मला ऐकू येत होते.

जीवनात भोग, अभावग्रस्तता, दु:ख, मृत्यू ह्यांचादेखील समावेश असतोच. अंधारात माझे बोलणे तन्मयतेने ऐकत असणाऱ्या झोपडीतील कैद्यांना मी आमच्या परिस्थितीचे गांभीर्य आणि त्यातील आव्हान यांचा स्वीकार करायला उत्तेजन दिले. ''धीरोदात्त बना, आशा सोडू नका. आपल्याला द्यावी लागत असणारी झुंज फार मोठी आहे, पण म्हणून लढा देताना आपण आपला आत्मसन्मान सोडून देता कामा नये. धैर्यानेच प्राक्तनाला सामोरे जायला हवे. कठीण समयातही आपल्या प्रत्येकाच्या डोक्यावर कुणाचातरी वरदहस्त, कुणाच्यातरी शुभेच्छा आहेत हा विश्वास बाळगा. चांगला मित्र, बायको, कुणीतरी, मग ते जिवंत असोत वा नसोत आणि देव आपल्यावर छत्र धरून आहे. त्या सर्वांना निराश करू नका. त्यांना आपण मरणालाही कसे सामोरे जात आहोत, दु:ख, भ्याड वृत्तीने न भोगता शौर्याने कसे भोगतो आहोत हे दिसू द्या.''

आणि शेवटी मी त्यागाबद्दल बोललो. एकही त्याग व्यर्थ नसतो हे सांगितले. ''त्यागाचे स्वरूपच असे असते की तो निरर्थक आहे असे वाटते. विशेषत: भौतिक जीवनात तसे वाटण्याची शक्यता अधिकच असते. प्रत्यक्षात मात्र आपल्या त्यागाला अमाप अर्थ आहे. श्रद्धाळू माणसास माझे बोलणे कळायला काहीच त्रास पडणार नाही.'' मी त्यांना आमच्या एका सहकाऱ्याची गोष्ट सांगितली. ''छळछावणीत आल्यावर त्याने देवाला साकडे घातले. माझ्या प्रियजनांचा शेवट दु:खमय होऊ देऊ नकोस, त्यापेक्षा मला मृत्यू आला तरी हरकत नाही, म्हणून त्याने देवाला विनवले. त्याग नि मृत्यू ह्यामागील सखोल अर्थ तो जाणून होता. त्याला उगाचच मरायचे नव्हते, तर कशासाठी तरी, कुणासाठी तरी मरायचे होते. आपल्यापैकी कुणालाच निरर्थक मरायचे नाहीये.''

माझ्या बोलत राहण्याचे कारण, त्या तिथे, त्या वेळी, त्या तशा घोर निराशाजनक परिस्थितीत जगण्यासाठी कारण शोधणे एवढेच होते. आशेला जागे ठेवण्याची तेव्हा फार निकड होती. माझा हेतू सफल होत असल्याचे मला आढळून आले. दिवे आले तेव्हा त्या झोपडीतील माझे सहकारी आपली जीर्ण जर्जर शरीरे घेऊन खुरटत, लंगडत माझ्याजवळ येऊन अश्रुपूर्ण नयनांनी मला धन्यवाद देत होते. मला येथे हेदेखील कबूल करायचे आहे, की बांधवांशी आंतरिक दुवा साधण्यासाठी लागणारे असे मनोबल माझ्याकडे फार कमी वेळा असायचे. दुर्दैवाने तसे घडवून आणायच्या अनेक संधी बहुधा मी दवडल्या असाव्यात.

आता आपण छळछावणीतील अमानुष अनुभवांतून गेलेल्यांच्या मानसिक

अवस्थेच्या तिसऱ्या टप्प्याचे परीक्षण करू या. ही अवस्था होती छावणीतून सुटका झाल्यानंतरची. हो, पण त्या आधी मला एका वारंवार विचारल्या जाणाऱ्या प्रश्नाचे उत्तर द्यायला हवे. हा प्रश्न विचारणारे आहेत मनोवैज्ञानिक, विषेशत: ज्यांना छळछावणीतील परिस्थितीची समग्र माहिती प्रत्यक्षपणे कळली, असे मनोवैज्ञानिक. कैद्यांकडून त्यांच्यावर झालेल्या अत्याचारांचे वर्णन ऐकले, छळ झाल्याचे पुरावे त्यांना दिसले, अघटित घटना घडल्याचे त्यांना पटले, की त्यांच्या प्रश्नांची सुरुवात व्हायची. तुमच्यावर देखरेख करणाऱ्यांच्या मनोवृत्तीबद्दल तुम्ही काय सांगू शकता हा तो प्रश्न असायचा. रक्तामांसाचा चालता बोलता माणूस तशाच दुसऱ्या माणसाला इतक्या आसुरी पद्धतीने, इतक्या क्रौर्याने वागवायला प्रवृत्तच कसा होऊ शकतो हे गूढ प्रश्नकर्त्यांना असायचे. जास्त पाल्हाळ न लावता ह्या प्रश्नाचे उत्तर द्यायच्या आधी काही गोष्टींकडे मी तुमचे लक्ष वेधू इच्छितो.

पहिला मुद्दा हा, की देखरेख करणाऱ्यांमध्ये काही खरोखरच क्रौर्यात आनंद घेणारे, दुसऱ्याच्या दु:खाने सुखावणारे, परपीडनात सुख मानणारे असे मनोविकृतीने पछाडलेले लोक होते.

दुसरे असे, की इतरांशी स्नेहबंध जोडू न शकणाऱ्या विकृत व्यक्तींना, छळछावणीतील कैद्यांवर देखरेख करण्याच्या कामावर निवडणूक करताना प्राधान्य दिले जायचे. त्या कामासाठी दयाबुद्धीचा अभाव असणाऱ्यांची मुद्दाम निवड केली जाई.

दोन तास अपुऱ्या कपड्यांनिशी थंडगार बर्फात काम केल्यानंतर जर दोनचार मिनिटे शेकोटीजवळ उभे राहायची परवानगी मिळाली, तर आम्हाला गगनात मावेनासा आनंद होई. कामाच्या जागेवरील बारीकसारीक काड्या काटक्या टाकून पेटवलेली ती लहानशी शेकोटी असे. अशा वेळी हमखास, आमचा हा लहानसा आनंद हिरावून घेण्यातच समाधान मानणारे काही असे ओव्हरसियर तेथे असायचे. आम्हाला शेकोटीजवळ जाण्यापासून परावृत्त करून तो इवलासा सुंदर विस्तव बर्फात ओतून देताना त्यांच्या चेहऱ्यावर अमाप आनंद विलसताना दिसायचा. जर एखाद्या एस.एस.ला कुणा कैद्याचा राग आला तर तो त्या दुर्दैवी कैद्याला त्यांच्या अशा मनोविकृतीने पछाडलेल्या ओव्हरसियरकडे मुद्दाम पाठवायचा.

तिसरा मुद्दा हा, की बहुतेक ओव्हरसियर, छळछावणीत बरीच वर्षे घालविल्याने आणि दररोज वाढत्या प्रमाणातला हिंसाचार पाहिल्यामुळे ज्यांची मने थिजून दगड झाली आहेत, असे होते. अशी मानसिक अन् नैतिकदृष्ट्या मृत झालेली माणसे मुद्दाम कुणाच्या छळात भाग घेत नसत, परंतु दुसरा कोणी जर कैद्यांचा छळ करीत असेल तर ते प्रतिकारही करीत नसत. त्यांचे पाप हे नपुंसकतेचे पाप असे.

शेवटी असेही नमूद करायला हवे, की छळछावणीतील नरकातही काही असेही

अधिकारी होते, की ज्यांना आमच्याबद्दल खरोखर मनापासून कीव वाटायची. युद्ध संपल्यावर ज्या छळछावणीतून माझी सुटका झाली, तेथील एका अधिकाऱ्याची गोष्ट सांगतो. युद्धानंतर ती गोष्ट उघडकीस आली. त्या आधी ती फक्त छावणीत कैद असलेल्या डॉक्टरलाच ठाऊक होती. ह्या आधिकाऱ्याने स्वत:च्या खिशातील बरेच पैसे खर्च करून छावणीतील आजारी कैद्यांसाठी जवळच्या औषधालयातून औषधे आणली होती.

(वरील एस.एस. अधिकाऱ्याविषयी त्याच्या कैदेत असणाऱ्या ज्यू लोकांच्या काय भावना होत्या ते दर्शविणारी घटना युद्धसमाप्ती नंतर घडली. युद्ध संपल्यावर अमेरिकन फौजांनी आमची छळछावणीतून सुटका केली, तेव्हा तीन तरुण हंगेरीयन ज्यू कैद्यांनी ह्या अधिकाऱ्याला बव्हेरियाच्या रानात नेऊन लपविले. नंतर ते विजयी अमेरिकन सैन्याच्या अधिकाऱ्याकडे गेले आणि 'जर तुम्ही ह्या एस.एस. अधिकाऱ्याला अभय दिले आणि त्याच्या जिवाला कुठल्याही प्रकारचा अपाय होणार नाही असे आम्हाला वचन दिले, तरच आम्ही तो कुठे आहे ते तुम्हाला सांगू.' असे त्यांना म्हटले. विजयी अमेरिकन फौज एस.एस.ना युद्धकैदी बनवून पकडायला आतुर होते. बऱ्याच वाटाघाटींनंतर अमेरिकन अधिकाऱ्यांनी ज्यू कैद्यांनी घातलेल्या अटीस मान्यता दिली. अमेरिकन अधिकाऱ्यांनी आपले वचन पाळले. त्या एस.एस. अधिकाऱ्याला अपाय तर झाला नाहीच, पण त्याच्या पूर्वीच्या पदाला साजेसे काम देऊन त्याला अधिकाराच्या जागेवर नेमले. आसपासच्या बव्हेरियन गावांतून आमच्यासाठी कपडे गोळा करणे आणि त्याचे वाटप करणे हे काम त्याच्यावर सोपविण्यात आले. छळछावणीजवळील स्टेशनवर आल्याआल्या ज्या दुर्दैवी लोकांना विषारी वायुकक्षात पाठवून बळी देण्यात आले होते, त्या अभाग्यांचे त्यांच्या अंगावरून काढून घेतलेले कपडे त्या वेळेपर्यंत आमच्या शरीरावर होते.)

याउलट दुसरा एक ज्यू कैदी, ज्याला 'त्याच्या गुणांमुळे' आमच्यावर देखरेख करण्याचे वॉर्डनचे काम देण्यात आले होते, तो जर्मन एस.एस. अधिकाऱ्यांहून अधिक क्रूर होता. तो एवढ्यातेवढ्या कारणांवरून कैद्यांना मारहाण करीत असे. वर निर्देशिलेल्या एस.एस. अधिकाऱ्याने कुणावर हात उगारलेला पाहण्यात नि ऐकिवात नाही. छळछावणीत केवळ कोण अधिकाराच्या पदावर होता नि कोण कैदी होता, एवढ्या माहिती वरून कोणताही निष्कर्ष काढणे योग्य होणार नाही. सामुदायिकरीत्या ज्यांची सहज क्रूर म्हणून गणना करता येईल अशा माणसांतदेखील सहृदयी व्यक्ती आढळतात. छळछावणीत गटागटांतील सीमारेषा धूसर होत्या. अमुक समूहातील माणसे देवदूत आणि तमुक समूहातील राक्षस, अशी वर्गवारी करणे न्याय्य होणार नाही. छळछावणीतील अवतीभोवतीच्या हिंसक प्रभावाने घेरलेले असताना आणि अधिकाराच्या पदावर नेमलेले असतानादेखील जे कैद्यांशी माणुसकीच्या नात्याने

वागू शकले, त्यांचे वेगळेपण कबूल करायलाच हवे. ह्याच्या दुसऱ्या टोकाला जरासा अधिकार मिळाल्याबरोबर स्वबांधवांशीच क्रौर्याने वागणाऱ्या वॉर्डन्सची वागणूक घृणास्पद म्हणूनच नोंदवायला हवी. ह्या दुसऱ्या वर्गातील चारित्र्यहीनांचा कैद्यांना विशेष राग येत असे. कुठल्याही गार्डने दाखविलेला सहानुभूतीचा किंवा दयेचा ओलावा कैद्यांना अतीव मोलाचा वाटे. एकदा एका फोरमनने माझ्या हातावर हळूच एक पावाचा तुकडा ठेवला. नि:संशय त्याने त्याच्या न्याहरीतून तो वाचवून ठेवला होता. माझे डोळे पाण्याने भरून आले. तो केवळ एक पावाचा तुकडा नव्हता. तो माझ्या हातात देताना दिसलेले त्याचे दयार्द्र डोळे, त्याचे हळुवार शब्द ह्यांनी मला पावाच्या तुकड्याबरोबर माणुसकीचे जे दान दिले होते, त्याची किंमत फार मोठी होती. ह्या माणुसकीने माझे अंत:करण हेलावले.

ह्या सर्व अनुभवांतून आपल्याला दोन गोष्टी शिकायला मिळतात. पहिली ही, की जगात माणसांचे दोनच वंश आहेत. माणुसकी असलेली सहृदय माणसे आणि तिचा अभाव असलेली निर्दय माणसे. दुसरी गोष्ट, हे दोन वंश सर्व जातिधर्म अन् देशात, सर्व स्तरांत आढळतात. कुठलाही समूह केवळ एकाच वंशातील माणसांचा बनलेला नसतो. ह्या दृष्टीने पाहता कुठलाच समूह शुद्धवंशीय नाही आणि म्हणूनच छळछावणीतील अधिकाऱ्यांमध्येदेखील अधूनमधून माणुसकी न हरविलेल्या सहृदयी माणसांचे दर्शन व्हायचे.

छळछावणीतील आयुष्यात माणसांचे आत्मे हृदये फोडून बाहेर पडत आणि आपले उघडे-बोडके रूप पूर्णतया दाखवत. माणसांचेच आत्मे ते! त्या गहिऱ्या दर्शनात माणसातील उदात्तता नि नीचता दोन्ही दिसावी यात काय नवल? फाटलेल्या मनांच्या खोलवर जखमा तळापर्यंत वासलेल्या असत नि त्याच्या अगदी मुळाशी सुद्धा चांगले नि वाईट दोन्हींचे मिश्रण असलेले नजरेस येई.

आता आपण छावणीतील कैद्यांच्या अनुभवांचा शेवटचा परिच्छेद वाचू या. तो म्हणजे छावणीतून सुटका झाल्यानंतरच्या त्यांच्या मानसिक अवस्थेचा. प्रत्येकाचा अनुभव काही अंशी वैयक्तिक स्वरूपाचा असणार हे गृहीत धरायलाच हवे. तरीपण आपण अनेक दिवसांच्या तंग वातावरणानंतर छावणीच्या प्रवेशद्वाराजवळील खांबांवर पांढरे निशाण फडफडले त्या सकाळपासूनचा धागा पकडून पुढे जाऊ या. रेड क्रॉसचे निशाण असलेल्या मोटारी छळछावणीत आल्यानंतर आमच्या मनातील अनिश्चिततेची जागा शांततेने घेतली. मनाला एक प्रकारची शिथिलता आली. तरीपण आमचे मन नि आम्ही आनंदाने नाचू लागलो असे म्हणणे चुकीचे ठरेल. मग झाले तरी काय?

थकलेल्या पावलांना ओढत आम्ही कैदी छावणीच्या दारापाशी गेलो.

भीतभीत आम्ही सभोवार पाहिले आणि मग एकमेकांकडे प्रश्नार्थक नजर टाकली. नंतर हळूच आम्ही दाराबाहेर काही पावले चालत जाण्याचे साहस केले. ह्या वेळी कोणी आम्हाला हुकूम सोडत नव्हते. आता लाथाबुक्क्यांचा प्रसाद टाळण्यासाठी झटकन खाली वाकायची गरज राहिली नव्हती आणि महदाश्चर्याची गोष्ट घडली. पहारेकऱ्यांनी आम्हाला सिगारेट्स दिल्या! प्रथमदर्शनी आम्हाला त्यांची ओळख पटेना. त्यांनी घाईघाईने आपले गणवेश काढून टाकून साधे कपडे घातले होते. हळूहळू आम्ही छावणीतून गावाकडे जाणाऱ्या रस्त्यावर चालू लागलो. लवकरच आमचे पाय दुखू लागले. गुडघे बसकण मारताहेत असे वाटू लागले. आम्ही खुरडत चालत राहिलो. प्रथम छावणीभोवतालचा परिसर आम्हाला स्वतंत्र झालेल्या डोळ्यांनी पाहायचा होता. 'स्वातंत्र्य', 'स्वातंत्र्य' आम्ही स्वत:शीच अनेकवार पुटपुटत राहिलो. तरीही आमचा विश्वास बसेना. स्वातंत्र्याच्या कल्पनेचे जणू आम्हाला आकलनच होईना. ह्या शब्दाशी आम्ही कितीतरी वर्षे खेळत होतो. किती स्वप्ने त्या कल्पनेभोवती रचली होती. शेवटी शेवटी जणू त्या शब्दातील अर्थच उडून गेला होता. आपण आता छळछावणीतून मुक्त झालो आहोत ही जाणीव मनाच्या गाभाऱ्यापर्यंत शिरत नव्हती.

चालत चालत आम्ही एका पुष्पवाटिकेपाशी आलो. त्या फुलांचे अस्तित्व आम्हाला जाणवले. पण ती पाहून कुठल्याही भावना उद्दीपित झाल्या नाहीत. जेव्हा एक कोंबडा आपली बहुरंगी शेपटी उभारीत जाताना आम्हाला दिसला, तेव्हा प्रथमच आनंदाची एक हलकीशी रेखा माझ्या मनाच्या आकाशात चमकली, पण अजून तो एक लहानसा स्फुल्लिंग होता. अजून हे जग आपले आहे, आपण त्याचा एक भाग आहोत हे मनाला पटले नव्हते. त्या सायंकाळी आमच्या झोपडीत पुन्हा एकत्र जमल्यावर आम्ही हळूच एकमेकांना, ''खरं सांग, आज तुला आनंद झाला का रे?'' म्हणून विचारत होतो. त्या प्रश्नाला बहुतेक जण लज्जित होऊन उत्तर देत होते, ''खरे सांगायचे तर अपेक्षित आनंद नाही वाटला माझ्या मनाला.'' सगळ्यांची हीच भावना होती हे आम्हाला माहिती नव्हते. सुख अनुभवायची आमची क्षमता सरली होती. हळूहळू ती आम्हाला पुन्हा आत्मसात करावी लागणारी होती.

मनोवैज्ञानिकाच्या भाषेत सांगायचे झाले तर, अनेक वर्षे छळछावणीत काढलेल्या आम्हा कैद्यांचे व्यक्तित्वच हरवून गेले होते. भोवतालचे पुन्हा दिसत असलेले जग स्वप्नवत काल्पनिक असावे असे वाटत होते. त्याला खरेपणाचा रंग नव्हता. आपली सुटका झाली आहे, आपण पुन्हा स्वतंत्र आहोत हे मनाला अजून पटत नव्हते. गेल्या काही वर्षांत कितीदा तरी स्वप्नांनी आम्हाला भुलवले होते; सुटकेचा दिवस आलाय, आपली मुक्तता झालीय, आपण घरी परत आलोय, मित्रमंडळी आपले स्वागत करताहेत, आपण बायकोच्या मिठीत विरघळून गेलोय,

जेवणाच्या टेबलाभोवती बसून साऱ्यांना आपण आपले छळछावणीतील अनुभव, तेथे पाहिलेली सुटकेची स्वप्ने, सारे सारे सांगतो आहोत अशी स्वप्ने आम्ही पाहिली होती. कितीदा तरी उठून कामावर जा म्हणून आज्ञा देणाऱ्या कर्कश शिटीने त्या स्वप्नांचा चुराडा केला होता. कितीदा तरी सुटकेच्या आशा भग्न झाल्या होत्या. आता सुटकेचे स्वप्न सत्यात उतरले होते आणि अनेक वेळा हुलकावणी खाल्लेले मन त्यावर विश्वास ठेवायला असमर्थ होते.

मनापेक्षा शरीरावर कमी बंधने असतात. स्वातंत्र्याच्या पहिल्या क्षणापासून शरीर तत्परतेने मिळालेल्या स्वातंत्र्याचा उपयोग करू लागले. अनेक दिवसांचे उपाशी शरीर अन्न मागू लागले. दिवसरात्र आम्ही अधाश्यासारखे खाऊ लागलो. आपण किती खाऊ शकतो हे पाहून आमचे आम्हालाच अतिशय आश्चर्य वाटत होते. एका कैद्याला शेजारच्या एका शेतकऱ्याने जेवायला बोलाविले. तेथे त्याने खा खा खाल्ले. वर तो कॉफी प्याला. भरल्यापोटी त्याची जीभ सैल सुटली आणि तो तासन्तास बोलत राहिला. त्याचे बोलणे पाहून नि ऐकून, आपले स्वत:चे बोलणे थांबवायला तो असमर्थ झालाय हे कळून येत होते. अनेक वर्षांच्या दडपणाखाली असलेल्या त्याच्या मनावरचा ताण अचानक संपला होता. अनावर उमाळा बाहेर पडत होता. थोडासाच वेळ असामान्य तणावाखाली असणाऱ्या लोकांना – उदाहरणार्थ, जर्मन गुप्तहेरांच्या उलट तपासणीनंतर ती झालेल्यांना – अशा रीतीने अखंड बोलताना मी पाहिले होते. बरेच दिवस गेल्यानंतर नुसती जीभच नाही तर खोलवरील काहीतरी शिथिल झाल्याचे जाणवे नि दडपलेल्या भावना जोखड फोडून बाहेर पडल्यासारख्या स्वैर सुटत.

मुक्ततेनंतर काही दिवस उलटून गेले होते. एकदा मी पुष्पवाटिकेतून छावणीपासून बाजाराच्या गावाकडे जाणाऱ्या रस्त्यावर चालत होतो. मैलच्या मैल चालत होतो मी. अचानक चंडोल पक्ष्यांच्या एका थव्याने आकाशाकडे झेप घेतली. आनंदाने घातलेली त्यांची शीळ मला ऐकू आली. मैलोगणती कुणी दिसत नव्हते. भोवताली मोकळी जमीन, वर आकाश आणि मध्ये पैसभर मुक्त वातावरण नि कसलातरी उत्सव साजरा करीत असल्यासारखे चंडोलांचे संगीत. माझी पावले एकदम थबकली. मी आसपास नि वर आभाळाकडे पाहिले आणि मटकन खाली बसलो. माझ्या गुडघ्यांनी ताठ उभे राहायला जणू नकार दिला. त्या वेळी मला माझी स्वत:ची अन् सभोवतालच्या जगाची जाणीव उरली नव्हती. एकच नेहमी घोळत असलेले वाक्य पुन्हा मनात घोळू लागले. ''मी बंदिस्त कैदेत असताना देवाला बोलाविले आणि त्याने मला ह्या मोकळ्या मुक्तांगणात ओ दिली.'' मी तेथे गुडघे टेकलेल्या तशा अवस्थेत ते वाक्य मनात घोळत किती वेळ बसलो होतो ते मला आता आठवत नाही, पण एक मात्र नक्की, त्या दिवशी त्या घटकेला माझा पुनर्जन्म झाला. माझे नवीन आयुष्य सुरू झाल्याचा प्रत्यय मला आला. मग माझी पायरीपायरीने प्रगती होत

गेली आणि पुन्हा एकदा मी 'माणूस' बनलो.

छळछावणीतील शेवटच्या दिवसांतील अतीव मानसिक तणावापासून सुरू होऊन, पशुत्वाकडून 'माणूसपणा'कडे जाणारा तो मार्ग साधा, सरळ, सुखदायक नव्हता. सुटून आलेल्या कैद्याच्या मनांना मलमपट्टीची, सांत्वनाची तीव्र गरज राहिली नव्हती असे म्हणणे बरोबर होणार नाही. अनेक वर्षांच्या शारीरिक अन् मानसिक छळानंतर अचानक सुटका झालेल्या माणसाला धोका राहिला नाही असे म्हणता येणार नाही. मानसिकदृष्ट्या अकस्मात तणावमुक्त होणेदेखील धोक्याचे असते. समुद्रात खोलवर डुबकी मारणाऱ्या माणसास जसे पाण्याच्या अतीव दबावाखालून वर येताना हळूहळू वर यावे लागते, नाहीतर अचानक शिथिल झालेल्या दबावामुळे त्याच्या शरीरास धोका पोहोचण्याचा संभव असतो, तसेच तीव्र मानसिक ताणातून सुटलेल्या माणसाच्या मनास देखील जपावे लागते, नाहीतर त्याच्यातल्या माणुसकीला, मानसिक आरोग्याला व नैतिकतेला धोका पोहोचण्याची शक्यता असते.

सुटकेनंतरच्या काळात असे आढळून आले, की ज्यांचा सर्वांगीण मनोविकास नीट झाला नव्हता ती माणसे छावणीतील अमानुष वातावरणाने होरपळून निघाली होती. तेथील अनुभवांनी त्यांच्या मनाचा पगडा घेतला होता. छावणीतून बाहेर पडल्यावर मिळालेल्या स्वातंत्र्याचा उपयोग आपणही स्वैर, निर्दयपणे वागण्यासाठी करू शकतो, आपला झालेला छळ हे अशा वागण्याचे समर्थन करायला पुरेसे आहे असे त्यांच्या मनाने घेतले. त्यांच्यासाठी बदल एवढाच झाला, की आता ते छळ भोगणाऱ्याच्या खुर्चीत नसून छळ करणाऱ्याच्या जागेवर बसू शकत होते. सुडाची भावना त्यांना समर्पक वाटत होती. कधीकधी त्यांच्या अशा भावना अचानक आणि लहानसहान गोष्टींत व कृतींतसुद्धा प्रकट होत.

एकदा मी व माझा एक मित्र शेतातून तळाकडे चाललो होतो. एकाएकी आम्हाला वाटेत नव्या कोवळ्या पिकांनी उभारून आलेले शेत दिसले. साहजिकच मी पिकाला धक्का लागू नये म्हणून बाजूला होऊन चालू लागलो. माझ्या मित्राने मला बखोटीला धरून पिकातून ओढत नेले मी, ''अरे, अरे, अशाने पिकांचा नाश होईल ना,'' असे म्हणू लागलो तेव्हा माझ्या मित्राचा राग अनावर झाला. संतप्त नजरेने माझ्याकडे बघत तो म्हणाला, ''अस्सं होय! आपले काय काय नष्ट झाले आहे ते विसरलास वाटते तू एवढ्यात! बाकी सारे सोडाच, माझी बायको आणि मूल ह्यांना विषारी वायुभट्टीत मारले गेलेय आणि तू मला चार रोपांचा नाश करू नको म्हणून शिकवतो आहेस?''

अशा ढासळलेल्या माणसांना जपून, हळूहळू, पुन्हा नागरिकत्वाच्या सत्याची आठवण देऊन, मार्गावर आणायची गरज होती. जो दुखावला गेला आहे त्याच्यासकट कुणालाही, कशाचाही व कुणाचाही नाश करण्याचा हक्क नाहीये आणि नसावा ह्याची

त्यांना आठवण देण्याची गरज होती. तसे न केले तर समाजावर, 'ओट'च्या हजारो रोपांच्या नाशापेक्षा कितीतरी अधिक दूरवर पोहोचणारा परिणाम होणार होता. त्या कैद्याचा चेहरा अजून माझ्या नजरेसमोर स्पष्टपणे तरळताना मला दिसतोय. रागारागाने शर्टाच्या बाह्या वर करून त्याने आपला उंचावलेला हात माझ्या नाकाजवळ आणला आणि ओरडून तो म्हणाला, ''घरी गेल्याबरोबर रक्तरंजित नाही केला हा हात, तर मी तो कापून काढेन.'' संतापून असे बोलणारा नि वागणारा तो माणूस मुळात वाईट नव्हता. छळछावणीतील आणि नंतरच्या आयुष्यातही तो एक चांगला मित्र होता.

अचानक शिथिल झालेल्या मानसिक तणावाव्यतिरिक्त आणखी दोन गोष्टी छळछावणीतून नव्याने मुक्त झालेल्या कैद्यांना त्रस्त करीत होत्या. एक म्हणजे छळछावणीतील अनुभवांमुळे मनास आलेला टोकाचा कडवटपणा आणि दुसरे म्हणजे सुटकेनंतर नेहमीच्या आयुष्यात पुनरागमन करीत असताना झालेले भ्रमनिरास. ह्या गोष्टी सुटून आलेल्या व्यक्तीच्या चरित्रनाशास, अध:पतनास कारणीभूत होत होत्या.

आपल्या गावात परतल्यावर मन कडवट व्हायची अनेक कारणे होती. गावात अनेकांनी सुटून आलेल्या कैद्यांचे स्वागत 'आम्हाला नव्हते बुवा माहिती' अशा अर्थाने उडविलेल्या खांद्यांच्या आविर्भावांनी किंवा 'युद्धाचा आम्हालादेखील त्रास झाला बरं' अशा वरवरच्या, भावहीन, सहानुभूती दाखविणाऱ्या शब्दांनी केले. त्यामुळे सुटून आलेल्यांचे मन दु:खद आश्चर्याने भरून येई. छळछावणीत साऱ्यांनी भोगलेल्या हालअपेष्टांबद्दल, ह्यापेक्षा अधिक काहीच वाटत नाही का ह्या लोकांना, हा प्रश्न त्यांचे ऊर विषण्णतेने भरून टाकी. (ह्या माणसांनी अशा वागणूक देणाऱ्यांना विरोध का नाही केला, किंवा हे तर सामील नव्हते ना त्या छळात, अशीही भावना त्यांच्या मनाला चाटून गेली असावी.) भोवतालच्या माणसांचा उथळपणा, वरवरची सहानुभूती, दयेचा अभाव हे सारे पाहिले की वाटे, की कुठेतरी दूर एखाद्या बिळात जाऊन लपावे, कुणाचेही तोंड पुन्हा कधी पाहू नये की कोणताही शब्द पुन्हा ऐकू नये.

भ्रमनिरास होण्याचा अनुभव जरा वेगळ्या स्वरूपाचा होता. इथे नशिबाची अमाप क्रूरता होती. भोगता येण्यासारखे सारे भोगून झाले आहे असे वाटते न वाटते, तोच अजूनही भोग बाकी आहेत असे आढळून येई. अजूनही दु:खाची तीव्रता शमलेली नाही ह्याचा प्रत्यय येई.

छावणीत असताना कैद्यांना आत्महत्येपासून परावृत्त करायला, त्यांना धीर द्यायला मी म्हटले होते, ''तुमच्या भविष्यात जगण्यासारखे काय आहे त्याची जाणीव ठेवा नि त्यासाठी जिद्दीने जगा.'' आशेचे किरण दिसले तर त्यांच्या मनाला उभारी आणणे शक्य होईल असा माझा विश्वास होता. ''पुढे जगण्यासारखे आयुष्य आहे. कुणीतरी तुमची वाट पाहत आहे, त्यांच्यासाठी जगा.'' असे मी सहकाऱ्यांना सांगितले होते. आणि आता सुटकेनंतर? वस्तुस्थिती ही होती की काही जणांना,

आपली वाट पाहणारे कुणी उरलेले नाही हे कळून चुकले. काहींसाठी, ज्या व्यक्तीच्या नुसत्या आठवणीने त्यांना छळछावणीतही जगण्याचे बळ दिले होते, ती व्यक्ती आता अस्तित्वात नव्हती. शोकांतिका ही होती, की त्यांनी अनेक दिवस पाहिलेल्या स्वप्नातील दिवस जेव्हा प्रत्यक्षात उजाडला तेव्हा त्यातील स्वप्न भंगलेले होते. तो दिवस अगदीच वेगळा, मृत्यूसारखा थंडगार उगवला होता. कदाचित तो ट्राममध्ये बसून छावणीत सतत मन:चक्षूंनी अन् स्वप्नात पाहिलेल्या आपल्या घरासमोर येऊन पोहोचला असेल, त्याने शतदा मनातल्या मनात वाजविलेली, दारासमोरील घंटा वाजविली असेल, अन् त्याला कळून आले असेल की ते दार उघडणारी व्यक्ती आता तेथे नाही आहे अन् पुन्हा कधीच असणार नाही आहे! असे प्रसंग मन खच्ची करत.

छावणीत असताना, आपण जे सोसले आहे, जे भोगत होतो, त्याची भरपाई करून देणारे कुठलेही सुख जगात नाही हे आम्ही जाणून होतो अन् एकमेकांजवळ तसे बोललोदेखील होतो. आम्ही सुखाची अपेक्षा करत नव्हतो. सुखाच्या आशेने आमच्या जगण्याला, उमेद, आमच्या भोगण्याला, त्यागाला (अन् मृत्यूलादेखील) अर्थ दिला नव्हता. तरीदेखील एवढ्या मोठ्या दु:खाला पुन्हा तोंड द्यायला आमच्यापाशी बळ उरले नव्हते. सुटून आलेल्या कैद्यांना असीम निराशा, अमाप भ्रमनिरसन पेलणे फार जड जात होते. त्यांना त्यांच्या दु:खावर मात करण्यास मदत करणे मनोवैज्ञानिकालादेखील अत्यंत कठीण होते. परंतु ह्यामुळे वैज्ञानिकाने धीर सोडणे उचित नव्हते त्यासाठी प्रेरित होऊन उरलेसुरले बळ एकवटण्याची अत्यंत गरज होती.

''सुटून आलेल्या प्रत्येक कैद्यासाठी अखेरीस असाही एक दिवस उजाडला, की मागे वळून छळछावणीतील अनुभवांकडे बघताना, एवढे सारे दु:ख आपण सहन केले तरी कसे हे त्याला कळेनासे झाले. सरतेशेवटी जसा सुटकेचा दिवस उगवला व सारे काही त्याला सुंदर स्वप्नवत वाटले, तसाच छळछावणतील अनुभव म्हणजे केवळ भयाण स्वप्न वाटावे असाही दिवस अंतिमत: उगवला.''

सरतेशेवटी जेव्हा एवढी दु:खे भोगल्यानंतर यापुढे देवाव्यतिरिक्त ज्याला घाबरावे असे जगात काहीही उरलेले नाही, हा साक्षात्कार त्याला झाला तेव्हा तो अनुभव पूर्वीच्या साऱ्या अनुभवांवर कळस चढविणारा ठरला.

(भाग २)

लोगोथेरपी : एक विवेचन

शब्दसूची

न्युरोसिस	–	एक प्रकारची मनोविकृती.
नूजेनिक	–	(नूस हा ग्रीक धातू, अर्थ बुद्धी. जेनिक ह्याचा अर्थ उगम) ज्याचा उगम बुद्धीत आहे.
लोगोथेरपी	–	जीवनातील अर्थाचा शोध घेणारा उपचार.
एक्झिस्टेन्शियल	–	अस्तित्वाशी निगडित.

माझे संक्षिप्त आत्मचरित्र वाचणारे वाचक मला अनेकदा माझ्या 'लोगोथेरपी' नामक मानसोपचार पद्धतीचे अधिक विस्तृत व सुसूत्र वर्णन सांगा म्हणून आग्रह करतात. त्यांच्या विनंतीला मान देऊन मी लोगोथेरपीचे वर्णन करणारा विभाग माझ्या 'फ्रॉम डेथ कॅम्प टु एक्झिस्टेन्शियालिझम – मृत्युतळ ते अस्तित्वाचा गाभा...' ह्या पुस्तकात समाविष्ट केला, पण तेवढ्याने कुणाचे समाधान होईना. त्याहून अधिक विस्तृत वर्णनाची मागणी करणाऱ्या विनंत्यांची संख्या वाढू लागली. त्यासाठी ह्या पुस्तकात मी लोगोथेरपीचे अधिक सविस्तर विवेचन करणाऱ्या उत्तरार्धाची भर घातली आहे.

वीस खंडांच्या मालिकेत वर्णिलेल्या लोगोथेरपीचे छोट्या उत्तरार्धात वर्णन करणे हे काम सोपे नाही. मला आठवतेय, एकदा एक अमेरिकन डॉक्टर माझ्या व्हिएन्नातील कार्यालयात येऊन मला, ''डॉक्टर, तुम्ही मनोविश्लेषक – सायकोॲनालिस्ट आहात का?'' म्हणून विचारू लागला.

मी उत्तर दिले, ''सायकोॲनालिस्ट नाही, आपण मला मानसोपचारतज्ज्ञ – सायकोथेरपिस्ट – म्हणू या.''

त्याचा पुढचा प्रश्न होता, ''तुम्ही कुठल्या विचारप्रणालीचे आहात?''

मी म्हटले, ''मी कुठल्याही एका विचारप्रणालीस स्वत:ला वाहून घेतलेले नाही.

लोगोथेरपी नावाची माझी स्वत:ची एक उपचारपद्धती मी शोधून काढलेली आहे.''

''मला एका वाक्यात तुमच्या उपचारपद्धतीचा सारांश सांगू शकाल का?'' त्याने विचारले.

''निदान सायकोॲनालिस्ट व लोगोथेरपी ह्यांतील फरक तरी सांगू शकाल का?'' त्याने विचारणा सुरू ठेवली.

''होय सांगतो, पण त्याआधी तुम्ही मला सायकोॲनालिसिसचा एका वाक्यात सारांश सांगाल का?'' मी विचारले.

त्याचे उत्तर होते, ''सायकोॲनालिसिस मध्ये मनोरुग्णाईत कोचावर झोपतो नि तुम्हाला, ज्याची इतरत्र वाच्यता करणे कठीण असते अशा कटू गोष्टी सांगतो.''

मी ताबडतोब प्रत्युत्तर दिले, ''लोगोथेरपीत पेशंट खुर्चीवर ताठ बसलेला असतो आणि साधारणपणे ऐकायला कठीण असणाऱ्या अप्रिय गोष्टी ऐकतो.''

अर्थातच वरील विधान मी थट्टामस्करी, गंमत म्हणून केले होते. हा काही लोगोथेरपीचा सारांश नव्हता; परंतु त्यात सत्यांश होता. मनोविश्लेषण पद्धतीत भूतकाळातील घटनांचे सिंहावलोकन करण्यावर, अंतर्मुख होऊन केलेल्या आत्मपरीक्षणावर भर दिलेला असतो, त्या तुलनेत लोगोथेरपी भूतकाळाकडे बघणारी नसून भविष्याकडे नजर ठेवणारी, यापुढील जीवन अर्थपूर्ण कसे करता येईल हे दर्शविणारी आहे. याप्रमाणे बघायचे तर लोगोथेरपीस, 'आयुष्यास परिपूर्णता आणण्यास मदत करणारा मानसोपचार' असे म्हणता येईल. त्याचबरोबर लोगोथेरपी, आपले घातक विचार व ज्यामुळे एका विशिष्ट प्रकारचे मनोविकार – न्युरोसिस – होतात अशी त्यावरील आपलीच विघातक प्रतिक्रिया या दुष्टचक्राचा भेद करायला शिकविणारी उपचारपद्धती आहे. लोगोथेरपी न्युरॉटिक व्यक्तीस – रुग्णास – त्याच्या आत्मकेंद्रित, नि आत्मघातकी विचारचक्रातून बाहेर पडायला मदत करते.

हे लोगोथेरपीचे अगदी साधे सरळ वर्णन झाले. ह्या उपचारपद्धतीत रुग्णाइतास त्याच्या आयुष्यातील प्रश्नास तोंड देण्यास नि त्यातून बाहेर पडण्यासाठी नवी विचारप्रणाली शोधण्यास, त्याचे जीवन हेतुपूर्ण बनविण्यास उद्युक्त केले जाते. स्वत:च्या आयुष्याचे उद्दिष्ट शोधता आले तर आपल्या न्युरोसिसच्या विकृतीवर मात करणे सहज शक्य होईल ह्याची जाणीव होण्यास लोगोथेरपीची मदत होते.

माझ्या उपचारपद्धतीस मी लोगोथेरपी हे नाव का दिले ते सांगतो. 'लोगो' हा ग्रीक शब्द असून तो 'अर्थ' हा शब्द निर्देशित करतो. 'थेरपी' म्हणजे उपचार. माझ्या उपचारपद्धतीस काही लेखकांनी 'व्हिएन्नाच्या मानसोपचार प्रणालीतील तिसरी विचारप्रणाली किंवा तिसरा सिद्धांत' अशा शब्दात संबोधिले आहे. (पहिला फ्रॉइडचा सिद्धांत व दुसरा ॲडलरचा. मनोगतामध्ये त्याचे वर्णन पहा). लोगोथेरपी जीवनातील उद्दिष्टांवर आणि माणसाच्या ती उद्दिष्टे शोधण्याच्या प्रयत्नांवर लक्ष केंद्रित करते.

स्वत:च्या जीवनातील उद्दिष्ट शोधणे ही माणसाच्या आयुष्यातील सर्वांत प्रबळ, प्राथमिक, जीवनयज्ञासाठी ठिणगी पुरविणारी प्रेरक शक्ती आहे, हा लोगोथेरपीचा सिद्धांत आहे. म्हणूनच सुखाचा शोध (फ्रॉइड), किंवा सत्तेची आकांक्षा (ॲडलर) ह्या पेक्षा जीवनाच्या हेतूचा शोध मला जास्त महत्त्वाचा वाटतो. त्यासाठी मी 'अर्थाची जिज्ञासा' व 'अर्थाचा शोध' असे शब्द वापरतो. ते गगनभेदी जीवन जगण्यास प्रेरित करतात असा माझा विश्वास आहे.

जीवनाच्या अर्थासाठी तळमळ

कुणालाही, 'आला रे आला, बाळ जन्मासी आला; गेला रे गेला, बापुडा व्यर्थ गेला' असे आपल्या स्वत:च्या जीवनाबाबत म्हटलेले किंवा स्वत:ला जाणवलेले आवडत नाही. आपल्या जगण्यास हेतू असावा, आहे हे स्वत:ला पटविण्याची प्रत्येकाची नितांत गरज आहे. त्याशिवाय त्याला जगण्याची इच्छा बाळगता येणार नाही. आपल्या जीवनातील अर्थ शोधणे हे केवळ आपल्या जगण्यासाठी, नैसर्गिक प्रवृत्तीसाठी दिलेले स्पष्टीकरण नव्हे. प्रत्येक जीवनास एक विशेष अर्थ असतो नि तो ज्याचा त्यालाच शोधावा लागतो आणि पोळीत पुरण भरावे तसा तो स्वत:च्या जीवनात भरावा लागतो. तसे केल्यानंतरच त्या त्या जीवनास गोडी, परिपूर्णता येते. काही लेखकांना वाटते, की हे उदिष्ट, अर्थ वगैरे शब्द म्हणजे स्वत:च्या बचावासाठी आखलेले धोरण किंवा स्वत:ची एक विशिष्ट प्रतिमा टिकवून ठेवण्यासाठी केलेला प्रयास आहे, उदात्तता दर्शविणारे एक (नकली) बाह्यात्कारी कवच आहे, भोवतालच्या परिस्थितीस दिलेली प्रतिक्रिया आहे. माझ्यापुरते म्हणाल तर मला केवळ बाह्यात्कारी कवच बनविण्यासाठी जगायचे नाहीये की उगाचच परिस्थितीस प्रतिक्रिया देण्यासाठी म्हणून मरायचे नाहीये. मला वाटते, की माणूस जगतो आणि मरतोसुद्धा– ते आपल्या जीवनमूल्यांसाठी, कुठल्यातरी ध्येयासाठी.

काही वर्षांपूर्वी फ्रान्स मधील हजारो लोकांच्या मतांचे सर्वेक्षण करण्यात आले असता असे आढळून आले होते, की एकोणनव्वद टक्के लोकांनी माणसाला ज्यासाठी तो जगण्यास प्रवृत्त होईल असे काहीतरी आयुष्यात हवे असते असे म्हटले; एकसष्ट टक्के लोक म्हणाले, की त्यांच्या आयुष्यात ज्यासाठी ते जीवसुद्धा द्यायला तयार होतील असे काहीतरी किंवा कुणीतरी आहे. मी माझ्या दवाखान्यातील रुग्णाईत तसेच कर्मचाऱ्यांच्या मतांचे सर्वेक्षण करता मला फ्रान्समधील लोकांच्या मताला दुजोरा देणारा निकाल दिसून आला. दोन्हींत केवळ दोन टक्क्यांचाच फरक होता.

'जॉन्स हॉपकीन' नावाच्या अमेरिकेतील प्रसिद्ध महाविद्यालयातील समाजशास्त्रज्ञांनी अठ्ठेचाळीस कॉलेजेसमधील सात हजार नऊशे अठ्ठेचाळीस

विद्यार्थ्यांच्या मतांचे सर्वेक्षण केले. ही चाचणी म्हणजे अमेरिकन राष्ट्रीय मानसिक आरोग्य केंद्राने केलेला अभ्यास होता. ‘आजमितीला तुम्ही सर्वांत जास्त महत्त्व कशास देता?’ हा प्रश्न होता. सोळा टक्के विद्यार्थ्यांनी ‘खूप पैसा मिळविणे’ हे उत्तर दिले तर अठ्ठ्याहत्तर टक्के विद्यार्थ्यांनी ‘आयुष्यातील उद्देशांचा शोध घेणे’ हे उत्तर दिले. ह्यातील काही विद्यार्थ्यांचे उत्तर त्यांच्या अंतर्मनातील संघर्षाचे द्योतक आहे असे गृहीत धरले. तरी देखील ते नियमास अपवाद म्हणूनच समजावे लागेल. काहींची मूल्ये खोटी आहेत असे मानले तरी त्या ‘खोट्या मूल्यांचा’ मुखवटा काढून त्यामागील सत्याचा शोध घेण्याची गरज असतेच. मात्र ही मुखवटा काढण्याची क्रिया त्यामागील अस्सल माणसाची – त्याच्या खऱ्याखुऱ्या अर्थपूर्ण आयुष्य जगायच्या इच्छेची – ओळख पटताक्षणीच थांबवायला हवी. तसे न झाले तर मुखवटा फाडणाऱ्या मनोवैज्ञानिकांच्या हेतूमागील नकलीपणाचे पितळच उघडे पडेल. त्याचा स्वत:चा दुसऱ्याला खाली ओढण्याचा, त्याच्यातील अस्सल माणसाला हिणकस ठरविण्याचा सुप्त हेतूच उघडकीस येईल. तसे झाल्यास दोन्ही माणसांतील माणुसकीस कनिष्ठ दर्जावर आणले जाईल.

अस्तित्वातील वैफल्य (एक्झिस्टेन्शियल फ्रस्ट्रेशन)

‘एक्झिस्टेन्शियल’ ह्या शब्दाचा अर्थ अस्तित्वासंबधी असा करता येईल. ह्यात मानवी अस्तित्वाची जाण, त्याबाबतची समज, त्या अस्तित्वातील हेतूची जाणीव आणि स्वत:च्या जीवनातील हेतूच्या शोधासाठी केलेली धडपड, विशिष्ट उद्दिष्टाच्या पूर्तीची तळमळ ह्या सर्वांचा समावेश आहे. अशी धडपड करताना कित्येकदा वैफल्याची भावना येण्याची संभावना आहे. हे वैफल्य मानसिक नसून बौद्धिक वैफल्य असते. त्यात भावनिक वैफल्य नसते. लोगोथेरपीत ह्याला ‘नूजेनिक न्युरोसिस’ ही संज्ञा दिलेली आहे. (‘नूस’ ह्या ग्रीक धातूचा अर्थ बुद्धी असा होतो.) मानवी अस्तित्वाचे हे आणखी एक परिमाण आहे. मानवी अस्तित्वाच्या अनेक पापुद्र्यांतील हा बौद्धिक पापुद्रा.

बौद्धिक संघर्ष, अशांतता (नूजेनिक न्युरोसिस)

वर वर्णिलेला बौद्धिक संघर्ष हा माणसाच्या स्वभावधर्म किंवा सहजप्रवृत्ती (उदा. आहार, निद्रा, भय, मैथुन) आणि त्याच्या आकांक्षा ह्यातून जन्मलेला नसून स्वत:च्या जीवनातील, स्वत:पलीकडील उदात्तता शोधण्याच्या प्रयत्नात असताना अनुभवलेला संघर्ष असतो. अशा वेळी मनाच्या तळाचा शोध घेणाऱ्या मानसिक

उपचारांऐवजी मनाच्या उंचीची भरारी आजमावायचे धारिष्ट्य करणाऱ्या, जीवनातील मानव्याचा शोध घेणाऱ्या लोगोथेरपीसारखा बौद्धिक, वैचारिक उपचार अधिक सयुक्तिक असतो.

हे एक उदाहरण पहा. एकदा एक उच्चपदस्थ अमेरिकन राजनैतिक अधिकारी माझ्या व्हिएन्नातील ऑफिसात आला. त्याला त्याच्यावर पाच वर्षांपूर्वी सुरू केलेली मनोविश्लेषण उपचारपद्धती पुन्हा चालू करायची होती. सुरुवातीलाच मी, 'तुम्हाला तुमचे मनोविश्लेषण करावे असे का वाटते आणि मुळात ते करण्याचे कारण काय होते?' अशी पृच्छा केली. त्याच्या उत्तरांवरून मला कळले, की तो आपल्या व्यवसायात अत्यंत असंतुष्ट होता. त्या वेळचे अमेरिकेचे राजकीय धोरण त्याला मुळीच पटत नव्हते. स्वत:ला न पटणाऱ्या धोरणाची अंमलबजावणी करणे त्याला फार जड जात होते. त्याचे मनोविश्लेषण करणाऱ्या मनोविकारतज्ज्ञाने वारंवार त्याला आपल्या वडिलांशी सलोखा करण्याचा सल्ला दिला. आत्ताचे अमेरिकन सरकार व तुझे वरिष्ठ हे तुला तुझ्या वडिलांचे, त्यांच्या वागण्याचे प्रतीक वाटतात आणि ओघानेच वडिलांच्या ठायी असलेली तुझी असंतुष्टता तुझ्या व्यावसायिक असंतुष्टतेत प्रगट होते, असे निदान केले होते. पाच वर्षे ती उपचारपद्धती वापरूनदेखील त्याला त्या उपचारांच्या उपयोग झाला असे दिसत नव्हते. न्यूयॉर्कमधील वैज्ञानिक त्याला आपला सल्ला स्वीकारायला उद्युक्त करीत होता आणि हा पेशंट प्रतिमा आणि प्रतीकांच्या गोंधळात हरवून बसला होता. त्याला त्याच्या डोळ्यांसमोरील सत्य दिसेनासे झाले होते. काही दिवस त्याच्याशी बोलल्यानंतर मला कळून चुकले, की व्यावसायिक जीवनातील धोरणात त्याला काही उपयुक्तता आढळून येत नव्हती, अर्थ गवसत नव्हता. आपण काहीतरी मानवोपयोगी काम करावे अशी तीव्र इच्छा त्याला होत होती, जीवनातील त्याची असंतुष्टता वाढतच होती. त्याचा आहे तोच व्यवसाय चालू ठेवायचे काहीच कारण नव्हते. हे नजरेस आणून देताच त्याने तो करत असलेला व्यवसाय सोडून नवे काम करायला घेतले. ह्याचा अत्यंत समाधानकारक परिणाम झाला. पाच वर्षांनंतरही नव्या परिस्थितीत आपण पूर्णपणे संतुष्ट असल्याचे त्याने कळविले. त्याला मुळी मानसिक विकृती नव्हतीच आणि म्हणूनच मानसिक विश्लेषणाची, उपचारांची किंवा लोगोथेरपीचीदेखील त्याला गरज नव्हती. सारेच संघर्ष मनोविकाराचे द्योतक नसतात. खरेतर थोडे काही संघर्ष परिपूर्ण जीवन जगण्यासाठी आवश्यक असतात. तसेच सारीच दु:खे विकारदर्शक नसतात. मनोविकारदर्शक असण्याऐवजी काही प्रतिकूलता माणसाच्या विकासास आवश्यक ठरतात. विशेषत: स्वत:पलीकडील विश्वात, अस्तित्वाबाबतच्या संघर्षात निर्माण झालेली दु:खे ह्या सदरात मोडतात. जीवनातील अर्थ शोधण्याची मानवाची धडपड, त्याबाबत शंकित होणारे त्याचे मन हे दर वेळी मनोविकाराचे निदर्शक असते किंवा त्यामुळे

मनोविकार होण्याची शक्यता असते, हे मला कधीच मान्य होणार नाही, स्वतःच्या जीवनातील अर्थाबाबतची चिंता, साशंकता त्यातून कधी निर्माण झालेली निराशा ह्या क्लेशकारक असू शकतात, पण म्हणून त्यांना, मनोरुग्णतासूचक म्हणणे योग्य ठरणार नाही. कधीकधी अशा संदेहांना, काळज्यांना त्यामागे नसलेल्या हेतूंचे शेपूट चिकटवून, जीवनातील अर्थ शोधण्याच्या नैसर्गिक धडपडीला रोग ही संज्ञा देऊन काही मनोवैज्ञानिक तिला झोपेच्या गोळ्या किंवा तत्सम औषधांच्या ढिगाऱ्याखाली दडपून टाकतात. मनोवैज्ञानिकाचे खरे काम माणसाला त्याच्या जीवनातील अर्थाबाबतच्या शंका-कुशंकांच्या अभ्रांतून वैमानिकासारखे, आत्मोन्नतीच्या दिशेने न्यायचे हे असते.

पेशंटला त्याच्या जीवनकार्याची ओळख व्हायला मदत करणे हे लोगोथेरपीचे प्रमुख कार्य असते. ज्या अंशी लोगोथेरपी पेशंटला त्याच्या आयुष्याची दिशा दाखवायला, जीवनातील अर्थ शोधायला मदत करते, त्या प्रमाणात ती विश्लेषणात्मक असते हे खरेय. तेवढ्यापुरते तिचे मनोविश्लेषणपद्धतीशी साम्य आहे. परंतु पेशंटला त्या अर्थाबाबत जागृत करण्याच्या प्रयत्नात लोगोथेरपी स्वतःला मानवाच्या नैसर्गिक प्रवृत्ती नि सुप्त मनातील इच्छांच्या बंधनापुरती मर्यादित ठेवत नाही. लोगोथेरपी माणसाला त्याच्या अस्तित्वाच्या अर्थाचे भान करून देते, तो उद्देश शोधण्याच्या व परिपूर्ण जीवन जगायला तो हेतू जीवनात सामावून घेण्याच्या त्याच्या गरजेची त्याला जाणीव करून देते. येथे लोगोथेरपी आणि मनोविश्लेषण उपचारपद्धतीची फारकत होताना दिसते. मानवी अस्तित्व हे केवळ नैसर्गिक इच्छापूर्ती करणे, केवळ सुप्त नि जागृत मनातील संघर्ष सोडविणे, केवळ भोवतालच्या परिस्थितीशी मिळते जुळते घेऊन राहणे किंवा केवळ सामाजिक संकेतांच्या पूर्तीस मान तुकवून राहणे एवढ्या पुरते मर्यादित नसून आपल्या जीवनात अर्थ भरणे, ते कृतिशील, उदात्त बनविणे यास्तव आहे, ह्याची जाणीव करून देण्यास लोगोथेरपीची मदत होते.

बुद्धिचैतन्य (नू डायनॅमिक)

जीवनातील अर्थाच्या शोधात असताना कधी कधी आंतरिक संतुलनाऐवजी आंतरिक संघर्ष निर्माण होण्याची शक्यता आहे. मानसिक आरोग्यासाठी नेमक्या अशा संघर्षाचीच नितांत गरज असते. माझा विश्वास आहे, की आयुष्यातील कठिणात कठीण प्रसंगास तोंड द्यायची क्षमता अंगी येण्यासाठी, 'आपल्या आयुष्याला अर्थ आहे,' ह्या ज्ञानाइतकी परिणामकारक इतर कुठलीही शक्ती नाही. पुन्हा एकदा नित्शेच्या, ''ज्याला कशासाठी जगायचे हे कळते त्याला कुठल्याही परिस्थितीत कसे जगायचे ते कळते.'' ह्या वचनाची आठवण करून देतो. मानसोपचारासाठी हे

शब्द ब्रीदवाक्य ठरावेत.

नाझी जर्मनांच्या छळछावणीत ज्यांना नित्शेच्या वरील शब्दांची जाणीव होती, ज्यांना भविष्यात साध्य करायला काहीतरी ध्येय समोर होते, अशी माणसे जास्त प्रमाणात जगली, ह्याचा मला प्रत्यय आला. छळछावणीतील अनुभवांवर आधारित पुस्तके लिहिणारे इतर लेखक, तसेच जपानच्या, उत्तर कोरियाच्या आणि उत्तर व्हिएतनामच्या युद्धातील युद्धकैद्यांच्या अनुभवांचे शोध घेणारे मनोवैज्ञानिकदेखील ह्याच निदानाप्रत आल्याचे दिसून येते.

माझ्या स्वत:पुरते सांगायचे तर, ऑशविट्झच्या छळछावणीत मला नेण्यात आले तेव्हा माझ्या पहिल्यावहिल्या पुस्तकाचे प्रकाशनासाठी तयार असलेले हस्तलिखित माझ्याजवळून हिरावून घेण्यात आले होते. (पुढे १९५५ मध्ये न्यूयॉर्कमधील ऑलफ्रेड कनॉफ नावाच्या प्रकाशकाने ते 'द डॉक्टर ॲण्ड द सोल : ॲन इन्ट्रोडक्शन टु लोगोथेरपी' ह्या नावाने इंग्रजीत प्रकाशित केले). हे पुस्तक पुन्हा नव्याने लिहून काढायची माझी जिद्द छळछावणीतील अमानुष वातावरणात टिकून राहाण्यासाठी माझ्या कामी आली. बव्हेरियातील तळावर टायफसने आजारी असताना मी सापडेल त्या चिठोऱ्यावर, आपली सुटका झाली तर पुन्हा ते पुस्तक लिहायला कामी येतील ह्या विचाराने, मूळ हस्तलिखितातील आठवतील त्या टिपांची नोंद करू लागलो. छळछावणीतील त्या अंधाऱ्या खोपटांत ह्या माझ्या उद्योगाने आजारपणातदेखील माझे रक्ताभिसरण कोलमडून पडू न देता त्यात चैतन्य भरले नि मला जगण्यास मदत केली, ह्याची मला खात्री आहे.

अनुभवांवरून असे दिसते, की मानसिक आरोग्य हे तणावांतील संतुलनात असते. आतापर्यंत कमावलेले यश – मग ते कुठल्याही प्रकारचे यश असो – आणि अजून पुढे आपल्याला करू शकता येणारे कार्य ह्यामधील तणाव, आपण कोण आहोत नि कोण बनू शकतो, काय बनायला हवे ह्यातील संघर्ष मानवी अस्तित्वाचा अविभाज्य भाग आहे आणि म्हणूनच मानसिक आरोग्यासाठी तो अत्यावश्यक आहे. अशा संघर्षासाठी कुणाला प्रवृत्त करायला घाबरायचे कारण नाही. तसे केल्यानेच मानसोपचारक पेशंटला निष्क्रियतेतून कार्यशील दशेत जायला मदत करू शकतो, त्याच्यातील चैतन्याला जागृत करू शकतो. मानसिक आरोग्यासाठी संतुलित, संघर्षरहित आयुष्य जगण्याची गरज असते असे समजणे हा भ्रम आहे. माणसाला गरज असते ती संतुलनाची नव्हे तर प्रेरणेची, स्वत: निवडलेल्या ध्येयाची आणि ते मिळविण्यासाठी कराव्या लागणाऱ्या प्रयत्नांच्या पराकाष्ठेची, आपल्या जगण्यास अर्थ देणाऱ्या वृत्तीची, वैचारिक चैतन्याची.

मानवी अस्तित्वातील प्रेरकता दिसते, ती दोन विरुद्ध ध्रुवांमधील जागेत. एक ध्रुव प्रतीक असतो जीवनातील साराचा तर दुसरा असतो ते स्वत:च्या जीवनात अर्थ

भरू पाहणाऱ्या माणसाचा. ह्या ध्रुवांमधील चैतन्य माणसाला खऱ्या अर्थाने जिवंत राहण्याला मदत करते.

हे तत्त्व मानसिकदृष्ट्या सुस्थितीत असणाऱ्या माणसालाच लागू होते असे नाही, तर मनोविकृती असलेल्या व्यक्तीलादेखील हाच नियम– अधिकच प्रकर्षाने– लागू होतो. एखादा वास्तुशास्त्रज्ञ जेव्हा दारावरची किंवा पुलाखालची वगैरे मोडकळीस आलेली कमान पुन्हा मजबूत करण्याच्या प्रयत्नात असतो, तेव्हा तो त्या कमानीवरील दाब योग्य प्रमाणात वाढवितो. तसे केल्याने तुटू लागलेले भाग जवळ येऊन त्यामधील दुवा घट्ट सांधतात. मनोवैज्ञानिकाला देखील पेशंटचे दुर्बल झालेले मन पुन्हा सशक्त करायचे असेल, तर त्याला पेशंटच्या मनावर योग्य तेवढ्या संघर्षाचा दाब द्यायला घाबरायचे कारण नाही. त्यासाठी उपचारकाला पेशंटचे मन, त्याच्या जीवनातील अर्थ शोधायला लावीत योग्य दिशेने वळविणे भाग आहे.

जीवनातील अर्थाचे व तो शोधताना केलेल्या परिश्रमाचे विधायक गुणधर्म दाखविल्यानंतर मी आता हल्ली ज्याबद्दल बऱ्याच प्रमाणात तक्रार केली जाते, अशा एका विघातक प्रभावाविषयी लिहितो. आज बरेच लोक त्यांच्या जीवनात अजिबात काही हेतू राहिला नाही अशी तक्रार करताना दिसतात. ही भावना मानसिक आरोग्यास हानिकारक असते. अशी तक्रार करणारी माणसे जीवन जगण्यासाठी लागणारे कुठल्याही उद्देशांबाबत पूर्णतया अनभिज्ञ असतात. त्यांच्या आयुष्यातील, त्यांच्या मनाच्या गाभाऱ्यातील ही पोकळी त्यांना सतत जाणवत, झपाटत असते. ते ह्या पोकळीत हरवलेले, अडकलेले असतात. मी ह्या अवस्थेला 'अस्तित्वातील पोकळी' हे नाव दिले आहे.

अस्तित्वातील पोकळी (द एक्झिस्टेन्शियल व्हॅक्युम)

विसाव्या शतकात, जीवन निराश निरर्थक वाटणे ही सर्वसामान्यांप्रमाणे आढळणारी घटना असावीशी असे वाटते. ह्याची काही कारणे आपण समजू शकतो. माणूस खरोखरपणे मानव झाला तेव्हा तो काही गोष्टींना मुकला. त्याचे पशुत्व संपले. बहुतांश प्राणी आपल्या नैसर्गिक सहजप्रवृत्तीनुसार (इन्स्टिंक्ट्स) वागायला मोकळे असतात. त्यांचे सर्व जीवन सहजप्रवृत्तीनुसार चालते. (उदा. खाणे, झोपणे, निसर्गविधी, मैथुन). असे जीवन त्यांना शारीरिक सुस्थिती नि सुरक्षितता प्राप्त करण्यास मदत करते. हा सहजप्रवृत्ती अवलंबनाचा मार्ग मनुष्याला बंद झाला आहे. माणसाला प्रत्येक आचारविचार करताना निवड करावी लागते. त्याला निवडीचे बंधन आहे, तसेच स्वातंत्र्य आणि त्याबरोबर येणारी जबाबदारीदेखील आहे. तशात अलीकडील काळात त्याला योग्य वर्तनाचा मार्ग दाखवण्याचे, त्याला टेकू देण्याचे

काम करणाऱ्या रूढी, नष्ट होत चालल्या आहेत. तेव्हा आता त्याला काय करावे ते सांगणाऱ्या सहजप्रवृतींचा वापर करता येत नाही नि कसे आचरण करावे ते शिकविणारी रूढी राहिली नाही अशा परिस्थितीत तो वावरत आहे. कधी कधी तर त्याला आपली स्वत:ची इच्छा काय आहे हेदेखील कळेनासे होत आहे. मग माणूस एक तर सगळे करताहेत ते करणारा अनुसरणवादी बनतो नाहीतर (एकछत्र राज्यात) दुसरे सांगतात ते करायला शिकणारा, आंधळेपणाने आज्ञा पालन करणारा असा होतो.

नुकत्याच (१९५० ते ५५ ह्या काळात) संपविलेल्या आपल्या अभ्यासाचा निष्कर्ष सांगताना संख्याशास्त्रज्ञ म्हणतात, की युरोपमधे पंचवीस टक्के विद्यार्थी मोठ्या प्रमाणात स्वत:च्या अस्तित्वातील पोकळी अनुभवत आहे, तर अमेरिकेत ही संख्या साठ टक्के अशी आहे. ही अवस्था अनेकदा 'रटाळपणा'च्या स्वरूपात प्रदर्शित होते.

हे पाहिल्यावर शोपेनहॉवर, ''मनुष्यमात्राला रटाळवाणे नाहीतर यातनामय अशा दोन परस्परविरुद्ध टोकांमध्ये झुलत राहायचा शाप असावा.'' असे का म्हणाला ते कळू लागते. सद्य:स्थितीत दु:खापेक्षा रटाळपणा बऱ्याच मनोविकृतींचा जनक असावेसे वाटते. अशा विकृतींचे प्रमाण वाढत असल्याचेही आढळून येते. शास्त्रीय प्रगतीमुळे निर्माण झालेल्या स्वयंचलित यंत्रयुगात माणसाची कामे हलकी करणारी अनेक साधने उपलब्ध झाली आहेत. सर्वसाधारण माणसास उपलब्ध असणाऱ्या रिकाम्या वेळाचे प्रमाणही त्यामुळे वाढत आहे. दुर्दैवाने त्या वेळेचा उपयोग कसा करावा हे अनेकांना कळत नसल्याचे दिसते.

आता रविवारचे बघा. आठवडाभर काम केल्यानंतर रविवार मोकळा मिळतो. तेव्हा करायला काही नसल्याने अनेकांना आपल्या जीवनातील भकासता, पोकळी ह्यांची तीव्रतेने जाणीव होते. ती आ वासून त्यांच्या पुढ्यात उभी ठाकते. बऱ्याचशा आत्महत्या मनाच्या अशा अवस्थेत केलेल्या आढळतात. अतीव नैराश्य, आक्रमक प्रवृत्ती, मादक द्रव्याधीनता अशा वाढत्या प्रमाणात दिसून येणाऱ्या विकृतीमागील कारणे पाहता, 'अस्तित्वाची पोकळी' हा प्रकार जाणून घेणे अगत्याचे वाटते. सेवानिवृत्तीनंतरचा नि वार्धक्यातील एकटेपणा आणि नैराश्य ह्याचे बीजदेखील वरील पोकळीत आढळून येते.

ही अस्तित्वाबाबतची पोकळी बऱ्याच निरनिराळ्या मुखवट्याआड लपून वावरताना दिसते. कधी कधी आयुष्यात अशी पोकळी असलेला माणूस ती भरून काढण्याचा प्रयत्न सत्तेचा हव्यास धरून करताना दिसतो, कधी तो पैशामागे धावताना दिसतो. पैशामागे केलेली धावपळ ही एकप्रकारे सत्तेसाठी केलेली धडपडच असते. कधी त्यासाठी तो सुखाच्या मागे पळताना दिसतो. म्हणूनच अनेकदा आपल्याला अशी माणसे विषयसुखात डुंबून आयुष्यातील रिकामी जागा भरायच्या प्रयत्नात

असलेली दिसतात. ते विषयलंपट झालेले दिसतात. अशाच तऱ्हा मनोविकृत झालेल्या माणसात दिसून येतात.

आपल्या शरीरात मज्जातंतू सतत मेंदूकडून शरीरभर नि शरीराकडून मेंदूकडे असे संदेश पाठवित असतात. हे चक्र अविरत चालू असते. उदा. थंडी वाजते हा शरीराचा संदेश मिळाल्याबरोबर मज्जातंतू रक्तवाहिन्या आंकुचित करून शरीरातील ऊब वाचविण्याचा प्रयत्न करतात. उटलपक्षी, फार उकडू लागले तर त्याच रक्तवाहिन्या प्रसरण पावून घाम बाहेर फेकून शरीर थंड करायचा प्रयत्न करतात. ह्याविषयी मी पुढे आणखी सांगेन. अस्तित्वाची पोकळी असलेला माणूसदेखील तशाच संदेशचक्रात अडकलेला दिसतो. ही पोकळी बौद्धिक किंवा शारीरिक नसून मानसिक असते. त्याच्या खाणाखुणादेखील वरील परिच्छेदात वर्णिल्याप्रमाणेच असतात अन् त्या वाढत असलेल्या दिसतात. परंतु अशा व्यक्तीला उपचार करताना मानसोपचाराबरोबर लोगोथेरपीचाही वापर न केल्यास ती बरी होण्याची संभावना कमी होते. त्याच्या अस्तित्वातील पोकळी भरून काढली न गेली तर त्याचा मनोविकार उलटण्याची फार संभावना असते. लोगोथेरपीचा उपयोग केवळ बौद्धिक संघर्षापुरता मर्यादित नसून मानसिक विकारांशी सामना करण्यासाठीदेखील आवश्यक असल्याचे दिसते. त्याचप्रमाणे मानसिक विकारातून निर्माण झालेल्या शारीरिक दु:खांवर उपचार करताना देखील लोगोथेरपीची आवश्यकता जाणवते. ह्या दृष्टिकोनातून बघता मॅगदा बी. अरनॉल्डच्या, ''प्रत्येक उपचारपद्धती ही थोड्या प्रमाणात का होईना, पण लोगोथेरपी असावी लागते.'' ह्या म्हणण्याचा प्रत्यय येतो.

आता पेशंटला, 'आयुष्याचा अर्थ काय?' असा प्रश्न पडला तर उपचारकाला काय करता येईल, इकडे वळू या.

जीवनाचा अर्थ

कुठल्याही डॉक्टरला, पेशंटच्या, ''माझ्या जीवनाचा अर्थ काय आहे?'' ह्या प्रश्नाचे सर्वसाधारण उत्तर देणे कठीण आहे. ह्याचे कारण असे, की तो अर्थ व्यक्तीप्रमाणे, परिस्थितीप्रमाणे नि काळाप्रमाणे बदलता असतो. म्हणूनच सर्वसामान्य विधान न करता त्या वेळेस व परिस्थितीला अनुरूप असा अर्थ शोधणे महत्त्वाचे असते. सर्वसाधारण विधानात 'जीवनाचा अर्थ काय ते सांगा' असा प्रश्न करणे हे बुद्धिबळपटूला, जगात बुद्धिबळातील सगळ्यांत चांगली चाल कोणती आहे ते सांगा असे विचारल्यासारखे होईल. सर्वांत चांगली किंवा फक्त चांगली अशी कुठलीच चाल नसते. त्या वेळच्या प्याद्यांनुसार, पटावरील त्यांच्या स्थानानुसार आणि प्रतिस्पर्ध्याच्या व्यक्तिमत्त्वानुसार सर्वांत चांगली चाल कुठली ते ठरवावी लागते.

माणसाच्या आयुष्याचेही तसेच आहे. आयुष्यातील अर्थाची अमूर्त अशी व्याख्या करायची नसते. प्रत्येकाच्या आयुष्यात त्याचे आपले असे त्याला आवडणारे, रुचणारे असे व्रत असते, पूर्ण करण्याची आस असते. ते त्यामुळे कुणी दुसरे त्या व्यक्तीची जागा घेऊ शकत नाही की त्याच्या पावलांवर तशीच पावले टाकून चालू शकत नाही. प्रत्येकाचे स्वत:चे विशिष्ट कार्य असते, तसेच ते पूर्ण करायच्या संधीदेखी असतात.

आयुष्यातील प्रत्येक परिस्थिती माणसाला एक आव्हान करीत असते, त्याला सोडविण्यासाठी एक नवा प्रश्न उभा करत असते. जीवनातील अर्थ काय हा प्रश्न जरा उलटा फिरवून विचारायला हवा. त्याने जीवनाला हा प्रश्न विचारण्यापेक्षा जीवन त्याला प्रश्न विचारते आहे हे समजून घ्यायला हवे. प्रत्येक व्यक्ती जेव्हा आपल्या आयुष्यातील ध्येय शोधावयास आणि त्याच्या पूर्तीसाठी असलेली जबाबदारी पेलायला शिकते, तेव्हाच ती जीवनाला द्यायला उत्तर शोधू शकते.

अस्तित्वाचे सार

जबाबदारपणे वागण्यावर दिलेला भर लोगोथेरपीच्या नि:संदिग्ध आज्ञार्थामध्ये परावर्तित होताना दिसतो. लोगोथेरपीचे सांगणे आहे, 'असे जगा की जणू काही तुम्ही दुसऱ्यांदा तेच आयुष्य जगता आहात आणि आता करण्याच्या बेतात आहात तीच चूक तुम्ही पहिल्या वेळी देखील केली आहे.' मला वाटते की आचरणाबाबतच्या ह्या वचनाइतके दुसरे काही वचन त्याला जबाबदारीने वागायला शिकवू शकणार नाही. हे वचन त्याला कल्पनेच्या जगात नेऊन वर्तमानकाळ जणू भूतकाळ आहे आणि तो विशिष्ट भूतकाळ आपण बदलू शकतो, त्यात आपल्याला हवे ते फेरफार करू शकतो अशी कल्पना करायला उद्युक्त करतात. अशी कल्पना करता आली, की माणसाला आयुष्याच्या क्षणभंगुरतेची जाणीव होते. तसेच आपल्या प्रत्येक वागण्याच्या निर्णायक स्वरूपाचीदेखील जाणीव होते. हा आदेश, आपण आपल्याला आणि आपल्या आयुष्याला, आपल्याला मिळालेल्या थोड्याशा वेळात कोणते अंतिम रूप देत आहोत, ते कसे घडवत आहोत ह्याबद्दलची त्याची जाणीव जागृत करतो.

लोगोथेरपी पेशंटला त्याच्या स्वत:च्या जबाबदारीची, कर्तव्याची जाणीव करून देते, ती जबाबदारी कशाची, कशासाठी, कुणासाठी आहे ते ठरवायचे स्वातंत्र्य पेशंटचे असते. परिणामी लोगोथेरपी ही सर्व उपचारपद्धतींतील सर्वांत कमी प्रमाणात कोणतीही मूल्ये पेशंटवर लादणारी, आपली जीवनमूल्यांचे समीक्षण करणारी अशी ठरते. लोगोथेरपीचा वापर करणारा उपचारक, पेशंटला त्याचा न्यायनिवाडा करण्याची जोखीम उपचारकावर सोपवू देणार नाही. आपल्या आयुष्याचा उद्देश आपण समाजाला उत्तरादायी राहण्यात आहे, का स्वत:च्या सदसद्विवेकबुद्धीनुसार वागण्यात

आहे हे पेशंट ठरवितो. काही लोक आयुष्याची कर्तव्ये केवळ त्याच्यावर सोपविलेल्या गेलेल्या कार्यानुसार ठरवत नसून त्या कार्याची दिशा दाखविणाऱ्या वरून ठरवतात.

वरील वर्णनावरून तुम्हाला लोगोथेरपी ही शिक्षक किंवा उपदेशकाचे काम करीत नाही हे जाणवेल. ती बौद्धिक कल्पनांचे निराकरण किंवा नीतिविषयक उपदेश करीत नाही. लोगोथेरपी ही चित्रकारासम नसून डोळ्यांच्या डॉक्टरसारखी आहे. चित्रकार त्याला दिसलेले जग रंगवून, रेखाटून आपल्यापुढे उभे करतो. डोळ्यांचा डॉक्टर आपल्याला आहे तसे जग बघण्यासाठी दृष्टी मिळवून देण्यास मदत करण्याचे काम करतो. लोगोथेरपीचा वापर करणारा उपचारक पेशंटचा दृष्टिकोन सखोल नि विशाल करण्याचे काम करतो. त्यामुळे पेशंटला आयुष्याचा संपूर्ण वर्णपट नीट बघता येऊन त्यातील त्याचा आपला मथितार्थ काढण्याची क्षमता येते.

आपले अंत:सामर्थ्य ओळखून ते जागृत करण्याचे कार्य करायची जबाबदारी प्रत्येक व्यक्तीची असते, असे मी म्हणतो तेव्हा मला आणखी एका गोष्टीवर भर द्यायचा आहे, ती म्हणजे जीवनाचा अर्थ आपले भोवतालच्या जगाशी असलेले नाते नीट समजून घेऊन काढायचा असतो. तो केवळ स्वत:च्या आयुष्यापुरता सीमित नसतो. आपले अस्तित्व ही एक बंद पेटी नसून आजूबाजूच्या वातावरणाशी, त्यातील लोकांशी निगडित असे असते. त्यामुळे त्यातील अर्थ शोधताना स्वत:पलीकडे जाऊन सभोवतालच्या जगातदेखील तो पहावा लागतो. ह्याला मी 'पूर्णत्वाचा गुणविशेष' असे नाव दिलेय. स्वत:पलीकडे कशाकडे तरी, कुणाकडे तरी पाहता येणे हे मानवी जन्माचे लक्षण आहे. जेवढ्या जास्त प्रमाणात तो स्वत:ला विसरून, इतर कुठल्यातरी कार्याला वाहून घेऊ शकेल किंवा इतर व्यक्तींवर प्रेम करू शकेल, तेवढा जास्त तो मानव ह्या संज्ञेस पात्र होईल आणि तेवढ्या अधिक प्रमाणात त्याचे अस्तित्व अधिक विकसित असेल. हे प्राप्य अंतिम ध्येय नाही, कारण ते मिळविण्यासाठी म्हणून आपण जेवढे धडपडू, तेवढे ते दूर पळते. तो स्वत:स विसरून इतरांसाठी जगताना आपल्या नकळत अचानक हाती येणारा ठेवा असतो.

आतापर्यंत आपण हे पाहिले, की जीवनातील अर्थाची व्याख्या बदलत जाणारी असते, परंतु त्यातील अर्थ कधी संपत नाही. लोगोथेरपीत सांगितल्याप्रमाणे वेगवेगळ्या मार्गांने जाऊन त्याचा शोध घेता येतो. उदा. १) कृतिशील जीवन जगताना, २) आपल्या पलीकडील कुठल्यातरी उदात्त भावनांचा अनुभव घेताना किंवा दुसऱ्या व्यक्तीचा सहवास अनुभवताना, ३) न टाळता येणाऱ्या दु:खाकडे पहायचा आपला दृष्टिकोन बदलताना, अशा विविध मार्गांनी जीवनाचा हेतू, त्याचे उद्दिष्ट आपल्याला समजून घेता येते. यातील पहिला मार्ग समजणे सोपे आहे. कदाचित दुसरा अन् तिसरा मुद्दा नीट समजण्यासाठी अधिक स्पष्टीकरणाची गरज पडेल.

उदात्ततेचा म्हणजे सत्य, शिव आणि सुंदरतेचा अनुभव घेणे. हा अनुभव निसर्गसान्निध्यात मिळू शकतो, सुसंस्कृतपणात, सुविचारांच्या अभिव्यक्तीत अथवा साहित्याच्या कलास्वादात मिळू शकतो. त्याचप्रमाणे दुसऱ्या व्यक्तीतील अद्वितीयता अनुभवता येऊन तिच्यावर प्रेम करता येणे, यातही उदात्तता जाणवते. ती कशी ते बघू या.

प्रेमाची व्याख्या

प्रेम म्हणजे दुसऱ्याच्या व्यक्तिमत्त्वाचे आंतरिक पैलू स्पष्टपणे पाहता येणे, कळून घेता येणे. दुसऱ्यावर नितांत प्रेम केल्याखेरीज कुणालाही प्रिय व्यक्तीच्या मनाचा पूर्णपणे थांग लागू शकत नाही. प्रेम आपल्याला प्रिय व्यक्तीचे मूलभूत गुणधर्म, त्याची विशेष लक्षणे बघायला शिकविते आणि शिवाय त्याच्यातील अदृश्य गुणदेखील दाखविते. आवडत्या प्रिय व्यक्तीचे अव्यक्त गुण लक्षात घेऊन, तिला त्यांच्या अभिव्यक्तीची शक्यता पटवून देऊन, ते प्रकाशात आणण्यासाठी प्रेम करणाऱ्या व्यक्तीची, त्याच्या प्रेमाची मदत होते. प्रेम उभयतांची उन्नती करते.

लोगोथेरपीत प्रेमाची व्याख्या, नैसर्गिक शारीरिक आर्कषण व त्या आकर्षणातून उद्भवलेल्या भावना यापुरती सीमित नसून, ज्यामध्ये उदात्तता सामावेल अशी आहे. मानवप्राण्यासाठी मैथुनाइतकीच प्रेम हीदेखील नैसर्गिक अन् प्राथमिक प्रेरणा असते, इंद्रियजन्य गरज असते. मैथुन ही प्रेमाची एक अभिव्यक्ती आहे, ती प्रतीक बनते. जर त्यात प्रेमाचा अंतर्भाव असेल तर मैथुन हे न्याय्य आहे, पवित्रदेखील आहे. शारीरिक आकर्षण व संभोग हे दोन व्यक्तींतील अद्वैताचे प्रतीक आहे.

भोग, पीडा नि त्याचा अर्थ

आश्चर्य वाटेल, पण आयुष्यातील अर्थ शोधून काढायचा एक आणखी मार्ग आहे, तो म्हणजे अतीव दु:खातही त्या पीडेमागील अर्थ समजून घ्यायचा. जेव्हा न टाळता येण्यासारखे दारुण भोग पुढ्यात येऊन ठाकतात, तेव्हा तशा निराशाजनक कठीण समयातही जीवनातील अर्थ गवसण्याची शक्यता असते हे विसरून चालणार नाही. अशा वेळी महत्त्वाचे असते ते आपत्तीचे विजयोत्सवात रूपांतर करणे, वैयक्तिक शोकांतिकेला विजयात बदलणे आणि त्यासाठी आवश्यक असणाऱ्या आपल्यातील अव्यक्त उदात्तता समूर्त होत असतानाचे साक्षीदार होणे. जेव्हा येणारी परिस्थिती – उदाहरणार्थ, न बरा होणारा आजार होणे – बदलणे आपल्या हातात नसते तेव्हादेखील आपल्या स्वत:स बदलणे नि आव्हान पेलणे आपल्या हातात असते.

मुद्याच्या स्पष्टीकरणार्थ एका केसचे उदाहरण देतो. एकदा एक वयस्कर डॉक्टर मला भेटायला आला. तो अतीव नैराश्याच्या मनोव्यथेने गांजला होता. दोन वर्षांपूर्वी झालेल्या पत्नीच्या मृत्यूचे दु:ख पचविणे त्याला फार जड जात होते. तिच्यावर त्याचे आत्यंतिक प्रेम होते. तिचा विरह त्याला असह्य होत होता. आता मी काय करू शकत होतो! त्याला कसे समजावू शकत होतो? ही न बदलता येणारी परिस्थिती होती. त्याला केवळ धीराच्या गोष्टी सांगायचा मोह टाळून मी प्रसंगाला तोंड द्यायचे असे ठरविले. मी त्याला, ''डॉक्टर, तुम्ही तुमच्या पत्नीच्या आधी मृत्यू पावला असता तर काय झाले असते?'' असा प्रश्न केला.

''तिच्यावर आकाश कोसळले असते. ती अतीव दु:खात बुडून गेली असती.'' तो म्हणाला.

मी बोललो, ''मग बघा, तुमच्या आधी जाण्याने ती तुमच्या वियोगाच्या दु:खातून बचावली. तिच्या वियोगाचे दु:ख पचवून, तिला तिच्या क्लेशातून वाचविण्याचे काम तुमच्यावर पडलेय, खरंय ना? ह्याची किंमत मात्र तुम्हाला तुमच्या अश्रूंनी मोजावी लागत आहे.'' एकही शब्द न बोलता त्याने माझे हात आपल्या हातात घेऊन हलकेच दाबले नि हस्तांदोलन करून शांतपणे माझ्या ऑफिसमधून तो निघून गेला. त्याच्या दु:खात त्याला अर्थ सापडला नि त्याच्या क्लेशाची सुसह्यता वाढली. अर्थात हा खऱ्या अर्थाने उपचार नव्हता. कारण त्याला काही रोग झालेला नव्हताच. तसेच मीदेखील सद्य:परिस्थिती बदलू शकत नव्हतो, त्याच्या बायकोला परत जिवंत करू शकत नव्हतो. मी एकच काम केले होते. आपल्या दु:खाकडे बघायच्या त्याच्या दृष्टिकोनात मी जरासा बदल केला होता, त्यामुळे त्याच्या दु:खाबद्दलचे त्याचे मत बदलले होते.

लोगोथेरपीचा सिद्धांत हाच आहे, की माणसाची प्रमुख गरज केवळ सुख मिळविणे किंवा दु:ख टाळणे ही नसून, आल्या परिस्थितीमागे काही हेतू आहे असे वाटणे, जीवनातील अर्थ शोधणे ही आहे. दु:खात काही अर्थ आहे असे पटले तर माणूस ते भोगायलादेखील तयार असतो.

जीवनातील अर्थ समजून घेण्यासाठी दु:ख असलेच पाहिजे असा नाही. मला एवढेच म्हणायचे आहे, की अटळ दु:खातही अर्थ शोधता येतो व तो शोधणे मन:स्वास्थ्यासाठी आवश्यक असते. ह्याचा अर्थ दु:खाला निमंत्रण द्या असा नाही. दु:ख, मग ते मानसिक असो शारीरिक असो की छळछावणीतील त्रासासारखे राजकीय असो, टाळता येण्यासारखे असले तर कारण शोधून त्याचे निर्मूलन करणे हेच शहाणपणाचे नि अर्थपूर्ण कार्य असते. विनाकारण दु:ख भोगणे हे शौर्याचे काम नसून विकृतीचे लक्षण आहे.

'इडीथ वाईजकॉफ-जोएलसन' ही तिच्या मृत्यूपूर्वी जॉर्जिया महाविद्यालयात

सायकॉलॉजी ह्या विषयाची प्रोफेसर होती. आपल्या लोगोथेरपीवरील विवेचनात्मक लेखात ती म्हणते, ''आपली मानसिक आरोग्यविषयक सध्याची विचारप्रणाली, माणूस सुखी असायला हवा ह्यावर भर देते. दु:खाला ती रोगाप्रमाणे मानते. कदाचित अशी विचारसरणी, न टाळता येणारे दु:ख भोगणाऱ्याला, त्याच्या दु:खाला असंतुलनाचे नाव देऊन अधिकच दु:खी करत असावी नि जगातील दु:खाचे प्रमाण वाढविण्यास कारणीभूत होत असावी.'' दुसऱ्या एका लेखात तिने आपला आशावाद प्रगट करीत म्हटले आहे, ''येथे सध्या बऱ्या न होऊ शकणाऱ्या रुग्णास त्याचे भोग ताठ मानेने भोगण्याची संधी न देता त्यावर अपमान, व दीनतेचे, दुर्दैवाचे ओझे लादले जाते.'' कदाचित लोगोथेरपी अमेरिकन संस्कृतीत शिरलेल्या अशा अनिष्ट कल्पनांस आळा घालण्याचे काम करेल.

कधीकधी अशी परिस्थिती निर्माण होते, की जेव्हा आपले कार्य नि कर्तव्य करायच्या, आनंद उपभोगायच्या संधी आपल्या हातातून हिरावल्या जातात. प्रत्येकाच्या आयुष्यात काही दु:ख अटळ असते हे मात्र निर्विवाद. हे सत्य स्वीकारून धीराने आयुष्यातील आव्हानांस तोंड दिले तर आयुष्य शेवटच्या क्षणापर्यंत अर्थमय नि हेतूपूर्ण असल्याचे आपणास कळून येईल. दुसऱ्या शब्दात सांगायचे झाले, तर जीवनात अर्थ, बिनशर्त भरलेला असतो, न टाळता येणाऱ्या भोगातही संभाव्य अर्थाचे अंकुर असतात.

छळछावणीतील, हृदयात कोरल्या गेलेल्या एका अनुभवाची मला येथे आठवण येतेय. अनेक संख्याशास्त्रज्ञांनी नमूद केलेल्या आकडेवारीप्रमाणे कैद्यांची छळछावणीतून जिवानिशी बाहेर पडण्याची शक्यता अठ्ठाविसांत एक एवढीच होती. ऑशविट्झमधील भयानक छळछावणीत मला पकडून नेण्यात आले असताना बरोबर कोटात लपवून आणलेल्या माझ्या पहिल्यावहिल्या पुस्तकाचे हस्तलिखित मला वाचविता येईल हे जवळजवळ अशक्यच होते. माझ्या त्या वैचारिक अपत्याच्या मृत्यूचे दु:ख मला भोगावे लागले. त्यावर मात करावी लागली. माझ्यामागे माझे असे कुणीच नि काहीच शिल्लक राहाणार नाही; ना शारीरिक अपत्य ना वैचारिक, हे मोठे दु:ख होते. आता काय अर्थ राहिलाय आपल्या जीवनात? हा प्रश्न मनास भेडसावत होता. मला मी कळकळीने विचारात असलेल्या त्या प्रश्नाचे उत्तर सापडत नव्हते. कोठेतरी ते उत्तर आहे नि ते मला लवकरच मिळेल हे मला माहीत नव्हते. मला माझे सारे कपडे देऊन टाकावे लागले होते. ऑशविट्झच्या स्टेशनवर आल्याआल्या विषारी वायुभट्टीत ढकलून मारून टाकलेल्या कुणा अभाग्याचे कपडे, त्याची फाटकी लक्तरे मला देण्यात आली होती. माझ्या हस्तलिखितांच्या पानांऐवजी माझ्या हातात आले ते नव्याने मिळालेल्या फाटक्या कोटाच्या खिशात असलेले हिब्रु प्रार्थनापुस्तकातील

फाडून काढलेले एक पान. त्या पानावर सर्वांत महत्त्वाची ज्युइश प्रार्थना– 'शेमा इस्त्रायेल' –लिहिलेली होती. आपले विचार नुसते कागदावर न मांडता ते आचरणात आणायचे हे आव्हान आहे, ह्यापेक्षा जास्त त्या योगायोगाचा मी आणखी काय अर्थ लावू शकत होतो? त्या योगायोगाचे कारण मला समजू शकत नाही, पण त्याचा अर्थ मला कळलासा वाटतो.

तेथेच काही वेळानंतर अशी परिस्थिती निर्माण झाली, की आपला मृत्यू लवकरच होणार असे मला वाटू लागले. त्या आणीबाणीच्या काळात माझ्या बहुतांश सहकाऱ्यांपेक्षा माझी काळजी वेगळी होती. त्यांची काळजी होती आपण जगू का नाही आणि नाही जगलो तर आपण आतापर्यंत जे भोगले ते सारे व्यर्थच जाणार ह्याची. मला वेगळ्याच प्रश्नांनी ग्रासले होते. 'भोवताली जे काही मृत्यूचे तांडवनृत्य चालले आहे त्याला काय बरे अर्थ असावा? आणि त्याला जर अर्थ नसला तर मग जगण्याला तरी काय अर्थ उरणार आहे? आपण येथून सुटतो का नाही एवढ्याच नि अशाच केवळ योगायोगाने घटणाऱ्या घटना म्हणजेच जर जीवन असेल, तर जन्म जगण्यायोग्यच ठरत नाही असेच समजायचे का?'

महत्त्वाच्या वैद्यकीय समस्या (मेर्टे-क्लिनिकल प्रॉब्लेम)

आजकाल जास्त जास्त प्रमाणात लोक मनोवैज्ञानिकाकडे मानसिक रोगांविषयी सल्ला मागायला येण्याऐवजी, जीवनातील महत्त्वाच्या प्रश्नांच्या उत्तरांच्या शोधात येऊ लागले आहेत. पूर्वी अशा प्रश्नांची उत्तरे शोधण्यासाठी ते पाद्री, धर्मगुरू, रॅबाय, ह्यांच्याकडे जात. हल्ली ते चर्च किंवा देऊळ येथे जाणे नाकारून डॉक्टर्सना 'माझ्या आयुष्याचा अर्थ काय आहे?' असा प्रश्न विचारू लागले आहेत.

लोगोड्रामा

एक गोष्ट सांगाविशी वाटतेय. एकदा माझ्या दवाखान्यात आत्महत्येच्या प्रयत्नात असलेली एक बाई भरती करण्यात आली होती. तिचा अकरा वर्षांचा मुलगा मृत्युमुखी पडला होता. माझा सहकारी डॉ. कर्ट कोकुरेक ह्याने तिला रोगोपचारविषयक गटात सहभागी होण्यास आमंत्रित केले होते. मी त्या खोलीत प्रवेश केला तेव्हा तेथे मानसोपचारिक नाटकाचा प्रयोग चालू होता. (मानसिक उपचाराच्या अनेक प्रकारांपैकी 'नाट्याचा' उपचारासाठी केलेला वापर हा एक प्रकार आहे.) ती बाई आपली गोष्ट सांगत होती. तिच्या अकरा वर्षांच्या मुलाच्या मृत्यूनंतर तिच्या एकटीवर तिच्या दुसऱ्या 'इन्फंटाईल पॅरालिसीस' नावाच्या रोगामुळे अपंग

झालेल्या मुलाची जबाबदारी पडली होती. त्या दुसऱ्या मुलास चाकाच्या खुर्चीत बसवून सगळीकडे न्यावे लागे. त्या बाईस आपल्या नशिबाचा वैताग आला होता. जेव्हा तिने त्या अपंग मुलासह आत्महत्या करण्याचा प्रयत्न केला, तेव्हा त्या मुलाने तिला तसे करण्यापासून परावृत्त केले होते. त्या अपंगाला जगायचे होते. त्याच्यासाठी अपंगावस्थेतील जीवनदेखील जगण्यालायक होते. आईला तो अर्थ का बरे दिसत नव्हता? तिचे जीवन कसे हेतुपूर्ण होऊ शकणार होते? ते तसे होण्यासाठी आम्ही काय मदत करू शकणार होतो?

पूर्वतयारी नसताना मला एक कल्पना सुचली. मी संभाषणात सामील झालो. गटातील दुसऱ्या एका बाईला मी ''तुझे वय काय?'' म्हणून प्रश्न केला.

तिने उत्तर दिले ''तीस.''

मी म्हटले, ''आता तुझे वय तीस नसून ऐंशी आहे आणि तू मृत्युशय्येवर पडली आहेस अशी कल्पना कर. तू तुझ्या गत आयुष्याकडे वळून पाहत आहेस, तुला आयुष्यात अमाप संपत्ती मिळाली. सामाजिक स्थान मिळाले आणि तू निपुत्रिक आहेस अशीदेखील कल्पना कर. आता आयुष्याकडे वळून पाहताना तुझ्या मनात कोणते विचार येत आहेत, तू स्वत:शी काय म्हणत आहेस, तुला त्या क्षणी काय वाटत आहे ते सांग.'' ह्यावर इतर सर्व संभाषणाबरोबर, ह्यावर ती काय बोलली तेदेखील आम्ही ध्वनिमुद्रित केले.

ती म्हणाली, ''मी लक्षाधीशाशी लग्न केले, बिनकष्टाचे सुखी जीवन जगले. आयुष्यात मी सारे उपभोगून घेतले. पुरुषांची थट्टामस्करी केली, त्यांच्याशी वरवरच्या प्रणयचेष्टा केल्या. एकूण मजा केली. परंतु आता मी ऐंशी वर्षांची वृद्धा झाले आहे. मला माझे स्वत:चे मूल नाही. वयस्क डोळ्यांनी मागे वळून बघता त्या साऱ्यांत मला काही तथ्य दिसत नाही. काय बरे मिळविले मी माझ्या आयुष्यात? माझे आयुष्य शेवटी अपयशीच ठरले म्हणायचे.''

त्यानंतर मी अपंग मुलाच्या आईसदेखील वरीलप्रमाणे कल्पना करायला अन् आयुष्याकडे मागे वळून बघायला सांगितले. ती काय म्हणाली ते ध्वनिमुद्रित केलेले उत्तर ऐका. ती म्हणाली, ''मला मुले हवी होती आणि सुदैवाने माझी इच्छा फलद्रूप झाली. माझे एक मूल गेले. दुसरे आहे अपंग मूल. मी जर त्याची काळजी घेतली नसती तर त्याला कुठल्यातरी अनाथाश्रमात ठेवण्यात आले असते. जरी तो असहाय आणि दुर्बल असला तरी तो माझा मुलगा आहे. त्याचे आयुष्य जास्तीतजास्त सुखकर करायचा मी प्रयत्न केलाय. मी त्याला एक चांगली व्यक्ती बनवलंय.'' असे म्हणताना तिचा गळा अन् डोळे भरून आले. अश्रुसिंचन करीत ती पुढे म्हणाली, ''माझ्यापुरते बोलायचे झाले, तर मी माझ्या आयुष्याकडे आता समाधानाने वळून बघू शकते. माझे जीवन कारणी लागले नि ते तसे लागण्यासाठी मी पुरेपूर प्रयत्न केला

असं मी म्हणू शकते. मी माझ्या शक्तीनुसार जमेल तेवढे सारे केले. माझे आयुष्य निष्फळ नव्हते.''

आपल्या आयुष्याकडे मृत्युशय्येवरून बघितल्यासारखे पाहताना एकाएकी तिला त्यातील उद्देशाची जाणीव झाली. यातना असल्या तरी तिचे आयुष्य सफल होते. त्याचप्रमाणे तिच्या गेलेल्या मुलाच्या आयुष्यासारखं लहानसं आयुष्यदेखील ऐंशी वर्षांच्या आयुष्याहून अधिक आनंद नि प्रेमाने भरलेलं नि अर्थपूर्ण असू शकतं, ह्याची तिला जाणीव झाली.

थोड्या वेळाने मी दुसऱ्या एका प्रश्नाकडे वळलो. गटातील साऱ्यांना मी प्रश्न केला, ''ज्या माकडाचा उपयोग शास्त्रज्ञांनी पोलिओसारख्या दुर्धर रोगाची प्रतिबंधक लस बनविण्यासाठी केला आणि त्यामुळे ज्याला वारंवार सुया टोचून घेण्याचे दु:ख सहन करावे लागले, त्या वानरास त्याच्या आयुष्याचा, त्यातील यातनांचा अर्थ कळून घेता येईल का?'' सगळ्यांनी एकमताने ह्या प्रश्नाचे नकारात्मक उत्तर दिले. 'सीमित बुद्धिमत्ता असल्याने आयुष्यातील अर्थ शोधू पाहणाऱ्या, तो समजू शकणाऱ्या माणसांच्या जगात वानराला प्रवेश करता येणार नाही.' असे सर्वांचे मत पडले.

मग मी आणखी प्रश्न विचारले. ''आणि माणसाचे काय? मानवस्थिती ही विश्वातील उत्क्रांतावरची सर्वांत शेवटची पायरी आहे ह्याची तुम्हाला खात्री आहे का? का ह्याहूनही अधिक उत्क्रांतीची संभावना आहे? आपल्याहून अधिक प्रगत जग अंतरिक्षात कुठेतरी असण्याची शक्यता आहे का? कदाचित त्या प्रगत जगात आपल्याला आयुष्यातील भोगाचा अर्थ काय ह्याचे अंतिम उत्तर मिळण्याची संभावना असू शकेल का?''

अत्युत्तम प्रयोजन (द सुपर मीनिंग)

आयुष्याचा अर्थ त्याचे प्रयोजन हे सारे समजून घेणे कदाचित माणसाच्या सीमित बुद्धीच्या आवाक्यापलीकडचे असेल. अशा भावनेने लोगोथेरपीत आम्ही जीवनाचे 'अत्युत्तम प्रयोजन' हा शब्द वापरला आहे. काही तत्त्वज्ञानात जीवन अर्थहीन व नाशवंत असते तरी ते सहन करीत आयुष्य कंठायचे असते अशी विचारप्रणाली घोषित केली आहे. न कळलेला अर्थ ह्याऐवजी 'अर्थहीन जीवन' ह्या शब्दाचा वापर केला आहे. लोगोथेरपी म्हणते, की जीवन नि:शंकपणे अर्थपूर्ण असते. माणसाला त्याच्या बुद्धीच्या मर्यादेमुळे अनेकदा तो अर्थ कळत नाही, ह्याचा स्वीकार करायला हवा एवढेच. त्या दृष्टीने पाहता लोगोथेरपी ही

आपल्याला तर्कशास्त्राहून अधिक खोलवर जाऊन विचार करायला शिकविते.

आपल्या मर्यादेपलीकडे जाऊन, आपल्याला सारे समजते, समजावता येते ह्या भ्रमात राहून आपण पेशंटला काही सांगायला गेलो, तर मात्र माझी झाली तशी आपली फजिती होण्याची संभावना असते. माझी मुलगी सहा वर्षांची असताना तिने मला प्रश्न केला, ''बाबा, आपण देवाला 'चांगला बाप्पा' (गुडलॉर्ड) असे का म्हणतो?''

मी म्हटले, ''बघ, काही आठवड्यांपूर्वी तुला गोवर झाला होता आणि छान छान बाप्पाने तुला बरे केले ना, म्हणून.''

त्या चुणचुणीत मुलीचे ह्या उत्तराने समाधान होईना. ती लगेच उत्तरली, ''पण बाबा, आधी देवानेच तर मला गोवर दिला होता हे विसरू नका.''

असे असले, तरीदेखील जर पेशंट मुळात श्रद्धाळू असेल तर त्या श्रद्धेचा उपचारासाठी उपयोग करायला हरकत नसावी. तसे केल्याने त्याच्यातील आध्यात्मिक शक्तीचा उपयोग त्याला बरे करण्यास, वापर करता येतो. मात्र तसे करताना उपचारकाने पेशंटच्या डोळ्याने त्याच्या जगाकडे बघायला शिकले पाहिजे. मी एकदा तसे केले. पूर्व युरोपातील एका ज्यू धर्मगुरूने (रॅबाय) मला त्याची कहाणी सांगितली. ऑशविट्झच्या छळछावणीत त्याची बायको नि त्यांची सहा मुले ह्यांना विषारी वायुकक्षात कोंडून मारून टाकण्यात आले होते. तेथून सुटका झाल्यावर त्याने दुसरे लग्न केले. त्याची दुसरी पत्नी वांझ निघाली. ''नुसती मुले जन्माला घालून आपल्या आयुष्याची साखळी चालू ठेवणे हाच केवळ जीवनाचा पूर्ण उद्देश नसतो. तसे असते तर मनुष्याचे जीवन अर्थहीनच म्हणावे लागले असते आणि जे अर्थहीन आहे ते पुढे चालू ठेवण्यात काय अर्थ आहे? त्याची केवळ पुनरावृत्ती करून जीवन हेतुमय बनेल का?'' मी युक्तिवाद केला. परंतु तो धर्मगुरू आपल्या कर्मठ दृष्टिकोनातून त्याच्या जीवनाकडे पाहत होता. त्याच्या दृष्टीने तो मेल्यानंतर त्याच्यासाठी 'कदीश प्रार्थना' (मृत्यूनंतर त्याच्या पिंडासाठी केलेली प्रार्थना) करायला मुलगा नसेल तर त्याचे जीवन अर्थहीन ठरेल. मी हार मानायला तयार नव्हतो. त्याला मदत करण्यासाठी मी आणखी एकदा प्रयत्न करायचे ठरविले. ''तुला तुझी मुले स्वर्गात पुन्हा भेटतील ह्याची आशा नाही का?'' मी विचारले. मी असे म्हणताच त्याच्या डोळ्यांतून अश्रूंचा पूर वाहू लागला नि त्याच्या खोलवरच्या दुःखाला वाचा फुटली. तो म्हणाला, ''माझी मुले ही अश्राप हुतात्मे असल्याने त्यांना देवाघरी स्वर्गात खचितच सर्वोच्च जागा मिळेल, परंतु मला म्हाताऱ्या पाप्याला तेथे पोहोचण्याची आशा नाही.'' न खचता मी पुन्हा त्याच्या सांत्वनाचा प्रयत्न केला. ''रॅबाय, कदाचित तुम्हाला मागे राहून मुलांच्या मृत्यूचे दुःख भोगावे लागण्याचे हेच कारण असावे. ह्या दुःखाने होरपळून तुमची सारी पापे भस्म होतील नि मग मुलांसारखे निष्पाप

नसूनही तुम्हीदेखील स्वर्गात जाऊन त्यांना भेटू शकाल. आपल्या धर्मग्रंथात, 'देव आपले सारे अश्रू जपून ठेवतो' असे म्हटले आहे ना? (PS. 56.8 "thou hast kept count of my tossing; put thou my tears in thy bottle! Are they not in thy book?") कदाचित तुमची दु:खेदेखील निष्फळ ठरणार नाहीत." ह्या शब्दांनी मात्र आपले काम केले. अनेक वर्षांनंतर प्रथमच रॅबायना धीर आला. मी त्यांना त्यांच्या दु:खाकडे बघण्याचा नवा दृष्टिकोन देऊ शकलो.

हे क्षणभंगुर जीवन

नुसती दु:खेच नाही तर मृत्यूची जाणीवदेखील आयुष्य अर्थहीन असल्याचा भास निर्माण करू शकते. मी मात्र नेहमी न थकता म्हणत असतो, की आयुष्यात जर काही क्षणभंगुर असेल तर ती त्यातील संभाव्यता (पोटेन्शियल). त्या संभाव्यतांना जेव्हा आपण प्रत्यक्षात आणतो, उतरवितो तेव्हा त्यांना मूर्त रूप मिळते. मग भूतकाळ बनून त्या वाचविल्या जातात नि चिरंतन बनतात. (भूतकाळात काहीच हरवत नाही. तिथे सारे कधीही न बदलता येणारे रूप घेऊन साठविले जाते.) म्हणूनच नाशवंत आयुष्य म्हणजे अर्थहीन आयुष्य हे समीकरण होत नाही. क्षणभंगुरता ही जबाबदारपणात परिवर्तित होते. आपण आपल्यातल्या संभाव्य गोष्टींना प्रत्यक्षात उतरवून कसे अजरामर करतो त्यावर सर्व काही अवलंबून असते. कळत नकळत, पुढ्यात असलेल्या कोणत्या संधी आपण वाऱ्यावर सोडून विलीन होऊ द्यायच्या नि कोणत्या संधीचा उपयोग करून, त्या प्रत्यक्षात आणून त्या क्षणांचे अमरत्व जपायचे, त्यांना काळाच्या वाळूवरील स्पष्ट उमटलेल्या पावलांच्या ठशांचे रूप द्यायचे ही निवड माणूस सतत करीत असतो. बरे किंवा वाईट, आपल्या जीवनाचे स्मारक कसे बनवायचे हे प्रत्येक क्षणाला माणूसच ठरवत असतो.

अनेकदा माणूस कापलेल्या पिकाच्या खुरट्या दांड्या बघून 'संपले सारे' म्हणतो. ती बघून जीवनातील क्षणभंगुरतेच्या वेदनेने घायाळ होतो. तसे करताना गेलेल्या हंगामातील साठविलेल्या दाण्यांकडे बघायचे तो विसरून जातो. त्यांचे तेव्हाचे कर्तृत्व, ती करताना मिळालेल्या आनंदाच्या क्षणांचा साठा, कधी कधी झालेले कष्ट ह्यांचा त्याला विसर पडतो. केलेले काहीही पुसून टाकता येत नाही, त्यावर बोळा फिरवता येत नाही. जगलेले क्षण माणूस जगला होता ह्याच्या शाश्वताच्या साक्षी असतात.

जीवनाची क्षणभंगुरता लक्षात घेऊन केलेला लोगोथेरपीचा उपचार हा निराशावादी विचार नसून क्रियाशील विचार आहे. हा मुद्दा नीट समजण्यासाठी एक चित्र मनापुढे उभे करू या. निराशावादी माणूस भीतियुक्त विषादाने आपल्या

जीवनाच्या कॅलेंडरमधील गेलेल्या दिवसांच्या फाडून टाकलेल्या पानांकडे बघतो, त्याचे कॅलेंडर दिवसेंदिवस पातळ होत जाताना त्याला दिसते. ह्याउलट पुढ्यात उभ्या ठाकलेल्या आव्हानांना तोंड देण्यात गुंतलेला कृतिशील माणूस मात्र कॅलेंडरचे पान फाडतो नि ते आधीच्या पानांबरोबर नीट फाइलमध्ये लावतो. तसे करताना प्रत्येक पानामागे त्याने काळजीपूर्वक नोंदी केलेल्या असतात. त्या पानांकडे तो अभिमानाने नि आनंदाने बघू शकतो. त्यात त्याच्या आयुष्यातील समृद्ध क्षण साठवलेले असतात. त्याचे जीवन पूर्णत्वाने जगलेले असते. आपण म्हातारे होत असल्याची जाणीव त्याला होत असली म्हणून काय झाले? त्याला तरुणांकडे पाहून त्यांचा हेवा करण्याचे किंवा स्वतःच्या गेलेल्या तारुण्यासाठी खंत करण्याचे काही कारण असते का? तरुणांच्या पुढ्यात असलेल्या संधीचे क्षण बघून त्यांचा त्याला हेवा वाटेल का? मला वाटते की तो म्हणेल, ''आभारी आहे, पण तुमचे जीवन मला नको आहे. तुमच्या पुढील भवितव्यापेक्षा माझे त्यांना प्रत्यक्षात आणलेले क्षण, कार्ये, मी केलेल्या नि अनुभवलेल्या प्रेमाचे क्षण आणि धैर्याने सोसलेली दुःखेसुद्धा, ह्या साऱ्यांचा मला सार्थ अभिमान आहे.'' ह्या गोष्टी हेवा निर्माण करणाऱ्या नसतात.

लोगोथेरपी : एक तंत्र

मरणाच्या भीतीसारखी वास्तव भीती केवळ मानसिक अवस्थांचे विवेचन करून शमविता येत नाही. तसेच मनोविकृतीत उगम पावलेल्या, उदाहरणार्थ, घराच्या भिंतीबाहेर पडायला घाबरणे (ॲगोरोफोबिया) अशासारख्या भयांचे निराकरण केवळ त्याची कारणमीमांसा व त्याबाबतचे तत्त्वज्ञान समजावून सांगण्याने होत नाही. अशा वेळी उपचारासाठी लोगोथेरपीने काही तंत्रे विकसित केली आहेत. ती वापरल्याने काय नि कसा फरक पडतो ते समजून घेण्यासाठी आपण नेहमीच्या जीवनात आढळून येणाऱ्या मनोविकृतींच्या केसेस नि त्यावर लोगोथेरपी तज्ज्ञांनी केलेले उपचार नि त्यांचे परिणाम ह्याकडे बघू या.

एका विकृतीचे नाव आहे 'पूर्वकल्पनेचा घोर' (ॲन्टिसिपेटरी अँक्झायटी). ह्या विकृतीचा विशेष असा आहे, की विकृती असलेली व्यक्ती ज्या गोष्टीला घाबरत असते, तेच नेमके त्याबाबत तीव्रतेने वाटण्याऱ्या तीव्र चिंतेमुळे घडवून आणण्यास ती कारणीभूत होते. भित्यापाठी ब्रह्मराक्षस म्हणतात तशी परिस्थिती निर्माण होते. एखाद्याला आपण मोठ्या खोलीत अनेक माणसांच्या घोळक्यात गेलो तर लज्जित होऊ, आपले तोंड लाल लाल होईल, आपले गोरेमोरे झालेले तोंड सर्वांना दिसेल ह्याची भीती वाटत असेल तर वरील परिस्थितीत तो अधिकच लज्जित होतो, त्याचे

तोंड लालबुंद होते. इच्छा ही विचाराची जननी आहे ह्या म्हणीत थोडा बदल करून भीती ही त्या घटनेची जननी आहे असे म्हणावे लागेल.

ज्याप्रमाणे तीव्र भीती ज्याला घाबरते तेच घडवून आणू शकते, त्यास कारणीभूत होते, त्याचप्रमाणे जबरदस्तीने लादलेला हेतू तो हेतू तडीस नेण्यास अक्षम ठरतो. ह्या तत्त्वाचा उपयोग लोगोथेरपीच्या तंत्रात केलेला आहे. वरील वचनाची सत्यता संभोगाच्या वेळी विशेषत्वाने कळून येते. पुरुष जेवढा आपली लैंगिक शक्ती सिद्ध करायला जातो तेवढा तो संभोग करायला अक्षम बनतो. स्त्रियांच्या बाबतीतही तेच दिसून येते. जेवढी ती संभोगाचा अत्युच्च अनुभव घ्यायचा प्रयत्न करते तेवढी ती तो अनुभवण्यास असमर्थ ठरते. सुख हे दुय्यम असायला हवे. त्याला लक्ष्य बनविल्यास ते सावलीसारखे दूर पळते. 'बळजबरीच्या हेतू' प्रमाणेच एखाद्या गोष्टीवर अति लक्ष केंद्रित करणे, त्याचाच सतत विचार करीत राहणेदेखील विकृतीस कारणीभूत होऊ शकते. माझ्याकडे आलेल्या ह्या केसचे उदाहरण पाहा.

एक तरुण मुलगी माझ्याकडे, 'मला संभोगाचा आनंद घेता येत नाही' ह्या कारणास्तव उपचारासाठी आली. प्रश्न विचारता असे उघडकीस आले, की तिच्या लहानपणी तिच्या वडिलांनीच तिच्यावर बलात्कार केला होता. तिने मोठी झाल्यावर त्या विषयावरील जनसामान्यांसाठी लिहिलेले साहित्य वाचले. आपल्या जीवनावर वरील अनुभवाचा काय परिणाम होईल ह्याची तिला सतत काळजी वाटे. घाबरून त्या परिणामांची ती अपेक्षा करीत राही. आपले स्त्रीत्व कायम आहे का नाही ह्यावरच तिचे लक्ष केंद्रित असे. त्याबाबतचा पुरावा तिला हवा असे. परिणामी ती जोडीदाराकडे लक्ष द्यायला विसरून आत्मकेंद्रित बनली व संभोगातील अत्युच्च आनंद तिला भोगता येईनासा झाला. त्यासंबंधीच्या काळजीतच ती व्यग्र असे. संभोगातील अत्युच्च सुख हे जोडीदारास प्रेमाने सर्वस्व अर्पण करताना मिळणारे दुय्यम उत्पादन असते हे विसरून आनंदाचा उपभोग हेच तिचे लक्ष्य बनले. हे समजावून लोगोथेरपी तिचे लक्ष स्वत:वरून जोडीदाराकडे परावर्तित करण्यात यशस्वी झाली नि तिला संभोगाचा आनंद आपसूकच मिळू लागला.

लोगोथेरपीचे आणखी एक तंत्र आहे. त्याचे नाव 'विरोधाभासयुक्त उद्देश' (पॅराडॉक्सिकल इन्टेन्शन). ह्या तंत्रामागे दोन तत्त्वांचा केलेला उपयोग आहे. पहिले तत्व हे, की ज्याची भीती वाटते तेच घडवून आणण्यास ती भीती कारणीभूत होते. दुसरे तत्त्व हे, की ज्यावर अति लक्ष केंद्रित केले जाते ते घडवून आणण्यास मनुष्य अक्षम ठरतो. हे मी मला छळछावणीत नेले जाण्यापूर्वी १९३९ मध्ये एका जर्मन लेखात लिहून ठेवले होते. ह्या पद्धतीत थोडा काळ का होईना, पेशंटला ज्याची भीती वाटते त्याचीच प्रबळ इच्छा करण्यास प्रवृत्त केले जाते. कसे ते पहा.

एक तरुण डॉक्टर माझ्याकडे आला. त्याला डबडबून घाम येण्याची भीती वाटे.

कोणासमोर घाम येईल ह्या चिंतेने त्याची गाळण उडे नि तो चिंतेने त्रस्त झाला की त्याचे दरदरून घाम येणे वाढे. हे चक्र थांबविण्यासाठी मी त्या पेशंटला सल्ला दिला की घाम येऊ लागला की तू आपण किती जास्त घाम काढू शकतो ते सगळ्यांना दाखव. आठवड्याभरात तो परत आला नि आपल्या प्रगतीची कथा सांगू लागला. तो म्हणाला, की जेव्हा जेव्हा पूर्वी ज्यांना भेटल्यावर मला घाम फुटे अशा व्यक्तींना पुन्हा भेटलो, तेव्हा तेव्हा मी स्वत:ला सांगितले, 'ह्यांना बघून मला पूर्वी एक ग्लासभर घाम फुटे, आता मी ह्यांना दहा ग्लास घाम काढून दाखवितो.' परिणामी त्याला घामच येईना. अनेक वर्षांचे त्याचे 'दुखणे' लोगोथेरपीच्या एकदाच केलेल्या उपचाराने बंद झाले.

वाचकांच्या लक्षात आलेच असेल, की येथे आपण फक्त पेशंटचा दृष्टिकोन बदलला आहे. ज्याची भीती वाटायची त्याची त्याला इच्छा करायला त्याला शिकविले आहे, चिंतेची जागा इच्छेने घेतली आहे नि तसे केल्याने त्याच्या चिंतेच्या शिडातील वाराच काढून घेतल्यासारखे झाले आहे.

ह्या उपचारपद्धतीत मानवजातीचं वैशिष्ट्य असलेल्या, 'स्वत:कडे अलिप्ततेने पाहता येणे' आणि 'विनोद शोधता येणे' ह्या दोन गुणांचा उपयोग करून घेणे आवश्यक आहे. स्वत:कडे अलिप्ततेने बघता येणे ह्या गुणास वरील 'विरोधाभासयुक्त उद्देश' तंत्र वापरून पेशंटने प्रत्यक्षात उतरविले आहे. असे केल्यामुळे पेशंट नि त्याची विकृती यातील अंतर वाढत जाते. 'गॉर्डन डब्ल्यु. ऑलपोर्ट'ने 'व्यक्ती आणि तिचा धर्म' (द इंडिव्हिज्युअल अ‍ॅण्ड हिज रिलीजन) ह्या आपल्या पुस्तकात लिहिले आहे, ''जो न्युरोसिसच्या मनोविकृतीने पछाडलेला माणूस स्वत:कडे बघून हसायला शिकतो, तो विकृतीस केवळ आळा घालण्याच्याच नाही, तर बरा होण्याच्या मार्गावर असतो.'' 'विरोधाभास उद्देश' हे तंत्र ऑलपोर्टच्या वचनातील सत्यतेचा पुरावा आहे नि त्याचा मानसोपचारासाठी केलेला उपयोग आहे.

आणखी काही केसेसचे वर्णन करून जरा विस्तृत स्पष्टीकरण करतो. ही केस एका हिशेबनिसाची होती. अनेक संस्थांत केलेल्या विविध उपचारांनी त्याला गुण आला नव्हता. आमच्या दवाखान्यात भरती केला गेला होता तेव्हा त्याला इतके नैराश्य आले होते, की 'मला आत्महत्या कराविशी वाटतेय' असे त्याने माझ्याजवळ बोलून दाखविले होते. त्याला लेखकाला आलेले 'वेदनाकारक स्नायूंचे आकुंचन' (राइटर्स क्रॅम्प) नावाची बाधा झाली होती. तिचे प्रमाण एवढे जास्त होते, की त्यामुळे त्याला काम करता येत नव्हते नि त्याची नोकरी जाण्याच्या बेतात होती. त्याला त्वरित गुण आणणारा उपचार करणे आवश्यक होते. डॉक्टर इव्हा कोझडेराने त्याला, ''हे दुखणे घालविण्यासाठी नेहमी करतोस त्याच्या अगदी विरुद्ध गोष्टी कर.'' असा सल्ला दिला. त्याला ''नेहमी तू कळ आली की त्यावर आपले लक्ष केंद्रित करून हिशेब अत्यंत सुवाच्य अक्षरात

लिहायचा प्रयत्न करतोस, त्याऐवजी शक्य तितक्या वाईट गिचमिड अक्षरांत लिहायचा प्रयत्न कर.'' असे सांगितले. ''मी किती वाईट अक्षरे खरडू शकतो ते सगळ्यांना दाखवतोच आता,'' असे स्वत:शीच म्हणायला सांगितले. जेव्हा तो सारे लक्ष एकवटून गिचमिड अक्षर काढायचा शिकस्तीचा प्रयत्न करू लागला, तेव्हा त्याला मुळी वाईट अक्षर खरडताच येईना. दुसऱ्या दिवशी 'मला अक्षर खरडता येत नाही' असे तो सांगू लागला. अठ्ठेचाळीस तासांत त्याचे लिहिताना होणारे वेदनादायक स्नायूंचे आकुंचन थांबले नि थांबलेलेच राहिले. मला येतंय की असे म्हणत, आनंदित होऊन तो पुन्हा पूर्ववत आपले काम करण्यास सक्षम झाला.

व्हिएन्ना पॉलिक्लिनिकमध्ये घशाचा डॉक्टर म्हणून काम करीत असणाऱ्या माझ्या सहकाऱ्याने मला दुसऱ्या अशाच केसचे वर्णन सांगितले. ह्या केसमध्ये लिहिण्याऐवजी बोलण्याच्या विकाराचा प्रश्न होता. पेशंट तोतरेपणाच्या विकाराने ग्रासला होता. इतक्या जास्त थराला गेलेला तोतरेपणा माझ्या सहकाऱ्याने आपल्या अनेक वर्षांच्या वैद्यकीय जीवनात पाहिला नव्हता. ह्या पेशंटला आपल्या सबंध आयुष्यात, क्षणभरासाठीदेखील नीट बोलू शकल्याचे आठवत नव्हते. ह्याला एकच अपवाद होता. आपल्या वयाच्या बाराव्या वर्षी त्याने एकदा ट्राममध्ये फुकट प्रवास करायचा प्रयत्न केला. जेव्हा ट्रामच्या कंडक्टरने त्याला पकडले, तेव्हा आलेल्या परिस्थितीतून सुटका करून घेण्याचा एकच उपाय त्याला सुचला. आपण तोतरे बोलून कंडक्टरची सहानुभूती मिळवायची नि यातून बाहेर पडायचे असा त्याने विचार केला. आपण एक तोतरेपणाची व्याधी असलेला गरीब मुलगा आहोत ह्याचे प्रात्यक्षिक दाखवायचा त्याने आटोकाट प्रयत्न केला, परंतु त्याच्या तोंडातून नेहमी येणारे तोतरे बोल बाहेर पडेनात. त्याच्या नकळत त्याने 'विरोधाभासयुक्त उद्देश'चे तंत्र वापरले होते. मात्र त्या वेळी ते उपचारासाठी म्हणून वापरले नव्हते.

'विरोधाभासयुक्त उद्देश' हे उपचारतंत्र, केवळ एकच लक्षण असलेल्या व्याधींपुरते मर्यादित आहे असा विचार करू नका. ह्या उपचारपद्धतीचा वापर करून व्हिएन्ना पॉलिक्लिनिकमधील माझ्या सहकाऱ्यांनी 'ऑबसेसिव्ह कंपल्सिव्ह डिसऑर्डर' – शॉर्ट फॉर्म ओ.सी.डी. – एखादी गोष्ट ठरावीक पद्धतीनेच करायच्या, न आवरता येणाऱ्या तीव्र इच्छेने झपाटले जाणे. तसे न करू शकल्यास रोजचे आयुष्य नीटपणे न जगू शकणे. (उदाहरणार्थ, कितीही उशीर होत असला तरी बरोबर सात वेळा घरातील खिडकी वर-खाली केल्याशिवाय घराच्या बाहेर पडू न शकणे) यासारख्या तीव्र स्वरूपाच्या आणि बरेच दिवस पेशंटला भंडावून सोडत असलेल्या रोगाला काबूत आणण्यात यश मिळविले.

एक पासष्ट वर्षांचे वय असलेली बाई तिच्या आयुष्यातील साठ वर्षे काहीतरी धुण्याच्या इच्छेच्या सक्तीने विकारपीडित होती. (ओ.सी.डी.). डॉ. इव्हा कोझडेराने

लोगोथेरपीतील 'विरोधाभासयुक्त उद्देश' (पॅराडॉक्सिकल इन्टेन्शन) चे तंत्र वापरून तिच्यावर उपचार सुरू केला. दोन महिन्यांनंतर ती बाई चारचौघांसारखे साधे सरळ आयुष्य जगण्यास समर्थ झाली. आमच्या व्हिएन्ना पॉलिक्लिनिक हॉस्पिटलमध्ये भरती होण्याअगोदर 'ह्या विकृतीने पछाडलेले जीवन जगणे म्हणजे नुसत्या नरकयातना आहेत.' असे उद्गार तिने काढले होते. धुण्याच्या इच्छेच्या सक्तीने नि जंतूंच्या अनैसर्गिक भीतीने ग्रासलेल्या तिला जणू अपंगत्वच आले होते. शेवटी शेवटी तर तिला कुठलेच काम करता येणे अशक्य होऊन ती दिवसभर बिछान्यातच पडून राही. ती पूर्णपणे बरी झाली असे म्हणता येणार नाही, कारण तीव्र इच्छा तिला अजून छळतात, पण आता ती त्यांची गुलाम न बनता त्यांना हसू शकते, स्वत:वर विनोद करू शकते आणि उपचारातील शिकलेल्या तंत्राचा वापर करून त्या इच्छांना काबूत ठेवू शकते.

'विरोधाभासयुक्त उद्देश'चे तंत्र झोपेच्या विकारांवर देखील उपयुक्त ठरले आहे. झोप न येण्याच्या काळजीमुळे व्यक्ती झोपेवरच लक्ष केंद्रित करते. ह्याचा परिणाम 'बळजबरीच्या हेतूत' (हायपर इन्टेन्शन) करण्यात होतो मागे वर्णिल्याप्रमाणे ज्यावर अति लक्ष केंद्रित केले जाते ती गोष्ट घडणे अधिकच दुरापास्त होऊन बसते. मग झोप येणे कठीण होते. अशा वेळी मी पेशंटला झोपेचा प्रयत्न न करता शक्य तेवढा जास्त वेळ जागे राहण्याचा प्रयत्न कर असा सल्ला देतो. दुसऱ्या शब्दांत सांगायचे तर वरील सल्ला देऊन मी पेशंटच्या झोप न येण्याच्या 'पूर्वकल्पित घोराचे' (चिंतेचे) रूपांतर 'विरोधाभासयुक्त उद्देशात' करतो. परिणामी पेशंटला पटकन झोप येते.

'विरोधाभासयुक्त उद्देश' हे तंत्र म्हणजे काही प्रत्येक व्याधीवर लागू होणारा उतारा किंवा रामबाण औषध नाही. मात्र ओ.सी.डी., अनैसर्गिक भीती, पूर्वकल्पनेचा घोर अशांसारख्या विकृतींनी पछाडलेल्या व्यक्तीला बरे करण्यासाठी उपयोगी पडणारे हे एक उपयुक्त असे तंत्र आहे. शिवाय त्याचा वापर तात्काळ नि थोडक्या वेळात करता येतो. वापरायला थोडा वेळ लागला म्हणजे त्याचा गुण थोडाच वेळ टिकेल असे मात्र नाही. स्वर्गवासी एमील ए. गथेल ह्याने फ्रॉइडच्या उपचारपद्धतीबद्दल बोलताना, ''उपचाराचा परिणाम उपचाराच्या लांबीवर अवलंबून असतो अशी फ्रॉइडच्या अनुयायांची, विचारकांची भ्रामक सनातनी श्रद्धा आहे.'' असे उद्गार काढले आहेत. माझ्याजवळ अशी अनेक उदाहरणे आहेत, की जेथे वीस वर्षांपूर्वी वापरलेल्या 'विरोधाभासयुक्त उद्देश' ह्या तंत्राचा परिणाम टिकाऊ असल्याचे आढळून आले आहे. तेव्हा पेशंट कायमचा बरा झाला असे समजावयास हरकत नसावी.

'विरोधाभासयुक्त उद्देश'तंत्राची विशेषता ही आहे, की विकृतीचे कारण कुठलेही असले तरी ते परिणामकारक होते. त्यामुळे 'इडीथ वाईजकॉफ जोएलसन'च्या म्हणण्यास पुष्टी मिळते. ती म्हणते, ''सनातनी मनोवैज्ञानिकांच्या म्हणण्यानुसार

विकृतींवर केले जाणारे उपचार त्यांच्या मूळ कारणांशी निगडित असायला हवेत. परंतु बालपणात काही विशिष्ट कारणांमुळे आलेल्या विकृती प्रौढ वयात निराळ्या उपचारांनी बऱ्या होण्याची शक्यता आहे.''

विकृतींच्या कारणांबद्दल बोलायचे झाले, तर माणसाच्या नैसर्गिक शारीरिक अथवा मानसिक ठेवण वैशिष्ट्यांव्यतिरिक्त 'पूर्वकल्पनेचा घोर वा चिंता' आणि त्यामुळे स्वत:च्याच मनाला मिळणारे वेडेवाकडे संदेश हे विकृती निर्मितीचे प्रमुख कारण असते. एखादे लक्षण दिसले, की त्याबाबतची भीती उद्भवते, भीतीमुळे लक्षणांत वाढ होते, त्यामुळे भीती अधिकच वाढते नि एक अव्याहत चक्र सुरू होते. ओ.सी.डीबाबतदेखील तेच तत्व लागू पडते. ओ.सी.डी.ने त्रस्त झालेली व्यक्ती त्या झपाटणाऱ्या सवयींशी लढा देण्याचा प्रयत्न करते. असे केल्यामुळे दाब दिल्यावर दबलेली वस्तू जास्तच जोराने उसळून वर येते तसेच सवयींचे त्याच्यावर असलेले नियंत्रण अधिकच बलशाली होते. त्या त्याला अधिकच भंडावतात. विकृतीची लक्षणे वाढतात. याउलट पेशंट जेव्हा झपाटणाऱ्या सवयींशी झगडायचे थांबवितो व 'विरोधाभासयुक्त उद्देश'चे तंत्र वापरून त्यांची थट्टा करू लागतो, तेव्हा चक्रभेद होतो व विकृतीची लक्षणे कमीकमी होत जात त्यांचे निर्मूलन होते. जर एखाद्या सुदैवी पेशंटच्या मनात विकृतींच्या लक्षणांना आमंत्रण देणारी अस्तित्वाची पोकळी नसेल तर तो स्वत:च्या भासमान भयास हसू शकतो आणि शेवटी त्यांच्याकडे संपूर्णपणे दुर्लक्ष करण्यात यशस्वी होतो.

'पूर्वकल्पनेचा घोर' नि त्यामुळे निर्माण होणाऱ्या विकृतींस 'विरोधाभासयुक्त उद्देश'चे तंत्र वापरून आळा घालता येतो नि त्यावर मात करता येते; 'बळजबरीचा हेतू' व 'आत्मकेंद्रित करायला लावणाऱ्या व्यथा' त्यांना परावर्तित करून खंडित करता येतात. येथे हे लक्षात ठेवणे जरुरीचे आहे की व्यथेवरून लक्ष परावर्तित करण्यासाठी पेशंटला त्याच्या आयुष्यातील कार्याची, त्याच्या जीवनाचे सार्थक कशात आहे ह्याची ओळख करून देणे अत्यावश्यक आहे. त्याखेरीज त्याला त्याच्या लक्षणांवर पूर्णपणे मात करता येणार नाही.

मनोविकृती झालेल्याची व्यथा, त्या विकृतीवर लक्ष केंद्रित केल्याने कमी होत नाही तिथे उपयोगी पडते ती त्याची स्वत:पलीकडे बघण्याची क्षमता.

सामुदायिक मनोविकृती (द कलेक्टिव्ह न्युरोसिस)

प्रत्येक काळाची आपापली सामुदायिक मनोविकृती असते आणि त्याच्याशी सामना देण्यासाठी प्रत्येक काळात विकृतीस अनुरूप अशा उपचारपद्धतीचा शोध घ्यावा लागतो. अस्तित्वातील पोकळी, जीवनातील अर्थहीनता ही आजच्या

समाजाची 'सामुदायिक' विकृती आहे. ह्याचे वर्णन जीवनात काही अर्थ आहे ह्यावर विश्वास नसणे; व्यक्तिगत आयुष्यात नैतिकता, धर्म, ज्ञान ह्या सर्वांना झुगारणे, त्यांना स्थान नसणे, असे करता येईल. जर मनोवैज्ञानिक स्वत:स नि आपल्या व्यवसायाला आजकाल प्रचलित असलेल्या अर्थ, धर्म, ज्ञान, नैतिकता ह्यांचे महत्त्व न मानणाऱ्या अथवा न जाणणाऱ्या तत्त्वज्ञानाच्या प्रभावापासून स्वतंत्र व वेगळे ठेवू शकले नाही, तर ते वर वर्णन केलेल्या सामुदायिक अवस्थेस तोंड देण्यास असमर्थ ठरतील. तसे झाले तर ते मनोवैज्ञानिक आणि त्याची उपचारपद्धती आजच्या विकृतीवर तर स्वत:चे प्रतिनिधी होतील, त्यामुळे कळत नकळत ते पेशंटला मानवतेचे चित्र नव्हे, व्यंगचित्र दाखवणारे होतील.

सर्वांत प्रथम सांगायचे तर माणूस म्हणजे केवळ भौतिक पदार्थांने निर्माण केलेला आणि भोवतालच्या परिस्थितीने संस्कार केलेला, केवळ आनुवंशिक आणि मानसिक व सामाजिक वातावरणाने बनलेला असा एक सजीव पुतळा आहे, असे शिकवणेच धोकादायक आहे. असा दृष्टिकोन मनोविकृत व्यक्तीच्या आधीच दृढ असलेल्या दैववादी विचारांना पुष्टी देण्याचे काम करतो. व माणूस कठीण परिस्थितीत देखील स्वत:ची दिशा ठरविण्यास स्वतंत्र आहे असे न शिकवता तो केवळ नियतीच्या हातातील, भोवतालचा वारा वाहील तसे डुलणारे बाहुले आहे असा विकृत दैववादी संदेश देतो. मनुष्याचे आयुष्य सीमित आहे, त्याच्या स्वातंत्र्याला मर्यादा आहेत हे खरे आहे. त्याची परिस्थिती निवडायच्या त्याच्या स्वातंत्र्याला जरी मर्यादा असल्या, तरी आलेल्या परिस्थितीला तोंड कसे द्यायचे हे ठरविण्याचे त्याचे स्वातंत्र्य अबाधित आहे. मज्जातंतुविज्ञान आणि मनोविज्ञान अशा दोन शास्त्रांचा 'प्राध्यापक' ह्या नात्याने मला शारीरिक, मानसिक आणि सामाजिक परिस्थितींच्या माणसावर होणाऱ्या परिणामांची पुरेपूर जाणीव आहे. ह्या दोन विषयांचा प्राध्यापक असण्याव्यतिरिक्त मी चार छळछावण्यांत दिवस काढून, त्यातून तावून सुलाखून वाचून बाहेर पडलेला माणूसदेखील आहे. म्हणूनच कल्पनातीत दुर्धर परिस्थितीस माणूस किती धैर्याने तोंड देऊ शकतो, किती अशक्य कोटीतील सामर्थ्य नि शौर्य तो दाखवू शकतो याचा मी साक्षीदेखील आहे.

पराधीनतेच्या सिद्धांताचे समालोचन (क्रिटिक ऑफ पॅन डिटर्मिनिझम)

मनोविश्लेषण पद्धतीला त्यातील लैंगिकतेवर दिलेल्या तथाकथित अवास्तव भराबद्दल दूषण दिले जाते. ह्या आरोपात कितपत तथ्य आहे, त्याबद्दल मला शंका आहे. मात्र त्याहूनही अधिक चुकीचे आणि धोक्याचे आहे ते पराधीनतेच्या सिद्धांतास गृहीत धरण्याचा अट्टाहास, त्यावर दिलेला भर.

‘पराधीनतेचा सिद्धांत’ म्हणजे तो दृष्टिकोन, जो मनुष्याच्या कुठल्याही प्रसंगात तत्त्वनिष्ठ राहू शकण्याच्या सामर्थ्याची उपेक्षा करतो. माणूस सर्वस्वी परिस्थितीने नियंत्रित केला जात नाही तर तो स्वतःच परिस्थितीला शरण जायचे का तिच्याशी सामना करायचा, तिला तोंड कसे द्यायचे हे ठरवत असतो आणि म्हणून शेवटी तो स्वतःच स्वतःच्या जीवनाचा नियंत्रक ठरतो. माणूस केवळ जगत नाही तर ते जगणे कसे असावे, पुढील क्षणी तो कोण होणार आहे हे ठरवीत असतो.

प्रत्येक व्यक्तीला केव्हाही स्वतःस बदलण्याचे स्वातंत्र्य देखील असते आणि म्हणून आपण संख्याशास्त्राच्या आधाराने समाजातील एखाद्या विशिष्ट वर्गाच्या भविष्याबद्दल ठोकताळे मांडू शकतो, परंतु एखाद्या व्यक्तिमत्त्वाचा अंदाज लावणे कठीण असते. माणसाच्या शारीरिक, मानसिक नि सामाजिक परिस्थितीवरून काही अंदाज करणे शक्य असते. मात्र परिस्थितीवर मात करता येण्याची, त्यातून उदयाला येण्याची क्षमता हे मानवाचे एक वैशिष्ट्य आहे. शक्य असल्यास जगाला प्रगतीकडे नेण्यासाठी आणि गरज पडल्यास स्वतःची उन्नती करण्यास मानव सक्षम आहे.

‘डॉक्टर जे.’ ह्याचे उदाहरण घ्या. माझ्या सर्व हयातीत, ज्याने जणू आपला आत्माच सैतानास विकला असावा असा हा एकच माणूस मी पाहिला आहे. अति क्रूर राक्षस होता तो. व्हिएन्नामध्ये मानसिक आजार झालेल्यांसाठी मोठे असे ‘स्टाईनहॉफ हॉस्पिटल’ होते. डॉ. जे.ला सारे जण ‘त्या दवाखान्यातील समुदायाचा खुनी’ असे म्हणत. जेव्हा जर्मन नाझींनी त्यांच्या मते निकृष्ट असलेल्यांचे अत्यंत मोठ्या प्रमाणात निर्मूलन करायला सुरुवात केली, तेव्हा ‘डॉ. जे.’ ने सारी सूत्रे आपल्या हातात घेतली. तो पिसाटासारखा दिलेले काम करायला लागला. दवाखान्यातील एकही मनोरुग्ण विषारी वायुकक्षापासून वाचू शकणार नाही ह्याची दक्षता त्याने घेतली. युद्धानंतर, छळछावणीतून सुटका झाल्यावर मी जेव्हा परत व्हिएन्नात आलो, तेव्हा ‘डॉ. जे.चे काय झाले’ म्हणून मी विचारणा केली. रशियन सैनिकांनी त्याला कैद करून स्टाईनहॉफमध्येच एका खोलीत बंद करून एकांतवासाची सजा दिली होती. मात्र दुसऱ्या दिवशी त्याच्या कोठडीचे दार उघडे असल्याचे आढळून आले. कैद्याचा कुठेच पत्ता नव्हता. त्याच्या जर्मन सहकाऱ्यांच्या मदतीने पळून जाऊन तो दक्षिण अमेरिकेत पोहोचला असावा अशी इतरांसारखीच माझीही खात्री पटली.

अलीकडेच, पूर्वाश्रमी ऑस्ट्रियाचा राजनीतिज्ञ असलेला एक मनुष्य वैद्यकीय सल्ला घेण्यास माझ्याकडे आला. त्याने रशियात पोलादी पडद्यामागे, अगोदर सायबेरिया आणि नंतर मॉस्को शहरातील (कु)प्रसिद्ध लुबियांका तुरुंगात अनेक वर्षे

काढली होती. मी त्याची तपासणी करीत असताना अचानक त्याने मला, ''तुम्ही डॉ. जे.ला ओळखत होता का?'' असा प्रश्न केला. माझे होकारात्मक उत्तर ऐकताच तो पुढे बोलू लागला. ''मला डॉ. जे. लुबियांकाच्या तुरुंगात भेटला. तिथे असताना मूत्राशयाचा कर्करोग होऊन तुरुंगातच तो वयाच्या चाळिसाव्या वर्षी निवर्तला. मरणापूर्वी त्याने मित्र किती चांगला असू शकतो हे दाखवून दिले. तो साऱ्यांचे सांत्वन करत असे. त्याचे वागणे म्हणजे सर्वोच्च नैतिकतेचे उदाहरण होते. अनेक वर्षांच्या तुरुंगातील जीवनात तो माझा सर्वोत्तम मित्र होता.'' स्टाईनहॉफमधील सरसकट सर्वांचा खून करणाऱ्या डॉ. जे.ची ही कहाणी होती.

कोण मनुष्य भविष्यात कसा वागेल ह्याचा अंदाज कसा आपण काय करणार? यंत्र कसे चालेल ते आपण सांगू शकू, स्वयंचलिताच्या हालचालीचे यंत्रांच्या हालचाली मागील कार्यपद्धतीचे वर्णन आपण करू शकू. ह्याच्याही पुढे जाऊन माणसाच्या मनोव्यापाराचे वर्णन आपण करू शकू. पण माणूस त्याच्या मनाहून कितीतरी अधिक असणारा असा आहे.

'स्वातंत्र्य' हा अखेरचा शब्द नव्हे, ती गोष्टीची अर्धी बाजू आहे, अर्धसत्य आहे. लक्षणीय गोष्टीची ती नकारात्मक बाजू आहे. त्याची सकारात्मक बाजू आहे 'जबाबदारी'. जबाबदारीविना निरंकुश झालेल्या स्वातंत्र्याची अमर्याद, उद्दिष्टहीन सत्तेत अवनती व्हायचा धोका असतो. म्हणून मी अमेरिकेतील पूर्व किनाऱ्यावर असलेल्या 'स्वातंत्र्यदेवीच्या' पुतळ्यास पश्चिमकिनारी 'जबाबदारीदेवी'च्या पुतळ्याची जोड हवी, अशी शिफारस करतो.

मनोविज्ञानाची श्रद्धा (द सायकियाट्रिक क्रिडो)

माणसाच्या स्वातंत्र्याचे संपूर्ण अपहरण करील अशा कुठल्याच परिस्थितीची कल्पना करता येत नाही. म्हणूनच मनोविकृती झालेल्या व्यक्तीपाशीदेखील त्याचे मर्यादित स्वरूपाचे का होईना स्वातंत्र्य कायम असते. विकृती तिच्या अगदी पराकोटीच्या गंभीर अवस्थेतदेखील माणसाच्या व्यक्तिमत्त्वाच्या गाभ्यास शिवू शकत नाही.

असाध्य गंभीर मनोविकृतीने पछाडलेला माणूस त्याची उपयुक्तता घालवून बसलेला असू शकतो, परंतु माणूस म्हणून त्याच्या जीवनाची असलेली प्रतिष्ठा, त्याचे मोल कधीच कमी होत नाही. ही माझी मनोवैज्ञानिक ह्या नात्याने असलेली श्रद्धा आणि माझा विश्वास आहे. त्याविना मनोवैज्ञानिक म्हणून काम करणे व्यर्थ होईल. तसे नसेल तर हे काम करायचे कोणासाठी? केवळ दुरुस्त न करता येणारे मेंदू नामक यंत्र बिघडलेय म्हणून? जर त्या विकृतीमागील माणसाला काही किंमत

नसेल, जर बिघडलेल्या मेंदूपलीकडे त्याच्यात काही नसेल, तर अशा परिस्थितीत त्या पेशंटला दयामरण मरण देणे उचित ठरणार नाही का? (असे करणे आपल्याला योग्य वाटत नाही, कारण त्या विकृतीपलीकडच्या अस्तित्वाची आपल्याला नकळत का होईना, पण जाणीव असते हा अर्थ गृहीत आहे.)

मनोविज्ञानाचे पुन:मानवीकरण (सायकियाट्री रीह्युमनाईज्ड)

आज अनेक वर्षे, जवळ जवळ अर्धे शतक माणूस मानवी मेंदूकडे एका यंत्राकडे बघावे तसा बघत आहे, त्यातील घटकांचा यंत्रांच्या सुट्या भागांचे काम समजावून घ्यावे तसा अर्थ समजून घेण्याचा प्रयत्न करीत आहे. परिणामी मनोविकृतीने पछाडलेल्यांवर केलेला मानसोपचार हा एखादे तंत्र वापरावे तसा वापरला जात आहे, पण मला वाटते की आता हे स्वप्न पाहून संपले आहे. आता क्षितिजावर उगवू लागले आहेत ते आराखडे, त्या योजना केवळ वैद्यकीय क्षेत्रात भर म्हणून घातलेल्या मानसोपचारतंत्राच्या नसून खुद्द मनोविज्ञानाच्या मानवीकरणाच्या आहेत.

जो डॉक्टर अजूनही आपले काम हे केवळ तंत्रज्ञांचे आहे असे समजतो, तो स्वत:च कबूल करेल की रुग्णाकडे 'रोगाने पीडित व्यक्ती' म्हणून न बघता तो केवळ 'एक यंत्र' म्हणून बघतो.

माणूस हा अनेक वस्तूंमधील एक चीज नव्हे. वस्तू एकमेकींची अवस्था निश्चित करतात. माणूस पूर्णपणे स्वनियंत्रित आहे. आपण काय आहोत नि कोण होणार हा विचार करून नैसर्गिक देणगीच्या आणि परिस्थितीच्या मर्यादेत स्वत:ला घडविण्यास तोच कारणीभूत आहे. छळछावणीत, त्या चालत्या बोलत्या प्रयोगशाळेत, कसोटीच्या त्या रणांगणावर आम्ही आमचे काही सहकारी डुकरासारखे वागताना पाहिले, तर काही देवदूतासारखे! माणसात चांगले नि वाईट दोन्ही संभाव्यतांचे बीज आहे. कुठल्या संभाव्यतेला प्रत्यक्षात उतरवायचे ते परिस्थितीवर नव्हे तर त्याने घेतलेल्या निर्णयावर अवलंबून असते.

आमची पिढी वास्तववादी आहे. कारण माणूस प्रत्यक्षात कसा असतो ते आम्ही अनुभवले आहे. माणसानेच ऑशविट्झच्या छळछावणीत वापरलेल्या विषारी वायुकक्षांचा शोध लावला आणि माणसानेच विषारी वायुकक्षांत ताठ मानेने, 'शेमा ईस्रायेल'ची प्रार्थना ओठांवर आणत प्रवेश केला.

थोडे अजून... १९८४

इडीथ वाईजकॉफ-जोएलसन हीस,
जी अमेरिकेत लोगोथेरेपीचा अभ्यास
करण्यात अग्रगण्य होती आणि
जिचे १९५५ सालापासून ह्या विषयासाठी
केलेले योगदान अमूल्य आहे,
तिच्या स्मृतीस.

शोकात्म आशावादाच्या पुष्ट्यर्थ

(द केस फॉर ए ट्रॅजिक ऑप्टिमिझम)

सर्वांत आधी आपण 'शोकात्म आशावाद' म्हणजे काय ते बघू या. लोगोथेरपीत वर्णिलेली शोकात्मतेची तीन अंगे आहेत; ती म्हणजे दु:ख, अपराधीपणाची बोच आणि मृत्यू ह्यांनी युक्त मानवी अस्तित्व. अशा अस्तित्वातदेखील स्थिर असलेला आणि प्रयत्नपूर्वक टिकविलेला आशावाद तो हा शोकात्म आशावाद...

ह्या भागात प्रश्न उपस्थित केला आहे, की वरील तीनही अंगांनी वेढलेले असताना सुद्धा आयुष्याला होकार देणे शक्य आहे का? वेगळ्या पद्धतीने हा प्रश्न विचारायचा झाला तर, 'आयुष्य, त्याची तीव्र शोकात्मक बाजू जमेस धरता जीवनातील संभाव्य अर्थ कसा जपू शकते?' माझ्या एका जर्मन पुस्तकाचे नाव आहे, 'कशाही परिस्थितीत आयुष्याला होकार देणे.' ह्या नावात गृहीत धरले आहे, की कुठल्याही अवस्थेत, अगदी दारुण परिस्थितीतदेखील आयुष्यातील संभाव्य अर्थाची हानी होत नाही आणि ह्या वरील वाक्यात गृहीत धरले आहे, की माणसाची सृजनशीलता, आयुष्यातील नकारात्मक, नाउमेद करणाऱ्या गोष्टींचेदेखील विधायक गोष्टींत रूपांतर करण्यात सफल होते.

कशीही पाने हाती आली तरी उत्तम डाव खेळून जास्तीत जास्त गुण मिळवायचे, कुठल्याही परिस्थितीचा जास्तीत जास्त चांगला उपयोग करून घ्यायचा हेच महत्त्वाचे असते. जास्तीत जास्त चांगले, इष्टतम, ह्याला लॅटिन भाषेत 'ऑप्टिमम' हा शब्द आहे. त्यावरून लेखकाने ऑप्टिमिझम किंवा आशावाद ह्या शब्दांचा वापर केलेला आहे. 'शोकात्म आशावाद' शब्द शोकात्म परिस्थितीत अंत:सामर्थ्यावरील विश्वासाने आशावाद जपणे हे दर्शवितो. माणसाचे अंत:सामर्थ्य आपल्या अत्यंत तीव्र, दु:खास विजय आणि यश यांत बदलू शकते, अपराधीपणाच्या भावनेतून स्वत:ला बाहेर काढून अधिक चांगले बनवू शकते आणि आयुष्यातील क्षणभंगुरता लक्षात घेऊन त्यापासून जबाबदारीने वागण्याची प्रेरणा घेते.

एक लक्षात घ्यायला हवे, आशावाद हा काही त्यास आज्ञा किंवा हुकूम करून बोलावून आणता येत नाही. त्याचप्रमाणे कुठल्याही परिस्थितीत, कसलीही आशा नसताना, कशाचीही शक्याशक्यता लक्षात न घेता आपण स्वत:लादेखील आशावादी बनायची बळजबरी आपण करू शकत नाही. श्रद्धा नि प्रेम ह्यांच्याबाबतीतदेखील तेच तत्त्व लागू पडते. ह्या साऱ्या भावना सक्तीने आणता येत नाहीत.

युरोपियन दृष्टिकोनातून पाहता असे दिसते, की अमेरिकन संस्कृतीत व्यक्तींना पुन:पुन्हा सुखी राहायचा आदेश नव्हे, जणू हुकूमच दिला जातो. परंतु सुखाचा पाठपुरावा करता येत नाही. ते पाठोपाठ यावे लागते. सुखी होण्यासाठी माणसाकडे कारण असावे लागते. मात्र एकदा का ते कारण गवसले की माणूस आपोआप सुखी होतो. माणूस सुखाच्या शोधात नसतो तर ज्यायोगे सुख मिळेल अशा कारणांच्या शोधात असतो. समोर ठाकलेल्या परिस्थितीतील अर्थ बदलून व त्या क्षणांतील संभाव्यता जाणून ती प्रत्यक्षात आणल्यास माणसाला सुख मिळते.

सुखासाठी कारण शोधायची 'गरज' हे मानवाचे त्याचे आणखी एक वैशिष्ट्य. ते वैशिष्ट्य म्हणजे हास्य. तुम्हाला कुणाला हसवायचे असेल तर तुम्ही त्याला हसण्यासाठी कारण पुरवायला हवे, उदाहरणार्थ, त्याला एखादा विनोद सांगायला हवा. पोटातून आलेले खरेखुरे हास्य, कुणाला 'हस' म्हणून हसायला सांगून आणता येत नाही, का त्याला स्वत:ला हसव असे सांगून हसविता येत नाही. तसे करणे हे फोटोसाठी कॅमेऱ्यापुढे बसलेल्यांना 'चीऽऽज' म्हणा असे सांगितल्यासारखे होईल. अशा रीतीने काढलेल्या फोटोत साऱ्यांचे चेहरे त्यावर नकली हास्य लावून गोठविल्यासारखे दिसतात.

लोगोथेरपीत अशा वागण्यास 'हायपरइन्टेन्शन', किंवा 'बळजबरीचा हेतू' म्हणून संबोधतात. कामोदासीनता किंवा लैंगिक दुर्बलता अशासारख्या संभोगनिगडित विकृतीस 'बळजबरीचा हेतू' कारणीभूत असल्याचे अनेकदा आढळून येते. संभोगात जोडीदाराला सर्वस्व अर्पण करून देहभान विसरण्याऐवजी व्यक्ती अत्युच्च क्षणावर लक्ष केंद्रित करते. त्यालाच 'लक्ष्य' बनविते तेव्हा अपेक्षापूर्तीत अडथळे येतात. खरेतर जे लक्ष 'सुखाचे तत्त्व' म्हटले आहे, ते सुखात मिठाचा खडा टाकणारे असते.

मात्र एकदा जर का माणसाला त्याच्या आयुष्यातील अर्थ शोधण्यात यश आले, की मग त्याला सुख तर मिळतेच पण आयुष्यातील दु:खांशी सामना करायचे बळ देखील मिळते. याउलट, माणसाचे आयुष्यातील अर्थाच्या शोधात चाचपडणे व्यर्थ झाले तर त्याची अवस्था प्राणघातक ठरू शकते. तुरुंगातील युद्धकैदी किंवा छळछावणीतील कैदी अशासारख्यांची आत्यंतिक अवस्था आठवून पाहा. युद्धकैदी म्हणून दिवस काढलेल्या अमेरिकन सैनिकांनी त्यांचे अनुभव मला सांगितले. तिथे त्यांना वागण्याची एक साचेबंद प्रवृत्ती स्पष्टपणे आढळून आली. त्या प्रवृत्तीस त्यांनी,

‘आशा सोडण्याची लागण’ (गिव्ह अप आयटिस) असे नाव दिले. हीच प्रवृत्ती छळछावणीतील कैद्यांतदेखील आढळून येई. ते पहाटे पाच वाजता उठून कामाला जाणे नाकारीत. त्याऐवजी झोपडीत मूत्राने आणि विष्ठेने थबथबलेल्या गादीवर ते पडून राहत. काही म्हणजे काही केल्या त्यांना बिछान्यावरून उठविणे शक्य होत नसे. कुठल्याही धोक्याच्या सूचनेस, धमकीस ते बधत नसत की आपले मन बदलत नसत. आणि मग ते एक विशिष्ट गोष्ट करीत. कुठेतरी खोल खिशात लपविलेली सिगारेट ते बाहेर काढीत नि तिचे झुरके घ्यायला सुरुवात करीत. पुढील अठ्ठेचाळीस तासांत त्यांचा मृत्यू होणार हे आम्हाला त्या क्षणी कळून चुके. जगण्यासाठी अर्थ शोधण्याचा त्यांचा प्रयत्न संपुष्टात आलेला असे आणि त्याची जागा, ‘त्या क्षणापुरता आनंद घेणे’ एवढ्याच भावनेने व्यापलेली असे.

अशाच भावनांचे समांतर चित्र आपण हल्ली रोज बघतोय ना? मी जगभरातील स्वत:स ‘बिन भविष्याची पिढी’ म्हणून संबोधणाऱ्या तरुणांबद्दल बोलतोय. ते नुसत्या सिगारेट्सच नाहीत, तर मादक द्रव्यांच्या सेवनात गुंगून पडलेले दिसतात.

मादक द्रव्याधीनता ही हल्ली बऱ्याच मोठ्या प्रमाणावर आढळणाऱ्या स्थितीचे एक द्योतक आहे. हल्लीच्या यंत्रयुगात, अस्तित्वाबाबतच्या वैफल्यातून जनन पावलेली, अर्थहीनतेच्या भावनेने पछाडलेली अशी ती अवस्था आहे. ही अर्थहीनतेची भावना मनोविकृतीस वाढत्या प्रमाणात कारणीभूत होत आहे. हे मत केवळ लोगोथेरपीच्या उपचारपद्धतीचा वापर करणाऱ्यांचेच नाही. प्रसिद्ध स्टॅनफोर्ड महाविद्यालयातील ‘अरव्हिन डी. यलोम’ने आपल्या लिखाणात म्हटले आहे, ‘‘माझ्याकडे एका पाठोपाठ एक अशा मानसोपचारासाठी आलेल्या चाळीस पेशंट्सपैकी बारा, म्हणजे तीस टक्के पेशंट्सच्या समस्या ह्या जीवनातील अर्थासंबंधित समस्या आहेत. हा निष्कर्ष त्यांच्या स्वत:च्या वृत्तानुसार, उपचारकारच्या निदानानुसार अथवा स्वतंत्र न्यायाधीशांच्या विधानानुसार घेतलेला निष्कर्ष आहे. त्या महाविद्यालयाच्या एक हजार मैल पूर्वेला ‘पाओ आल्टो’ ह्या जागी तीच स्थिती आढळून येते. दोन्ही ठिकाणच्या परिस्थितीत फरक फक्त एक टक्क्याचा आहे. अगदी अलीकडे व्हिएन्नात संख्याशास्त्रज्ञांनी केलेल्या पाहणीतदेखील एकोणतीस टक्के लोकांनी आपले जीवन अर्थपूर्ण नसल्याची तक्रार केली आहे.

अगदी साध्या सोप्या शब्दांत ह्या मोठ्या प्रमाणात आढळत असलेल्या अर्थहीनतेच्या भावनेमागील कारण समजावून सांगायचे तर असे म्हणता येईल, की लोकांजवळ जगण्यासाठी लागणारे अर्थ (द्रव्य) पुरेसे आहे, परंतु अस्तित्वासाठी अर्थपूर्ण असे काही नाही. साधन आहे, पण उद्देश नाही. अर्थातच काही लोकांजवळ साधन देखील पुरेसे नाही हे मान्य करावेच लागेल. वाढत्या प्रमाणात आढळणाऱ्या बेकार लोकांचा विचार माझ्या मनात येतोय. पन्नास वर्षांपूर्वी मी एक लेख प्रसिद्ध केला

होता. त्यात मी माझ्याकडे वैद्यकीय सल्ल्यासाठी आलेल्या तरुणांना बेकारीमुळे आलेल्या विशिष्ट प्रकारच्या नैराश्याबद्दल लिहिले होते. त्याच्या ह्या नैराश्यामागे दोन चुकीच्या धारणा होत्या. पहिली धारणा ही, की बेकार म्हणजेच निरुपयोगी अस्तित्व आणि दुसरी धारणा ही, की निरुपयोगी, म्हणजे निरर्थक अशी दोन समीकरणे त्यांच्या मनात घर करून बसली होती. जेव्हा मी त्यांना लहान मुलांच्या संस्थेत, प्रौढांसाठी असलेल्या शिक्षणवर्गात, सार्वजनिक ग्रंथालयात किंवा तत्सम संस्थांत, स्वयंसेवक म्हणून काम करण्यास प्रवृत्त करू शकत असे तेव्हा त्यांचे नैराश्य नाहीसे झालेले दिसे. वरील कामांसाठी त्यांना वेतन मिळत नसल्याने त्यांच्या आर्थिक स्थितीत फरक पडला नव्हता. त्यांची भूक शमली नव्हती. तरीदेखील त्यांचा मोकळा वेळ बिनपगारी, परंतु अर्थपूर्ण कृतीत गुंतला होता. सत्य तर हे आहे की माणूस केवळ आर्थिक सुबत्तेवर किंवा सरकारने दिलेल्या आर्थिक मदतीवर जगू शकत नाही. त्याला त्याच्या जीवनात आणखी अर्थपूर्ण असे काहीतरी हवे असते.

बेकारीमुळे आणि त्यासोबत येणाऱ्या आर्थिक विवंचनांमुळे येणाऱ्या नैराश्याव्यतिरिक्त इतर प्रकारची नैराश्यंदेखील असतात. काहींचे मूळ असते मानसिक अशांततेत, तर काहींमध्ये शरीरातील रासायनिक संतुलन विस्कळित झालेले असते. अशा परिस्थितीत गरज असते ती मानसोपचाराची आणि औषधाची. केवळ जीवनातील अर्थहीनतेच्या भावनेने ग्रासले जाणे हा काही रोग नव्हे. ते फक्त विकृतीचे लक्षण आहे, माणूस असल्याचे प्रमाण आहे असेच मी म्हणेन. ह्या भावनेचा उगम जरी रोगांमध्ये नसला तरी ती रोगाचे कारण बनू शकते. हल्ली तरुण पिढीत मोठ्या प्रमाणात आढळून येणाऱ्या लक्षणसमूहाकडे बघितल्यावर मला काय म्हणायचे आहे त्याचा प्रत्यय येईल. ह्या लक्षणसमूहाची तीन प्रमुख अंगे आहेत– नैराश्य, आक्रमक वृत्ती आणि मादक द्रव्याधीनता. ही लोगोथेरपीच्या भाषेत अस्तित्वाबाबतच्या पोकळीतून, जीवनातील अर्थहीनतेच्या भावनेतून निर्माण झालेली लक्षणे ही, रोगाची कारणे आहेत.

प्रत्येक नैराश्याचे कारण जीवनातील अर्थहीनता हे नसते, हे उघडच आहे. तसेच आत्महत्येच्या (आत्महत्येस नैराश्याची अंतिम अवस्था असे म्हणता येईल.) प्रत्येक घटनेस अस्तित्वाबाबतची पोकळी कारणीभूत नसते. आत्महत्या करणारी प्रत्येक व्यक्ती तिच्या जीवनातील अर्थहीनतेच्या भावनेमुळे आत्महत्या करण्यास प्रवृत्त झाली नसली, तरीदेखील जर त्या व्यक्तीस तिच्या आयुष्याला असणाऱ्या अर्थाची जाणीव करून देता आली असती, जगण्यासारखे तिच्या आयुष्यात काही आहे हे तिला समजावता आले असते तर कदाचित आपले आयुष्य संपविण्याच्या तिच्या ऊर्मीवर तिला मात करता आली असती. जर जीवनातला अर्थ शोधण्याकडे मन वळवणे, उद्दिष्टांचे स्मरण ठेवणे हे आत्महत्या टाळण्यासाठी अत्यंत उपयुक्त प्रभावी

साधन होऊ शकते, तर आत्महत्येला उद्युक्त झालेल्यांसाठी त्याचा उपयोग करणे योग्य होणार नाही का?

माझ्या तरुणपणी मी चार वर्षे ऑस्ट्रियातील सर्वांत मोठ्या सरकारी दवाखान्यात घालविली. त्या वेळी अत्यंत नैराश्य आलेल्या रोग्यांना ठेवत असत त्या कक्षाचा मी प्रमुख होतो. त्यातील अनेक रुग्णांनी पूर्वी आत्महत्येचा प्रयत्न केला होता. त्या चार वर्षांत मी जवळ जवळ बारा हजार रुग्णांना बघितले असेल. तेथे माझ्याजवळ अनुभवांचा मोठा साठा जमा झाला. अजूनदेखील आत्महत्याप्रवण रुग्णांना बघताना मी त्या अनुभवांच्या ठेव्यातील धड्यांचा उपयोग करतो. मी त्यांना सांगतो, ''आपला आत्महत्येचा प्रयत्न असफल झाल्याचा आनंद अनेक रुग्णांनी मला अनेकदा बोलून दाखविला आहे. अनेक आठवडे, महिने, वर्षांनंतर मला त्यांनी सांगितले, की त्यांच्या समस्यांवर तोडगा होता, प्रश्नांना उत्तरे होती आणि त्यांचे जीवन अर्थपूर्ण होते. (फक्त त्या वेळी ते समजण्याची दृष्टी त्यांच्याजवळ नव्हती) क्षणभरासाठी, असा अनुभव हजारांतून एखाद्याला येतो असे गृहीत धरले, तरी आज ना उद्या तुमच्या बाबतीत ते सत्य ठरणार नाही ह्याची कोण खात्री देऊ शकेल? पण त्याआधी त्याची सत्यता पडताळून पाहण्यास तुम्ही जिवंत तर असायला हवे ना! त्या दिवसाची पहाट बघायला तुमचे जगणे आवश्यक आहे. आणि आजपासून स्वतःला वाचविण्याची तुमची जबाबदारी तुमच्याबरोबर असणार आहे. मी तुम्हाला सोडणार नाही.''

आता मोठ्या प्रमाणात दिसून येणाऱ्या विकृतीच्या दुसऱ्या अंगाकडे, आक्रमकतेकडे आपण वळू या. त्याआधी 'कॅरोलिन वुड शेरीफ'ने केलेल्या प्रयोगाबद्दल मी तुम्हाला सांगतो. 'बॉय स्काऊट्स' ह्या मुलांसाठी असलेल्या संस्थेतील मुलांचे वेगवेगळे गट करून त्यात कृत्रिमरीत्या आक्रमक वातावरण निर्माण करण्यात ती यशस्वी झाली. तिला आढळून आले, की जेव्हा ती मुले 'सामुदायिक ध्येयावर' लक्ष केंद्रित करतात, त्याला वाहून घेतात तेव्हा त्यांच्यातील आक्रमक वृत्ती लयाला जाते. उदाहरणार्थ, जेव्हा त्या सर्वांसाठी अन्न वाहून आणणारी घोडागाडी चिखलात अडकून पडली तेव्हा सर्व पक्षांनी एकजुटीने, एकत्र येऊन तिला चिखलातून बाहेर काढली. त्या वेळी त्यांच्यासमोर एक आव्हान होते, त्यांच्यासाठी एक सामूहिक ध्येय निर्माण झाले होते. ते गाठण्यास ते एकत्र झाले होते. तसे करताना त्यांची आपापसांतील आक्रमक वृत्ती संपुष्टात आली.

विकृतीच्या तिसऱ्या अंगाबद्दल, मादक द्रव्याधीनतेबद्दल बोलू या. तसे करताना मला, 'ॲनमरी व्हॉन फॉर्स्टमायर'च्या प्रस्तावनेत केलेल्या नोंदीची आठवण येते आहे. तिच्या म्हणण्याप्रमाणे चाचणी नि संख्याशास्त्र-ज्ञानाच्या अभ्यासावर आधारित पुराव्यानुसार दारूच्या व्यसनाने गांजलेल्या नव्वद टक्के व्यक्तींमध्ये, त्यांच्या जीवनात

अर्थ नसल्याची भावना प्राधान्याने आढळते. 'स्टॅनली क्रीपनर'च्या अभ्यासानुसार इतर मादक द्रव्यांच्या अधीन गेलेल्या व्यक्तींमध्ये हे प्रमाण शंभर टक्के असल्याचे दिसते.

आता आपण 'अर्थ' किंवा 'हेतू' या विषयाकडे वळू या. सर्वांत प्रथम मी हे स्पष्ट करू इच्छितो, की लोगोथेरपी उपचारपद्धतीचा वापर करणारा उपचारक, आयुष्यात सामोरे जावे लागणाऱ्या प्रत्येक प्रसंगात समाविष्ट असलेल्या, अंगभूत सुप्त अशा अर्थाचा विचार करतो, त्यामुळे येथे मी संपूर्ण जीवनातील अर्थाबद्दल बोलणार नाही. साहजिकच, सबंध जीवनाचा एक असा उद्देश असतो हे मी नाकारत नाही. (ते न नाकारता येणारे सत्य येथे गृहीत धरले आहे.) एक त्यासदृश उदाहरण सांगतो. चित्रपट हजारो लहान लहान क्षणचित्रांना एकत्र जुळवून बनविला जातो. त्यातील प्रत्येक चित्राला स्वतःचा असा अर्थ असतो, प्रत्येक क्षणचित्र एक संदेश सांगत असते. तरीपण सबंध चित्रपटाचा पूर्ण अर्थ शेवटचं क्षणचित्र बघून होईपर्यंत कळत नाही. तसेच प्रत्येक क्षणचित्राचा अर्थ नीटपणे कळला नाही तर पूर्ण चित्रपटाचा अर्थ स्पष्ट होत नाही. जीवनदेखील तसेच नसते का? आयुष्याचा अंतिम अर्थ कळलाच तर तो कदाचित मृत्युशय्येवरच कळणे शक्य असते. जीवनपटाचा संपूर्ण अर्थदेखील त्यातील प्रत्येक धागा कसा विणला गेलाय; आपल्या ज्ञान नि श्रद्धेच्या क्षमतेनुसार प्रत्येक क्षणातील संभाव्यता प्रत्यक्षात कशी आणली गेली आहे, ह्यावर अवलंबून असतो.

लोगोथेरपीच्या चष्म्यातून पाहता जीवनातील अर्थ हा काही कोण्या मोठ्या तत्त्वज्ञान्याने महाविद्यालयांच्या मठीत बसून मांडलेला सिद्धांत नसून ती रोजच्या जीवनाशी निगडित अशी संवेदना आहे. संवेदनेची समज, तिचे ज्ञान, समोर उभ्या ठाकलेल्या परिस्थितीतील स्वतःस अनुरूप व्यक्तिगत ध्येय हे खालील दोन टोकांमधील क्षणात असते. पहिले टोक म्हणजे 'कार्ल ब्युहलर'ने वर्णिलेला ''ओहो, आले लक्षात,'' असं वाटणारा क्षण आणि दुसरे टोक म्हणजे 'गश्टाल्ट'मधे वर्णिलेला, ''मला असे जाणवतेय,'' असे वाटणारा क्षण. ह्या दोहोंमध्ये कुठेतरी माणसाला त्याचा आपला अर्थ उमगतो. 'गश्टाल्ट'मध्ये माणसाला जणू एकाएकी, 'पृथ्वीवरील संपूर्ण स्व-प्रतिमेची' जाणीव होते तर अर्थाची शक्यतेची जाणीव म्हणजे समोरील परिस्थितीच्या पार्श्वभूमीवर होणाऱ्या संभाव्यतेची जाणीव किंवा सोप्या शब्दांत सांगायचे झाले तर, आता या परिस्थितीत काय करता येणे शक्य आहे ह्याची जाणीव. दोन्हींमध्ये एवढाच फरक आहे.

'जीवनातील अर्थ म्हणजे काय' हे कळल्यावर अर्थातच 'तो कसा शोधायचा' हा प्रश्न मनात येतो. 'शार्लेट ब्युहलर' म्हणते, की ''त्यासाठी सभोवताली नीट बघा. मानवी जीवन हे का, कशासाठी आहे ह्या प्रश्नाचे उत्तर ज्यांना सापडले आहे,

त्यांच्या जीवनचरित्रांचा नीट अभ्यास करा आणि ज्यांना ते सापडले नाही त्यांच्याही जीवनाकडे बघा.'' म्हणजे तुम्हाला तो कसा शोधायचा ते कळेल.

जीवनचरित्रांच्या अभ्यासाव्यतिरिक्त एक नवीन मार्गदेखील चोखाळून बघू या, कदाचित जीवशास्त्राच्या अभ्यासातदेखील आपल्याला वरील प्रश्नाचे उत्तर सापडण्याची शक्यता आहे. सदसद्विवेकबुद्धीबद्दल विचार करताना लोगोथेरपी उपचारक म्हणतात, की ती एखाद्या पार्श्वसूचका (प्रॉम्पटर) सारखी असते. गरज पडल्यास जीवनातल्या प्रस्तुत परिस्थितीत काय करायला हवे हे ती सांगते, दिशा दाखविते. तसे करता येण्यासाठी सदसद्विवेकबुद्धीला एखादे प्रमाण अथवा मापदंड वापरावा लागतो आणि त्यानुसार सद्य:परिस्थितीचा आढावा घ्यावा लागतो, मूल्यांची तरतमता ध्यानात घ्यावी लागते. ती मूल्ये आपण लग्न करून आणल्यासारखी किंवा दत्तक घेतल्यासारखी दुसरीकडून आणून आपलीशी करता येत नाहीत. ती आपल्या अस्तित्वाचा भाग असतात. मानवप्राण्याची उत्क्रांती होत असताना स्पष्ट होत गेलेली असतात. जीवशास्त्रीय भूतकाळावर आधारलेले नि खोलवर रुजलेले ते आपले एक अंग असते. 'कॉनरॅड लॉरेन्झ'ने ''जीवशास्त्राची कारणमीमांसा (ए प्रायोरी)' नामक संकल्पना मांडली, तेव्हा त्याच्या मनात असेच काहीसे विचार असावेत. अलीकडेच जेव्हा आम्ही दोघे माझ्या 'मानवी मूल्यांचे जीवशास्त्रीय मूळ' ह्या विषयावरील मतांबाबत चर्चा करीत होतो, तेव्हा त्याने माझ्या मताला उत्साहाने दुजोरा दिला. जर माणसात नैतिक विचारशक्ती आहे, स्वत:ला समजण्याची क्षमता आहे असे मानले तर त्याचे मूळ जीवशास्त्रीय वारशात आहे मानावे लागेल. (ह्याचा अर्थ माणसात त्याच्या जीवनातील अर्थ शोधण्याची क्षमता आहे, हे मानावे लागेल)

वरील मार्गांखेरीज, लोगोथेरपीच्या शिकवणीनुसार जीवनातील अर्थ समजून घेण्याचे तीन मार्ग आहेत. पहिला मार्ग आहे– कृतिशील राहून काम करीत राहणे. दुसरा मार्ग आहे– कशाचातरी किंवा कुणाचातरी अद्वितीय अनुभव घेणे. असाधारण आयुष्याचा अर्थ हा नुसत्या कार्यातच नाही तर प्रेमातदेखील आढळून येतो. ह्या संदर्भात बोलताना 'इडीथ वाईजकॉफ-जोएलसन' म्हणते, ''काही साध्य करणे आणि काही अनुभवणे हे सारख्याच मोलाचे आहे ही लोगोथेरपीत प्रकट केलेली कल्पना मोठी शक्तिशाली, परिणामकारक आहे. कारण ती बाह्य जगतावर आधारित 'एखादी गोष्ट मिळविणे किंवा हेतू साध्य करणे, म्हणजे यशस्वी होणे' ह्या अनेकदा आपल्या आंतरिक समाधानाची किंमत देऊन मिळविलेल्या एकांगी यशाच्या कल्पनेला पूर्णत्व देण्याचा मार्ग दाखविते. यशाची दुसरी बाजू समजावून त्याची परिपूर्णता करते.'' ह्या दोन्ही बाजूंवर भर दिल्याखेरीज आयुष्याचा अर्थ पूर्णपणे उमगत नाही.

आयुष्याच्या अर्थाचे पूर्णत्वाने आकलन होण्यासाठी वरील दोन्ही मार्गांपेक्षाही

सर्वांत अधिक महत्त्वाचा आहे तिसरा मार्ग. तो हा, की टाळता न येणारे दु:ख भोगत असणारी, अतिशय निराशाजनक परिस्थितीत सापडलेली, अगदी असहाय व्यक्तीदेखील स्वत:चा आंतरिक विकास करून, स्वत:स बदलू शकते. असे करताना ती वैयक्तिक शोकांतिकेचे विजयात रूपांतर करू शकते. 'इडीथ वाईजकॉफ-जोएलसन'च्या मागे उल्लेखिलेल्या वचनाची येथे पुन्हा एकदा आठवण करून देतो. ती तिचा आशावाद प्रकट करताना म्हणते, ''कदाचित लोगोथेरपीत वर्णिलेला दृष्टिकोन हल्ली अमेरिकेत आढळून येणाऱ्या विघातक प्रवृत्तींस आळा घालायचे काम करू शकेल. ही विघातक प्रवृत्ती, बरा न होऊ शकणाऱ्या रोगाने पछाडलेल्या व्यक्तीस, त्याच्या रोगाशी ताठ मानेने सामना करण्याची संधी न देता, यातना, दु:ख ही स्वत:स त्याच्याहून वरचढ होण्याची मिळालेली संधी आहे, ह्याची त्याला जाणीव न करून देता, रोगामुळे यातनाग्रस्ताला कमी लेखण्याची असते. (लेखकाची टीप : आपल्याकडेदेखील पूर्वी क्षयरोग झालेल्यास कसे वागवत असत आणि अजूनही महारोग्यास किंवा एड्स झालेल्यास कसे वागवतात हे आठवून पाहिल्यास वरील वचनाची सत्यता पटेल.) असा रोगामुळे अवमानित झालेला रोगी यातना, कष्ट भोगत असतो, दु:खी असतो आणि शिवाय तो त्याच्या दु:खाबाबत अपराधीही मानला जातो.''

जवळजवळ पाव शतक मी एका जनरल दवाखान्यात मज्जातंतुविज्ञान विभागाचा प्रमुख म्हणून काम करीत होतो. तेथे असताना मी माझ्या अनेक पेशंट्सनी आपल्या आपत्तींना धैर्याने तोंड देऊन त्यांना यशात परावर्तित करताना पाहिले. अशा प्रत्यक्ष पाहिलेल्या, अनुभवलेल्या प्रमाणाखेरीज, प्रयोगावर आधारित प्रमाणेदेखील, माणूस यातनांमध्ये अर्थ शोधू शकतो हेच सुचवितात. अमेरिकेतील विख्यात 'येल' महाविद्यालयातील संशोधकांना व्हिएतनाममध्ये युद्धकैदी म्हणून राहिलेल्या सैनिकांचे बोल प्रभावित करून गेले. त्या युद्धकैद्यांचा, ''व्हिएतनाममध्ये शत्रूच्या कैदेत असतानाचे जिणे अत्यंत दु:सह होते हे खरे आहे. तेथील वास्तव्यात आमचा अनन्वित छळ झाला. रोग, उपासमार आणि एकांतवासाची शिक्षा ह्यांनी आम्ही पिडले गेलो, परंतु त्या अनुभवातून गेल्यामुळे आमचा फायदाही झाला. आमची (आंतरिक) वाढ झाली.' असा दावा होता.''

शोकात्म आशावादाचे सर्वांत जोरदार पुरस्कार करणारे, लॅटिनमध्ये 'आरग्युमेंटा ॲड होमिनेम' ह्या नावाने ओळखले जाणारे एक विधान आहे. 'जेरी लाँग' नावाचा माणूस त्याचे चालते बोलते उदाहरण आहे. लोगोथेरपीत म्हटल्याप्रमाणे, साऱ्या अडचणींना धुडकावून लावणाऱ्या माणसाच्या आत्मिक शक्तीचे ते मूर्त स्वरूप आहे. 'टेक्सारकाना गॅझेट' नावाच्या पत्रिकेत १९८३ साली जेरीची खालील गोष्ट प्रकाशित झाली होती. ''तीन वर्षांपूर्वी, वयाच्या सतराव्या वर्षी पोहताना झालेल्या

अपघातामुळे मानेपासून पायांपर्यंतचे जेरी लाँगचे सारे अंग लुळे पडले. तो अपंग झाला. आज जेरी तोंडात काडी धरून टंकलेखन करतो. एक विशेष प्रकारचा फोन वापरून तो महाविद्यालयातील अभ्यासक्रमास 'हजर' राहतो. दोन्ही बाजूंचे संभाषण प्रक्षेपित करणाऱ्या इंटरकॉम नावाच्या यंत्रामुळे त्याला वर्गातील चर्चेत सहभागी होता येते. सहाध्यायांचे बोलणे ऐकता येते. वाचन, दूरदर्शन नि लेखन ह्यात तो आपले मन गुंतवून ठेवतो.'' मला पाठविलेल्या त्याच्या एका पत्रात त्याने लिहिले आहे, ''माझ्या दृष्टीने माझे आयुष्य अर्थ, हेतू, उद्देश ह्यांनी ओतप्रोत भरलेले आहे. त्या (अपघाताच्या) दिवशी मी अंगिकारलेला माझा दृष्टिकोन 'मी माझी मान मोडली. तिने मला मोडले नाही' –हा माझ्या आयुष्यातील श्रद्धास्थान, माझा महामंत्र होऊन बसलाय. सध्या मी महाविद्यालयात मानसशास्त्राचा अभ्यासक्रम सुरू करतोय. माझे अपंगत्व मला इतरांना मदत करण्यात अधिक साह्यभूत होईल असा मला विश्वास आहे. जर हा अपघात झाला नसता तर कदाचित माझा जो विकास झाला आहे, तो झाला नसता.''

ह्याचा अर्थ विकास होण्यासाठी वेदना अत्यावश्यक आहे असा मुळीच होत नाही. माझे म्हणणे एवढेच आहे, की भोगातही, तो भोगत असतानादेखील जीवनातील अर्थ, हेतू शोधता येतो. मागे सांगितल्याप्रमाणे जीवनात आपत्ती अटळ आहे. जर दु:ख टाळता येण्यासारखे असेल तर ते टाळणे, त्याचे कारण, मूळ उपटून टाकणे हेच अर्थपूर्ण कार्य असते. विनाकारण दु:ख भोगणे हे विकृतीचे लक्षण आहे शौर्याचे नव्हे. जेव्हा दु:खास कारणीभूत होणारी परिस्थिती बदलणे अशक्य असते, तेव्हादेखील त्याबाबतचा आपला दृष्टिकोन बदलणे नेहमीच आपल्या हातात असते. जेरी लाँगने मान मोडून घेण्याचा निर्णय घेतला नव्हता. मात्र त्यामुळे स्वत:ला मोडून घ्यायचे नाही, ह्या निर्णयाची निवड त्याची होती.

दु:ख देणाऱ्या परिस्थितीत कल्पकता लढवून बदल घडवून आणणे ह्याला प्राधान्य असते आणि जरूर पडलीच तर भोग कसा भोगायचा ते समजून घेण्यात श्रेष्ठत्व असते. सर्वसाधारण माणसाचेदेखील हेच मत असल्याचे प्रयोगावरून सिद्ध झाले आहे. ऑस्ट्रियातील लोकमताचे सर्वेक्षण करता लोकमत आजमावणाऱ्या शास्त्रज्ञांस आढळून आले आहे, की जनमतानुसार सर्वांत माननीय माणूस कुणी मोठा शास्त्रज्ञ, कलावंत, राजनीतिज्ञ, क्रीडापटू नसून जो खडतर परिस्थितीस मान उंचावून सामोरा जातो नि त्यावर मात करतो तोच असतो.

आता शोकात्म त्रिकुटातील दुसऱ्या अंगाकडे वळू या. ते म्हणजे अपराधीपणाचे शल्य. थोडा वेळ, जरा विषयांतर करून मला आवडणाऱ्या, माझे मन आकर्षून घेणाऱ्या एका धर्मतत्त्वाबद्दल बोलतो आहे. त्या तत्त्वाचे लॅटिन शीर्षक आहे, 'मिस्टेरियम इनइक्वीटाटिस'. त्याचा स्थूल मानाने अर्थ असा आहे की, सरतेशेवटी

कुठलाही गुन्हा हे पूर्णपणे कधीच न उलगडणारे कोडे असते. गुन्ह्याचा उगम गुन्हेगार व्यक्तीच्या जीवशास्त्रीय बैठकीत आहे, का मानसिक रचनेत आहे, का भोवतालच्या सामाजिक परिस्थितीत आहे हे स्पष्टपणे कळणे अशक्य होऊन बसते. एखाद्याचा गुन्हा त्याला पूर्णपणे समजावणे हे त्याच्या अपराधीपणाचे स्पष्टीकरण केल्यासारखे होईल. तसे केल्यास गुन्हेगार ही एक गुन्ह्यास सर्वस्वी जबाबदार व्यक्ती नसून केवळ दुरुस्तीची गरज असलेले एक मोडके यंत्र आहे असे म्हटल्यासारखे होईल. गुन्हेगारांना स्वत:ला देखील अशी वागणूक तिरस्करणीय वाटते. त्यांना त्यांच्या कृत्यासाठी जबाबदार धरलेले जास्त आवडते. मला एकदा अमेरिकेतील इलिनॉय प्रांतातील तुरुंगात असलेल्या एका कैद्याचे पत्र आले होते. पत्रात त्याने खेद व्यक्त करीत म्हटले होते, ''गुन्हेगाराला आपली बाजू मांडायची संधी कधीच मिळत नाही. बहुधा त्याला पुढ्यात ठेवलेल्या अनेक स्पष्टीकरणांतून निवड करायला सांगितले जाते. अनेकदा समाजास दोष दिला जातो. कधी कधी तर खुद्द गुन्ह्याला बळी पडलेल्याला दोषी ठरविले जाते.'' मी जेव्हा अमेरिकेतील 'सॅन क्विंटिन' तुरुंगातील कैद्यांसमोर भाषण दिले तेव्हा मी त्यांना सांगितले, की माझ्याचसारखे तुम्हीदेखील माणूस आहात. मानव ह्या नात्याने तुम्हाला गुन्हा करण्याचे, दोषी, अपराधी बनण्याचे स्वातंत्र्य होते. तसेच आता तुम्ही त्या अपराधीपणाच्या शल्यावर मात करण्यास, स्वत:ला बदलून, अधिक चांगली व्यक्ती बनून आपला विकास करण्यासाठी जबाबदार आहात.'' कुणीतरी आपल्याला समजून घेत आहे, आपल्या भावना कुणालातरी कळताहेत असे त्यांना वाटले. 'फ्रँक इ. डब्ल्यू' नावाच्या माजी कैद्याने मला एक लहानशी टिप्पणी पाठविली, त्यात त्याने लिहले होते, ''मी लोगोथेरपी उपचार करून घेणाऱ्या माजी कैद्यांच्या एका समूहात दाखल झालो आहे. आमच्या गटात आम्ही सत्तावीस जण आहोत. एकमेकांचा आधार घेत नव्याने येथे आलेले कैदी तुरुंगाच्या बाहेर राहण्यात यशस्वी होत आहेत. मूळच्या गटातल्या आम्हा लोकांपैकी फक्त एक जण परत तुरुंगात गेला आणि तोदेखील आता सुटून बाहेर आला आहे नि स्वतंत्र झाला आहे.''

सामुदायिक अपराधाची बोच (कलेक्टिव्ह गिल्ट), या कल्पनेबद्दल बोलायचे तर मला असे वाटते, की एका माणसाला दुसऱ्याने केलेल्या किंवा त्याच्या गटाने केलेल्या अपराधासाठी जबाबदार धरणे अयोग्य आहे. दुसरे महायुद्ध संपल्यापासून मी जाहीरपणे ह्या तत्त्वाचा अथक प्रचार करीत आहे. असे करताना कधीकधी अनेक क्लृप्त्यांचा वापर करून लोकांना त्यांच्या अंधविश्वासापासून वेगळे करावे लागते. एकदा एक अमेरिकन बाई सामोरे येऊन मला दूषण देऊ लागली. ''एवढे अनुभवल्यावर देखील तुम्ही तुमची काही पुस्तके जर्मन भाषेत, ॲडॉल्फ हिटलरच्या भाषेत लिहूच कसे शकता?'' तिने प्रश्न केला.

उत्तरादाखल मी तिला. ''तुझ्या स्वयंपाकघरात तू सुरी वापरतेस का?'' म्हणून प्रश्न केला.

ती ''होय.'' म्हणाली.

मी धक्का बसून भयभयीत झाल्याचे नाटक करीत म्हटले, ''कितीतरी खुनी लोकांनी आपल्या बळीवर वार करायला वापरलेले साधन, सुरी, तुम्ही अजून कसे वापरूच कसे शकता?'' तिने माझ्या जर्मन भाषेत पुस्तक लिहिण्याला आक्षेप घेण्याचे थांबविले.

शोकात्म त्रिकुटाचे तिसरे अंग मृत्यूसंबंधी आहे, पण त्याचा जीवनाशीदेखील संबंध आहे. क्षणाक्षणांनी विणलेले आयुष्य क्षणाक्षणाला संपत असते. गेलेला क्षण कधीही परत येऊ शकत नाही. प्रत्येक क्षणाचे क्षणभंगुरत्व हे त्या त्या क्षणाचा पूर्णतया उपयोग करून घ्यायचे आव्हानच नव्हे का? नक्कीच ते आव्हान आहे आणि म्हणूनच माझे सांगणे आहे, की आयुष्य आपण दुसऱ्यांदा जगतो आहे आणि फिरून तशाच चुका करण्याच्या बेतात आहात असे समजून जगा.

एकदा गेलेला आयुष्याचा क्षण परत आणता येत नाही ह्या सत्याचा परिणाम, योग्य रीतीने वागण्यावर व आयुष्यातील संभाव्यतेस प्रत्यक्षात उतरविण्याच्या संधींचा वापर करण्यावर होत असतो. पण हा परिणाम फक्त त्या क्षणातील 'संभाव्यते'वर होत असतो. मात्र एकदा का आपण आलेल्या संधीचा वापर केला आणि त्या त्या क्षणातील हेतूला प्रत्यक्षात उतरविले, की मग ते कृत्य आणि तो क्षण नेहमीसाठी भूतकाळात जमा होतो, तिथे तो सुरक्षित राहतो. कधीही नष्ट न होण्यासाठी तिथे पूर्णपणे जगलेल्या क्षणांचा खजिना असतो. भूतकाळातील काहीच हरवत नाही. जीवनाच्या क्षणभंगुरतेकडे पाहताना लोक कापलेल्या शेतातील खुंटांकडे पाहावे तसे बघतात. गेलेल्या क्षणांचे खुंट त्यांना दिसतात परंतु ते जगलेल्या क्षणांच्या साठ्याकडे, जमविलेल्या पिकाच्या दाण्यांकडे बघायला विसरून जातात. तिथे असतात केलेल्या कर्तृत्वाचे, दिलेल्या आणि अनुभवलेल्या प्रेमाचे क्षण आणि धैर्याने नि मानाने भोगलेल्या दु:खाचे क्षण.

ह्यावरून स्पष्ट होते, की आपल्याला वृद्धांची कीव करायचे कारण नाही. उलट तरुणांना त्यांचा हेवा वाटायला हवा. वृद्धांजवळ भविष्यातील संभाव्यता नसेल, उरलेल्या संधी नसतील, परंतु त्यांच्याजवळ त्याहीपेक्षा अधिक असे काही असते. भविष्यकाळातील शक्यतांऐवजी त्यांच्याजवळ भूतकाळातील प्रत्यक्षात उतरविलेल्या क्षणांचे साठे असतात. जीवनात त्यांनी ओतलेला अर्थ असतो, जपलेली, आचरणात आणलेली मूल्ये असतात. हा त्यांचा खजिना कोणीही लुटून नेऊ शकत नाही.

दु:खातदेखील अर्थ असतो हे कळून घेतल्यावर संपूर्ण आयुष्य हे अगदी बिनशर्त अर्थपूर्ण असते, निदान त्यातील संभाव्यतेत (उद्देशाने युक्त) तरी अर्थ

असतो, हे उमजते आणि प्रत्येक आयुष्य कशाही परिस्थितीत हेतुपूर्ण आहे ह्याचाच प्रत्यय येतो. अर्थात प्रत्येक जिवाला, बिनशर्त, स्वत:चे असे मोल आहे हे ओघाने आलेच. म्हणूनच प्रत्येक आयुष्य सन्मानाच्या, प्रतिष्ठेच्या अधिकारास पात्र असते हे न नाकारता येणारे सत्य आहे असे मानायलाच हवे. अगदी तापदायक अवस्थेतदेखील आयुष्यातील अर्थ हरवत नाही तसेच त्याचे मूल्यही कमी होत नाही आणि ते कमी होत नाही कारण वर सांगितल्याप्रमाणे जगलेल्या क्षणांच्या साठ्याचे पीक त्याच्यापाशी असते, त्यांनी प्रत्यक्षात आणलेला भूतकाळ असतो. त्याच्या जीवनातील सद्य:परिस्थितीत असलेल्या (किंवा नसलेल्या) त्याच्या उपयुक्ततेवर ते मोल अवलंबून नसते.

'उपयुक्तता' हा शब्द 'त्या व्यक्तीचा समाजाला होणारा उपयोग' अशा अर्थाने बहुधा वापरला जातो. आजच्या समाजात उपयुक्तता हेच यशाचे प्रमाण झालेले आहे. परिणामत: यशस्वी, सुखी, तरुण अशा लोकांना समाज आदराने वागवतो आणि ही लक्षणे नसणाऱ्यांकडे तो दुर्लक्ष करतो. मग मनुष्य त्याचे जीवन प्रतिष्ठेला पात्र आहे म्हणून मोलाचे आहे, का केवळ उपयुक्त आहे म्हणून मोलाचे आहे हे समजण्यात गफलत करतो. हा महत्त्वाचा फरक लक्षात घेतला नाही, समजून घेता आला नाही आणि माणसाचे मोल केवळ त्याच्या सद्य:स्थितीतील उपयुक्ततेवर आधारित ठरवले तर ते म्हणणे, हिटलरच्या त्याने 'अयोग्य, मोल नसलेले' अशा ठरविलेल्या व्यक्तींना 'मारून टाकणे योग्य आहे' ह्या म्हणण्यास दुजोरा दिल्यासारखे होईल किंवा वृद्ध, रुग्ण, दुर्धर रोगाने पछाडलेले किंवा मानसिक रुग्ण ज्यांचा समाजाला त्यांच्या सद्य:स्थितीत काही उपयोग नाही त्यांना दयामरण (युथेनेशिया) द्यावे असे म्हटल्यासारखे होईल; नाहीतर तुमच्या विचारांत विसंगती असल्याचा आरोप केला जाईल.

माणसाच्या जीवनाचे मोल आणि त्याची दैनंदिन उपयुक्तता ह्यात गफलत केली जाण्याचे प्रमुख कारण आहे, हल्ली प्रचलित असलेले, विद्यालयांत शिकविले जाणारे आणि मनोवैज्ञानिक ज्याचा उपयोग करतात, ते पूर्वीच्या साऱ्या धार्मिक, नैतिक, सामाजिक मूल्ये नि संस्था ह्यांना झुगारून देणारे तत्त्वज्ञान. विवेचनसाराचे (ॲनालिसिस) चे शिक्षण देणाऱ्या वातावरणातदेखील हीच स्थिती आढळून येते. हे नकारात्मक (निहिलिझम) तत्त्वज्ञान कुठेच जपून ठेवण्यासारखे काही नाही एवढे म्हणून समाधान पावत नाही, तर ते कशातच काही अर्थ नाही, असे शिकविते. जॉर्ज. ए. सार्जंटने ह्या प्रणालीस दिलेले, 'पढविलेली अर्थहीनता' नाव योग्यच होते. जॉर्जला स्वत:ला एक उपाचारक खालील वाक्ये बोलल्याचे आठवते. उपचारक जॉर्जला म्हणाला होता, ''जॉर्ज, हे सारे जग म्हणजे नुसता विनोद आहे विनोद. त्यात काही न्याय नाही. सारे काही योगायोगाने, अहेतुकपणे घडणारे असे आहे, असे जेव्हा तुला कळून येईल तेव्हा, स्वत:कडे गांभीर्याने पाहणे किती वेडेपणाचे नि

निरर्थक आहे ते तुला समजेल. ह्या विश्वात कोठेही काही उदात्त असा हेतू नाही. ते फक्त अस्तित्वात आहे एवढेच. आपण कसे वागावे ह्याविषयी तू आज काय निर्णय घेतलास त्याला काही विशेष अर्थ नाहीये.'' ही आहे पढविलेली अर्थहीनता.

माझी वरील टीका हे माझे सर्वसाधारण विधान आहे असे समजू नका. प्रशिक्षणाची गरज ही निर्विवाद आहे. परंतु तसे करताना उपचारकाने किंवा शिक्षकाने शिष्यास, उपेक्षावाद, वक्रदर्शीपणा असे स्वत:च्या नकारात्मक तत्त्वाच्या बचावार्थ घेतलेले पवित्रे शिकविण्याऐवजी त्यांना अर्थहीनतेच्या तत्त्वापासून बचाव करता येईल असे प्रतिकारक शिक्षण देणे आवश्यक आहे आणि ते त्यांचे कर्तव्य आहे. लोगोथेरपीच्या उपचारकाने इतर उपचारकांस परवाना मिळविण्यासाठी जे प्रशिक्षण घ्यावे लागते, त्या सर्वसामान्य दंडकांचे अनुकरण करणे योग्य आहे. प्रचारात असलेल्या म्हणीप्रमाणे लांडग्यांच्या कळपात राहावयास गेल्यावर त्यांच्यासारख्या आरोळ्या जरूर माराव्या, परंतु तसे करताना आपण लांडग्याचे कातडे पांघरलेले मेंढरू बनून राहावे. कळपात राहण्यासाठी स्वत:च्या तत्त्वांशी बेइमान होण्याचे काही कारण नाही. लोगोथेरपीच्या केंद्रस्थानी असलेली तत्त्वे सोडून द्यायची गरज नाही. असे इमान राखणे मुळीच कठीण नाही. 'एलिझाबेथ एस. ल्युकास'च्या म्हणण्यानुसार, ''मनोविज्ञानशास्त्राच्या सबंध इतिहासात लोगोथेरपीएवढी स्वत:च्या मतांचाच आग्रह न धरणारी उपचारपद्धती नाही.'' पूर्वेतील बाजारात बसलेल्या विक्रेत्यासारखी लोगोथेरपी गिऱ्हाइकांना आपलाच माल घ्या' म्हणून आग्रह करत नाही, तर पाश्चिमात्य बाजारात मांडून ठेवल्याप्रमाणे, इतर पद्धतींप्रमाणे आपली पद्धतीही ती गिऱ्हाइकांसमोर ठेवते. पुढे मांडलेल्या वस्तूंमधे काय उपयुक्त आणि मौल्यवान आहे ते ठरविण्याचा अधिकार घेणाऱ्याचा असतो. कॅलिफोर्नियात १९८० साली भरलेल्या लोगोथेरपीच्या पहिल्या जागतिक अधिवेशनात मी मानसोपचारास, यांत्रिकपणे चालणारे तंत्र न बनविता मानवातील माणुसकीची जाणीव असलेली उपचारपद्धती बनवा, त्याचप्रमाणे कोणत्यातरी गुरूचा गंडा बांधून त्या घराण्याची गायकी चालू ठेवल्यासारखी तीच पद्धत तशीच चालू ठेवणारे उपचारक बनू नका असे सांगितले होते. माझी इच्छा गुरूची पोपटपंची करणारे शिष्य बनवायचे ही नसून, स्वतंत्र विचार करू शकणारे, सृजनशील, कल्पक अशा वृत्तीच्या शिष्यांच्या हाती पुढचा मार्ग शोधण्याची मशाल द्यायची अशी आहे. ह्यातच माझेही हित आहे.

'सिग्मंड फ्रॉइड' एकदा म्हणाला होता, ''विभिन्न वृत्तीच्या अनेक माणसांना एकदा सरसकट उपोषण घडवावे. जशजशी भुकेची तीव्रता वाढू लागेल तसतसे माणसामाणसांतील वरवर दिसणारे भेद गळून पडतील आणि त्या जागी दिसेल एका साच्याचे न भागलेल्या भुकेचे प्रदर्शन.'' सुदैवाने छळछावणीचा प्रत्यक्ष अनुभव घेण्यापासून तो बचावला हे फार बरे झाले. त्याचे पेशंट्स ऑशविट्झच्या

नरकवासात नसून, इंग्लंडमध्ये व्हिक्टोरियन पद्धतीच्या गुबगुबीत सोफ्यावर पडलेले होते. ऑशविट्झच्या छळछावणीत भुकेनी कळवळत असताना माणसामाणसांतील भेदाचे निर्मूलन न होता ते अधिक गहिरे झालेले आढळून येत होते. लोकांच्या चेहऱ्यावरील मुखवटे तेव्हा गळून पडले होते. त्या मुखवट्यांमागे नीच डुकरेही होती आणि संतही होते. येथे 'संत' हा शब्द वापरायला मी मुळीच डगमगत नाही आणि तुम्हीदेखील कचरायला नको. जरा आठवून बघा 'फादर मॅक्समिलियन कोल्बी' ह्याला. ऑशविट्झच्या छळछावणीत त्याची अत्यंत उपासमार केली गेली आणि शेवटी त्याचा 'कारबोलिक ॲसिड'चे इंजेक्शन देऊन खून करण्यात आला. त्याला १९८३ साली 'संत' ही पदवी बहाल करण्यात आली.

कदाचित तुम्ही माझ्यावर मी नियमास अपवाद असणाऱ्या लोकांचे उदाहरण देतो आहे असा आरोप कराल. ''जे जे उदात्त, उन्नत असते ते सापडणे जेवढे दुर्मिळ असते, तेवढेच ओळखणेदेखील अवघड असते.'' हे 'स्पिनोझाची नैतिक तत्त्वप्रणाली' यातील शेवटले वाक्य आहे. तुम्ही म्हणाल 'संतां'कडे वळण्याची खरच गरज आहे का? केवळ सज्जन लोकांकडे बघणे पुरेसे नाही का? संत हाताच्या बोटांवर मोजण्याइतके कमी असतात नि ही वस्तुस्थिती तशीच राहणार. संख्येने कमी असले तरी त्यांच्यात मला त्यांचा आदर्श गिरवायचे मानवाला दिलेले आव्हान दिसते. माणसातील अत्युत्तम उंची गाठण्याची संभाव्यता दिसते. जगाची अवस्था फार खालावली आहे आणि आपल्यातील प्रत्येकाने उत्तमोत्तम व्हायचा प्रयत्न केला नाही तर ती तशीच राहणार आहे. म्हणून संतांचे उदाहरण देणे मला योग्य वाटते. शोकात्म आशावादाची निकड जाणवते.

आपण दोन गोष्टींबद्दल जागृत राहायला हवे. ऑशविट्झने माणूस किती खोल गर्तेत पडू शकतो ते दाखवून दिले आहे. आणि 'हिरोशिमा'ने धोका केवढा मोठा आहे त्याची जाणीव करून दिली आहे.

उपसंहार

सत्तावीस जानेवारी इ.स. २००७ ला ऑशविट्झ छळछावणी आणि तेथील मृत्युतळाच्या मुक्तिदिनाची एकसष्टी साजरी करण्यात आली. त्या छळछावणीत सुमारे साडेपंधरा कोटी लोकांची हत्या करण्यात आली होती. त्यांच्या स्मरणार्थ जगातील अनेक राष्ट्रे एकत्र आली होती. त्यानंतर काही महिन्यांनीच त्या भयानक काळाबद्दल लिहिलेल्या लिखाणातील सर्वांत अविस्मरणीय अशा लिखाणाचा स्मृतिदिन ते साजरा करू शकले असते. सर्वांत प्रथम हे लिखाण जर्मनीत १९४६ साली 'एका मनोवैज्ञानिकाचा छळछावणीतील अनुभव' ह्या मथळ्याखाली प्रसिद्ध झाले. नंतर हेच लिखाण, 'कशाही परिस्थितीत आयुष्यास दिलेला होकार' ह्या नावाखाली प्रसिद्ध झाले. ह्या प्रकाशनाच्या मागाहून प्रकाशित झालेल्या आवृत्तींस लोगोथेरपीचा परिचय करून देणाऱ्या लेखाची आणि 'शोकात्म आशावाद' ह्या लेखाची पुस्ती जोडण्यात आली. दु:ख, अपराधीपणाची बोच, मृत्यू सारे सहन करीत असतानादेखील आशावाद कसा जपावा हे 'शोकात्म आशावाद' शिकवत होता. ह्या लिखाणाचे इंग्लिश भाषांतर, १९५९ साली 'मॅन्स सर्च फॉर मीनिंग' ह्या नावाने प्रकाशित केले गेले.

व्हिक्टर फ्रॅन्कलच्या 'मॅन्स सर्च फॉर मीनिंग' ह्या पुस्तकाच्या आतापर्यंत एकशे वीस कोटींच्या वर प्रती विकल्या गेल्या आहेत. चोवीस भाषांत त्याचे भाषांतर झाले आहे. अमेरिकेतील जगप्रसिद्ध 'लायब्ररी ऑफ काँग्रेसच्या बुक क्लब ऑफ द मंथ' कडून १९९१ साली वाचकांना, तुमच्या आयुष्यात बदल घडवून आणणाऱ्या पुस्तकाचे नाव सांगा म्हणून विचारणा करण्यात आली होती. प्रतिसाद देताना वाचकांनी 'मॅन्स सर्च फॉर मीनिंग' ह्या पुस्तकाचा क्रमांक, अमेरिकेतील सर्वांत परिणामकारक पुस्तक म्हणून पहिल्या दहांत लावला. धर्मज्ञांनी, तत्त्वज्ञांनी,

मानसोपचारक, शिक्षक, विद्यार्थी आणि सर्वसाधारण वाचक अशा सर्वांसाठी हे पुस्तक प्रेरणादायक ठरले आहे. शाळेत, विद्यालयात आणि महाविद्यालयात मानसशास्त्र, तत्त्वज्ञान, इतिहास, साहित्य, धर्मज्ञान, तसेच होलोकॉस्टविषयक अभ्यास शिकणाऱ्या विद्यार्थ्यांच्या अभ्यासक्रमात ह्या पुस्तकाचा नियमितपणे समावेश केला जातो, एवढा व्यापक परिणाम होणारे आणि शाश्वत मूल्ययुक्त असे हे पुस्तक का बरे झाले असावे?

व्हिक्टर फ्रॅन्कलच्या आयुष्याचा कालावधी जवळ जवळ संपूर्ण विसावे शतकभर होता (१९०५ ते १९९७). वयाच्या अवघ्या तिसऱ्या वर्षी त्याने डॉक्टर व्हायचे ठरवले. आपल्या आत्मचरित्रात त्याने, 'मी दररोज दिवसातील काही मिनिटे तरी येणाऱ्या दिवसाचा आणि आयुष्याचा अर्थ काय बरे असावा; विशेषतः माझ्यासाठी काय अर्थ असावा असा विचार करण्यात घालवीत असे.' असे लिहून ठेवले आहे.

युवावस्थेत त्याचे चित्त तत्त्वज्ञान, प्रायोगिक मानसशास्त्र आणि मनोविश्लेषण ह्या विषयांनी वेधून घेतले. शाळेत उच्च माध्यमिक वर्गात असताना त्याने आपल्या अभ्यासक्रमात भर म्हणून त्याने प्रौढांसाठी असलेल्या वर्गात जायला सुरुवात केली. त्या वेळी प्रसिद्धीस आलेल्या डॉक्टर सिग्मंड फ्रॉइडबरोबर त्याने पत्रव्यवहार करावयास सुरुवात केली. ह्याचा परिणाम असा झाला, की फ्रॉइडने व्हिक्टर फ्रॅन्कलचे हस्तलिखित 'इंटरनॅशनल जर्नल ऑफ सायकोॲनालिसिस' ह्या प्रकाशनाकडे पाठविले. तेथे ते स्वीकारण्यात आले आणि प्रकाशित झाले. त्याच वर्षी (वयाच्या सोळाव्या वर्षी) व्हिक्टर फ्रॅन्कलने तत्त्वज्ञान शिकविणाऱ्या प्रौढ शिक्षणाच्या वर्गात प्रवेश घेतला. तेथे तत्त्वज्ञान शिकविणाऱ्या शिक्षकाने ह्या मुलाची बुद्धिमत्ता पाहून त्याला 'मीनिंग ऑफ लाईफ अथवा जीवनाचा अर्थ' ह्या विषयावर भाषण देण्यास आमंत्रित केले. फ्रॅन्कलने श्रोत्यांस सांगितले, 'जीवनास त्याचा अर्थ काय आहे हा प्रश्न करण्याऐवजी, जीवन आपल्याकडून काय अपेक्षा करते आहे हा प्रश्न आपण विचारायला हवा. आपल्या अस्तित्वाची जबाबदारी स्वतः स्वीकारून त्याला उत्तर द्यायला हवे. तरच आपल्याला जीवनाचा अर्थ समजण्याची शक्यता आहे.' फ्रॅन्कलचा हा विश्वास, ही त्याची श्रद्धा त्याच्या आयुष्याची आधारशिला बनली. तिने त्याची वैयक्तिक अन् व्यावसायिक जडणघडण साकारली.

वैद्यकीय जगतात नव्याने उदयास येत असलेली मानसशास्त्राची जाणीव नि त्याचा प्रणेता सिग्मंड फ्रॉइड ह्याच्या विचारसरणीचा व्हिक्टर फ्रॅन्कलवर परिणाम झाला नि त्याने शाळेत उच्च माध्यमिक वर्गात असतानाच मनोवैज्ञानिक व्हायचा निर्णय घेतला. त्याच्या बरोबरच्या वर्गमित्रांनी त्याला ''तुझ्याजवळ लोकांना मदत करण्याची हातोटी नि कला आहे.'' असे सांगून त्याला आणखीनच प्रोत्साहित केले. फ्रॅन्कलल त्याच्यापाशी असलेल्या मानसशास्त्रातील अचूक निदान करण्याच्या कौशल्याची

आणि लोकाच्या वागण्यामागील उद्दिष्टांचे निदान करण्याच्या कलेची जाणीव होऊ लागली.

व्हिक्टर फ्रॅन्कलने मानसशास्त्राशी निगडित असलेली सल्लागाराची पहिली नोकरी केली, ती स्वत:च स्थापन केलेल्या युवामंडळात. व्हिएन्नात सरळ मार्गावरून ढासळलेल्या युवकांना सल्ला देणारे मंडळ फ्रॅन्कलने स्थापन केले. महाविद्यालयात दवाखान्यात व्हिक्टर फ्रॅन्कलने १९३० ते १९३७ सालापर्यंत मनोवैज्ञानिक म्हणून काम केले. तेथे त्याने आत्महत्येस प्रवृत्त असणाऱ्या लोकांवर उपचार केले. आपल्या पेशंट्सना तो अतीव नैराश्यासारख्या (डिप्रेशन) व्याधीने ग्रासले असतानादेखील आपल्या जीवनातील अर्थ, हेतू कसा शोधायचा, रोगाशी सामना कसा द्यायचा हे समजावीत मदत करी. १९३९ साली त्याला 'रॉथ्सचाइल्ड' नावाच्या दवाखान्यात मज्जातंतुशास्त्र विभागाचा प्रमुख म्हणून नेमण्यात आले. व्हिएन्नातील ज्युइश लोकांसाठी असलेला तो एकमात्र दवाखाना होता.

युद्धाच्या सुरुवातीच्या वर्षांत व्हिक्टर फ्रॅन्कल नि त्याचे कुटुंबीय ह्यांना, त्याच्या दवाखान्यातील कामगिरीमुळे छळछावणीत केलेल्या हकालपट्टीपासून थोडे संरक्षण मिळाले. परंतु जेव्हा जर्मन नॅशनल सोशालिस्ट पार्टीने फ्रॅन्कल काम करीत असलेला दवाखाना बंद पाडला, तेव्हा त्याला छळछावणीत पाठविले जाण्याच्या गंभीर धोक्याची कल्पना आली. व्हिएन्नातील अमेरिकन राजदूतवासाने १९४२ मध्ये व्हिक्टर फ्रॅन्कलला स्थलान्तरण (इमिग्रेशन) करण्यासाठी आवश्यक असलेला परवाना देऊ केला. ऑस्ट्रियातून पलायन केल्याने फ्रॅन्कलला आपले लोगोथेरपीवरील पुस्तक संपविता आले असते, परंतु त्याने परवाना रद्दबातल होऊ दिला. आपल्या म्हाताऱ्या आईवडिलांची काळजी घेण्यासाठी त्याने व्हिएन्नातच राहण्याचा निर्णय घेतला. १९४२ सालच्या सप्टेंबर महिन्यात त्याला त्याच्या कुटुंबीयासह अटक करण्यात येऊन छळछावणीत त्यांची रवानगी करण्यात आली. व्हिक्टर फ्रॅन्कलने पुढील तीन वर्षे चार निरनिराळ्या छळछावण्यांत काढली. (देरशियनस्टाड, ऑशविट्झ–बरेकनॉउ, कॉफरिंग आणि डाकॉव्ह छळछावणीचा भाग असलेले तुर्खेइम).

फ्रॅन्कलच्या 'मॅन्स सर्च फॉर मीनिंग' ह्या पुस्तकाची प्रेरणा केवळ छळछावणीतील अनुभवातून जन्मली असे नाही. तेथे पाठविले जाण्याच्या पूर्वीपासून त्याच्या मनात, 'जीवनातील अर्थ शोधता येणे ही मानसिक आरोग्यास तसेच परिपूर्ण आयुष्य जगता येण्यासाठी अत्यावश्यक असलेली गुरुकिल्ली आहे' ही कल्पना घोळत होती. मात्र छळछावणीतील अनुभवांमुळे, आपल्या स्वत:च्या आयुष्यास काही अर्थ आहे का? हा प्रश्न त्याच्यासमोर अक्राळविक्राळ स्वरूप घेऊन उभा ठाकला. ह्या अनुभवांतून तो वाचला ह्याचे श्रेय त्याची स्वत:ची जगण्याची विलक्षण जिद्द, स्वसंरक्षणासाठी काय करायला हवे हे समजून घेण्याची त्याची स्वाभाविक प्रवृत्ती, मोक्याच्या क्षणी काही

चांगल्या माणसांनी दाखविलेली कणव आणि त्याचा मुत्सद्दीपणा ह्यास जाते. अर्थात केवळ आंधळ्या नशिबाचादेखील ह्यात हात होता. त्याला कोणत्या कैदेत ठेवले गेले, तेथील पहारेकऱ्यांची लहर, कोणत्या रांगेत उभे राहायचे, कुणावर विश्वास टाकायचा ह्याबाबतचे त्यांनी घेतलेले निर्णय, ह्यावरदेखील त्याची सुरक्षितता अवलंबून होती. तरीदेखील छळछावणीत अनुभवास येणाऱ्या अतीव नैराश्येवर मात करायला, अन्नवस्त्राची तीव्र वाण सहन करायला, सततची मानहानी सहन करीत जगत राहायला ह्या सूर्वांहूनही अधिक कशाचीतरी गरज होती. फ्रॅन्कलने इथे मनुष्याच्या वैशिष्ट्यपूर्ण गुणांची मदत घेतली. ते गुण म्हणजे उपजत असलेला आशावाद, विनोदबुद्धी, स्वतःस मनाने समोरच्या क्लेशकारक परिस्थितीपासून अलिप्त करता येण्याची कला, एकांतवासाचे शोधलेले क्षण, कुठल्याही परिस्थितीत स्वतःच्या अंतर्मनास असलेल्या स्वातंत्र्याची जाणीव आणि स्वतःशी केलेला आत्महत्या न करण्याचा दृढनिश्चय. भविष्यासाठी जगायचेय हे त्याला कळले. आपल्या बायकोच्या प्रेमळ आठवणींनी, तिच्याबद्दलच्या प्रेमळ विचारांनी त्याला आधार दिला, तसेच आपले अर्धवट लिहून झालेले पुस्तक पूर्ण करायच्या आकांक्षेने, ते प्रकाशित करण्याच्या तीव्र इच्छेने त्याला धीर दिला. छळछावणीतील लहानशा झरोक्यातून झालेल्या निसर्गसौंदर्याच्या दर्शनाने, त्यातील कलासौंदर्याने त्याला बळ दिले व जीवनातील आशा, अर्थ शोधायला मदत केली. सर्वांत महत्त्वाचे म्हणजे कुठल्याही परिस्थितीत, केवढ्याही मोठ्या दुःखात त्याला सामोरे कसे जायचे हे ठरविण्याचे माणसाचे स्वातंत्र्य अबाधित आहे, ते कोणीही हिरावून घेऊ शकत नाही, ह्याचा त्याला झालेला साक्षात्कार. आपले ओझे कसे बाळगायचे ही केवळ माणसांनी करावयाची निवडच असते असे नाही. ती त्याची जबाबदारीदेखील असते.

अनेकदा व्हिक्टर फ्रॅन्कलच्या कल्पना प्रेरणादायक असतात. मृत्यूच्या दारात असलेला माणूस, मानेपासून खालपर्यंत पांगळा झालेला माणूस आपले दैव स्वीकारायला कसे शिकतात त्याची फ्रॅन्कलने स्वतः सांगितलेली पेशंट्सची उदाहरणे पाहिली की त्याच्या वचनाची सत्यता पटते. त्याच्या काही कल्पना, आकांक्षाची दारे उघडतात. उदाहरणार्थ त्याचे, ''स्वतःहून मुक्त मनाने निवडलेल्या ध्येयासाठी झटणे, झगडणे यातूनच जीवनातील अर्थाचा शोध लागतो.'' हे वचन. अस्तित्वाबाबतच्या वैफल्याबद्दल सांगताना तो निरर्थक कामात गुंतून राहिलेला राजनीतिज्ञ कसा निराश होतो नि दिशा सापडल्यानंतर तो मनाला समाधान देणाऱ्या पेशाकडे कसा वळतो हे दर्शवितो. कधी नैतिक सूचना देण्यास तो डळमळत नाही. आपण काय आहोत नि काय बनू शकतो ह्याची आठवण करून देत तो आपली संभाव्यता प्रत्यक्षात उतरविण्यास माणूस स्वतः जबाबदार आहे ह्याची आठवण करून देतो. त्याला 'स्वातंत्र्य आणि जबाबदारी ह्या एकाच नाण्याच्या दोन

बाजू आहेत.' ह्याची प्रखरतेने जाणीव आहे. अमेरिकन श्रोतृवर्गाशी बोलताना, अमेरिकेच्या पूर्व किनाऱ्यावर असलेल्या स्वातंत्र्यदेवतेच्या पुतळ्याबरोबर त्याला पूरक असा जबाबदारीच्या देवतेचा पुतळा पश्चिम किनाऱ्यावर बांधून त्याला पूर्णत्व द्यायला हवे, असे तो आवर्जून सांगतो. वैयक्तिक आयुष्यातील अर्थ शोधण्यासाठी आत्मनिष्ठ नि अवास्तव सुखाच्या पलीकडे जाऊन स्वतःव्यतिरिक्त इतर कशावर तरी, कुणावरतरी, लक्ष केंद्रित करायला हवे, स्वतःला कुठल्यातरी कार्यास वाहून घ्यायला हवे, कुणाच्या तरी सुखाकडे पाहायला हवे अशी तो विनंती करतो. त्याने स्वतः केवळ आपल्या सुखाचा अन् सुरक्षिततेचा विचार न करता आपल्या वयस्क आईवडिलांसाठी व्हिएन्नातच राहण्याची निवड केली. जेव्हा तो आणि त्याचे वडील एकाच छळछावणीत होते, तेव्हा त्याने आपल्या वडिलांना होणाऱ्या असह्य वेदना कमी करण्यासाठी खूप खटपट करून अफूचे औषध मिळविले. वडिलांच्या अखेरच्या घटकेपर्यंत तो त्यांच्याजवळ राहिला.

अनंत दुःखे आणि नैराश्य सोसत असतानादेखील त्याने आपल्या असीम आशावादाचा त्याग केला नाही. जीवनास तो होकारच देत राहिला, त्याच्याकडे तो उत्साहाने बघत राहिला. आशा आणि आत्मविश्वास हे आव्हानांचे विजयात रूपांतर करू शकतात, असा त्याला गाढ विश्वास होता. ती त्याची श्रद्धा होती. 'मॅन्स सर्च फॉर मीनिंग ह्या पुस्तकात त्याने ठासून सांगितले आहे, की 'जीवनातील अर्थ कळण्यासाठी असीम दुःखाची गरज असते असे मुळीच नाही. वेदनांमध्येही अर्थ शोधता येतो, एवढेच मला म्हणायचे आहे. आणखी पुढे जाऊन तो म्हणतो, की टाळता येणारे दुःख भोगणे ही विकृती आहे, शौर्य नव्हे.'

मी (उपसंहार लेखक, विलियम जे. विनस्लेड) १९६० च्या दशकाच्या मध्यावर, तत्त्वज्ञानाचा प्राध्यापक असताना, 'मॅन्स सर्च फॉर मीनिंग' हे पुस्तक वाचले. 'नॉर्वे' मधील एका तत्त्वज्ञानाच्या प्रोफेसरने माझे लक्ष ह्या पुस्तकाकडे वेधण्याचे काम केले. तो स्वतःदेखील नाझींच्या छळछावणीत कैद केला गेला होता. ''मी ह्या पुस्तकातील मजकुराशी, विशेषकरून स्वतःच्या अंतर्मनाचे स्वातंत्र्य टिकविण्याची निकड; निसर्गसौंदर्याच्या आस्वादाचे मोल; कला, साहित्य, काव्य ह्यांयोगे केलेले स्वतःचे पोषण; कुटुंबीय आणि निकटवर्तीयांच्या प्रेमाचा अनुभव, त्यांच्या आठवणीतील ताकद, इत्यादी गोष्टींशी पूर्णतया सहमत आहे.'' असे तो म्हणाला. त्या व्यतिरिक्त, व्यक्तिगत निवड, कार्ये, जमविलेली नातीगोती, असलेले छंद, रोजच्या जीवनातील लहान-सहान आनंद ही सारी जीवनात अर्थ ओतत असतात. असे असताना काही लोकांना त्यांचे जीवन एवढे पोकळ नि अर्थहीन असल्यासारखे का बरे वाटत असावे?

व्हिक्टर फ्रॅन्कलचे बोधपर सुविचार नि शब्दबल येथे लक्षात घेण्याजोगे आहे. तो म्हणतो, की आयुष्यातील लहानमोठ्या आव्हानांकडे नि त्यातील संधींकडे पाहण्याचा

आपला दृष्टिकोन आपण जीवन कसे अनुभवतो ते ठरवत असतो. सकारात्मक आणि आशावादी दृष्टिकोन आपल्याला संकटसमयी संकटे सहन करण्याची आणि निराशा पचवायची शक्ती देतो, तसेच आनंदाच्या क्षणांत तो शतगुणित करतो, समाधान वाढवितो. नकारात्मक दृष्टिकोन दु:खाची अन् नैराश्याची तीव्रता वाढविण्यास मदत करतो, आनंद नि सुखसमाधान कमी करतो. नकारात्मक दृष्टिकोन शारीरिक नि मानसिक व्याधी ओढवून घेण्यास कारणीभूत होऊ शकतो.

माझा मित्र नि सहकारी, नार्मन कझिन्स हा अथक, 'आशावादी दृष्टिकोनाचा शरीरावर होणारा हितकारी परिणाम' ह्या विषयाचे समर्थन करीत असे. त्याचप्रमाणे नकारात्मक दृष्टिकोन हा शरीरास कसा अपायकारक आहे ते सांगून तो धोक्याचा कंदील दाखवायचे काम देखील करीत असे. काही टीकाकार त्याचे म्हणणे हे बालबोध नि विषयाची गुंतागुंत लक्षात न घेणारे आहे, असे म्हणून त्याची टीका करीत, परंतु त्यानंतर मानसशास्त्र, मज्जातंतुशास्त्र नि रोगप्रतिकारक शक्ती यांत झालेले संशोधन कझिन्सच्या विचारांस पुष्टी देते. आशावादी दृष्टिकोन, सकारात्मक भावना नि आशा आपली रोगप्रतिबंधक शक्ती वाढवितात हे आता सिद्ध झाले आहे. हे शोध व्हिक्टर फ्रॅन्कलच्या, ''रोजच्या जीवनातील लहान-सहान कटकटींपासून ते जीवनमरणाच्या झगड्यापर्यंत, आपली समोर ठाकलेली परिस्थिती हातळण्याची पद्धत आणि आपला दृष्टिकोन आपले जीवन घडवितो त्यातील अर्थास आकार देतो.'' ह्या म्हणण्यास बळकटी आणते. व्हिक्टर फ्रॅन्कलने उत्कटतेने वर्तलेले हे साधे सत्य, जो कोणी त्याकडे लक्ष देईल त्याच्या आयुष्यावर सखोल परिणाम केल्याशिवाय राहाणार नाही.

कुठल्याही गोष्टीची निवड करताना माणसाने ती निष्क्रियतेने न करता (बघू या काय होतंय ते) क्रियाशील कृतीने करायला हवी. व्यक्तिगत निवड करताना आपण आपली स्वायत्तता जाहीर करतो. मनुष्य म्हणजे काही अनेक गोष्टींतील एक अशी निर्जीव अथवा अनामिक गोष्ट नव्हे. वस्तू अनेकदा एकमेकांवर परिणाम करतात परंतु फ्रॅन्कलच्या म्हणण्याप्रमाणे माणूस 'स्व'तंत्रित आहे. आनुवंशिक देणगी नि भोवतालच्या परिस्थितीच्या मर्यादा लक्षात घेता माणूस स्वत:ला कसे घडवितो हे तो ठरवितो. एक उदाहरण देतो. एका इस्रायली सैनिकाचे दोन्ही पाय यम कपूरच्या युद्धात कापले गेले. हताशतेच्या भावनेने त्याला घेरले. हतबल होऊन अंधाऱ्या नैराश्येच्या खोल गर्तेत तो बुडाला. आत्महत्येचा विचार त्याच्या डोक्यात घोळू लागला. एक दिवस त्याच्या मित्राला त्या सैनिकात झालेला बदल जाणवला. सैनिक हळूहळू आशावादी बनत चालला होता. नैराश्य जाऊन त्या जागी त्याच्या वृत्तीत एक प्रकारची धीरगंभीरता दिसून येत होती. सैनिकाने ह्या बदलामागील कारण व्हिक्टर फ्रॅन्कलचे 'मॅन्स सर्च फॉर मीनिंग' नावाचे पुस्तक असल्याचे नमूद केले. व्हिक्टर फ्रॅन्कलला हे कळल्यावर तो 'वाचनातील बरे करण्याची शक्ती' ह्यावर विचार करू

लागला. (अनुवादकाची टीप : पुस्तकात नि गोष्टीत ही शक्ती नक्की आहे. ग्रीस देशातील 'थीबीस' ह्या गावी असलेल्या ग्रंथालयावर 'आत्म्याला बरे करण्याची जागा' अशा अर्थाची पाटी आहे. अनुवादकाचा 'रुची' या मासिकातील– सप्टेंबर २००५– अक्षरोपचार नावाचा लेख वाचा).

व्हिक्टर फ्रॅन्कलच्या वरील विधानात, 'मॅन्स सर्च फॉर मीनिंग' हे पुस्तक अनेक वाचकांसाठी एवढे परिणामकारक का ठरले ह्याची अंधूक झलक दिसते. आपत्काली, आणीबाणीच्या प्रसंगी, जीवनाबद्दल मन शंकित झाले असताना माणूस आपले हितचिंतक, कुटुंबीय, उपचारक, धार्मिक उपदेशक, ह्यांजकडे सल्ला घेण्यास जातो. कधी तो सल्ला उपकारक, मदत देणारा ठरतो तर कधी नाही. कठीणसमयी निर्णय घेताना, अवघड पर्यायांतून एकाची निवड करताना, अनेकदा माणसाला आपला स्वतःचा (निराशावादी) दृष्टिकोन ती निवड करण्यात, व कार्यान्वित होण्यात कसे नि किती अडथळे आणत आहे ह्याचे भान राहत नाही. जीवनात 'इकडे आड नि तिकडे विहीर' अशी द्विधा मनस्थिती झाली असताना त्यातून बाहेर पडण्याचा मार्ग शोधण्याची खटपट करीत असणाऱ्या वाचकांस व्हिक्टर फ्रॅन्कलचे सांगणे आहे, की ''मी कुणालाही त्यांनी काय करावे हे सांगू शकणार नाही; फक्त त्यांनी कुठलेही कार्य का करावे हे ठरवायला मदत करीन''

'तुर्खेइम' छळछावणीतून, जेथे तो टायफसच्या साथीत मरता मरता वाचला होता, १९४५ साली सोडवला गेल्यानंतर संपूर्ण जगात आपले असे कुणी न उरल्याचे व्हिक्टर फ्रॅन्कलला आढळून आले. ऑगस्ट १९४५ ला व्हिएन्नात परत आल्यानंतरच्या पहिल्याच दिवशी, त्याला आपली गर्भारशी असलेली बायको 'टिलि', 'बर्गन, बेल्सन'च्या छळछावणीत उपोषण नि आजार ह्यामुळे मृत्यू पावल्याचे कळले. दुर्दैवाने त्याचा भाऊ नि आईवडील देखील छावण्यांत दगावले होते. हा जबरदस्त आघात नि त्यायोगे आलेल्या दुःखावर, नैराश्येवर मात करीत त्याने व्हिएन्नातच मनोवैज्ञानिक म्हणून आपले काम पुनश्च सुरू करायचे ठरविले. त्याचे हे वागणे त्या काळी आगळेवेगळे होते. त्याचे अनेक सहकारी, विशेषतः ज्युइश मनोवैज्ञानिक नि मानसोपचारक तज्ज्ञ इतर देशांत स्थलांतर करीत होते. फ्रॅन्कलच्या निर्णयामागे अनेक कारणे असू शकतील. व्हिएन्नाबद्दल त्याला विशेष प्रेम होते. व्हिएन्नाशी, विशेषतः युद्धसमाप्तीनंतरच्या काळात त्याच्या मदतीची गरज असलेल्या मनोरुग्णाइतांशी त्याची नाळ जुळली होती. सुडापेक्षा समेटावर, सलोख्यावर त्याचा जास्त विश्वास होता. एकदा तो म्हणाला होता, ''माझ्याशी कोणी चांगुलपणाने वागल्याची आठवण मी कधी विसरत नाही आणि कुणी वाईट वागल्याचा आकस बाळगत फिरत नाही.'' विशेषतः त्याचा 'अपराधांसाठी केलेल्या सामुदायिक रोषास' असलेला तीव्र विरोध सर्वश्रुत आहे. आपले शेजारी नि सहकारी ह्यांना

आपल्या झालेल्या छळाची पूर्ण कल्पना होती, कदाचित काहींनी त्यात भागदेखील घेतला होता, ह्याचा स्वीकार फ्रॅन्कलने केला होता. छळाच्या प्रतिकारासाठी झालेल्या चळवळीत भाग न घेणाऱ्यांची, तो करणाऱ्यांच्या विरोधात उभे न राहणाऱ्यांची, त्या प्रयत्नात वीरांचे मरण न स्वीकारणाऱ्यांची फ्रॅन्कलने निर्भर्त्सना केली नाही. 'अगदी किळसवाण्या नाझीत किंवा ठार वेडा झालेल्या माणसांतदेखील कुकर्मांच्या नि वेडाच्या पलीकडे जाऊन जबाबदार निवड व कृती करीत बदलण्याची संभाव्यता असते.' ह्या कल्पनेवर फ्रॅन्कलचा दृढ विश्वास होता.

सुटका झाल्यानंतर झपाटल्यासारखे त्याने स्वत:ला आपल्या कामास वाहून घेतले. हद्दपार होऊन प्रथम छळछावणीत आल्याआल्या नष्ट केले गेलेल्या, 'द डॉक्टर अॅण्ड द सोल' नावाच्या आपल्या पुस्तकाची १९४६ साली त्याने उजळणी करून पुनर्रचना केली. त्याच वर्षी केवळ नऊ दिवसांत त्याने 'मॅन्स सर्च फॉर मीनिंग' नावाचे पुस्तक लिहून काढले. आपल्या लिखाणाद्वारे त्या वेळी बहुजन अनुभवित असणारे व्यक्तिगत दुरावलेपण, अस्वस्थता, मनाचे रितेपण नि अस्तित्वातील पोकळी ह्या व्याधी बऱ्या करण्याचा त्याने प्रयत्न केला. कदाचित अशा दमछाक करणाऱ्या अन् उत्कटतेने केलेल्या व्यावसायिक धडपडीमुळे फ्रॅन्कल स्वत:च्या आयुष्यातदेखील पुनरपि अर्थ भरण्यात यशस्वी झाला.

त्यानंतर दोन वर्षांनी त्याने एलेनॉर स्वींड हिच्याशी दुसरा विवाह केला. पहिल्या बायकोसारखीच एलेनॉरदेखील परिचारिका होती. परंतु पहिली बायको 'टिलि' ही ज्युइश होती तर एलेनॉर कॅथॉलिक होती. हा केवळ योगायोग असण्याची शक्यता आहे, पण व्हिक्टरच्या बोलण्यास साजेसेच कृत्य होते ते. कुणी कुठल्याही धर्माचा असो वा धर्मनिरपेक्ष असो, व्हिक्टर फ्रॅन्कल त्याचा स्वीकार करीत असे. प्रत्येक व्यक्तीच्या अनुपमतेवर, तिच्यातील गुणांवर नि प्रतिष्ठेवर फ्रॅन्कलची नितांत निष्ठा होती. त्याचा कुणाशी मतभेद असला तरी तो कधी व्यक्तिगत नसे. ह्याचे एक उदाहरण म्हणजे फ्रॉइड नि अॅडलर ह्या मनोवैज्ञानिकांशी त्याचे तात्त्विक, व्यावसायिक नि वैचारिक, त्यांच्या सिद्धांतावर आधारित मतभेद असले तरी त्या दोघांबद्दल त्याला व्यक्तिश: नितांत आदर होता. नाझीबद्दल सहानुभूती बाळगणारा, परंतु नंतर वैचारिक कायापालट झालेला पश्चातापदग्ध नाझी कैवारी 'मार्टिन हायीडेगर'; 'सामुदायिक रोष' ह्या तत्त्वाचा समर्थक 'कार्ल जॅसपर', अशा तात्त्विक विचारांत दोन ध्रुवांवर असलेले दोघे जण आणि कॅथॉलिक लेखक नि तत्त्वज्ञानी 'ग्यार्बियेल मार्सेल' अशांसारख्या विविध विचारांच्या लोकांशी असलेल्या व्यक्तिगत मैत्रीचे फ्रॅन्कलला मोल होते. मनोवैज्ञानिकाच्या नात्याने तो आपल्या स्वत:च्या धर्माविषयक चर्चा करण्याचे टाळत असे. मनोविज्ञानाचे काम आत्म्याच्या जखमा बऱ्या करणे हे आहे, धर्माला त्याच्या मोक्षाचे काम करू द्यावे असे फ्रॅन्कल नेहमी म्हणत असे.

व्हिक्टर फ्रॅन्कलने पंचवीस वर्षे व्हिएन्ना पॉलिक्लिनिक दवाखान्यात मज्जातंतुशास्त्र विभागाचा प्रमुख म्हणून काम केले. त्या अवधीत त्याने व्यावसायिक आणि सामान्य वाचक अशा दोन्ही गटांसाठी मिळून तीसहून अधिक पुस्तके लिहिली. त्याने युरोप, अमेरिका, ऑस्ट्रेलिया, आशिया आणि आफ्रिका खंडात भाषणांचे दौरे केले. हार्वर्ड, स्टॅनफोर्ड आणि युनिव्हर्सिटी ऑफ पिट्सबर्ग अशा प्रख्यात महाविद्यालयात प्राध्यापकाचे स्थान मिळविले. 'युनायटेड स्टेट्स इंटरनॅशनल युनिव्हर्सिटी ऑफ लोगोथेरपी' ह्या सॅनडियागेमधील विद्यालयाने त्याला प्रतिष्ठित प्राध्यापक म्हणून गौरविले. त्याने राजकारणी, सहावा पोप पॉलसारखे जागतिक पुढारी, तत्त्वज्ञानी, विद्यार्थी, शिक्षक, तसेच त्याचे पुस्तक वाचून प्रभावित झालेले वाचक, साऱ्यांशी भेटून चर्चा केल्या. वयाच्या नव्वदीतदेखील जगाच्या कानाकोपऱ्यांतून त्याला भेटायला येणाऱ्या लोकांशी तो चर्चा करी आणि दर आठवड्यास त्याला येणाऱ्या शेकडो वैयक्तिक पत्रांना स्वहस्ते उत्तर पाठवी. एकोणतीस महाविद्यालयांनी त्याला बहुमानदर्शक पदव्या बहाल केल्या. 'अमेरिकन सायकिॲट्रिक असोसिएशन'ने त्याला 'ऑस्कर फिस्टर अॅवॉर्ड' प्रदान केले. मानसोपचारात वापरात येणारे लोगोथेरपीचे तंत्र स्थापित करण्याबद्दल व्हिक्टर फ्रॅन्कलला मान्यता मिळाली आहे. मानवी अस्तित्वाबाबत माणसाला पडणारे प्रश्न हाताळीत पेशंटला त्याच्या भावविश्वातील गुंता सोडविण्यास हे तंत्र मदत करते. मानसोपचाराची ही एक इतर पद्धतीपेक्षा वेगळी अशी 'अभिनव' पद्धत आहे.

व्हिक्टर फ्रॅन्कलने अनेक मानसोपचारकांना; त्यांच्या पेशंट्सच्या भूतकाळाकडे न पाहता, त्याच्या वर्तमानकाळातील समस्यांवर लक्ष न केंद्रित करता, त्याला भविष्यकाळात फलदायक होईल अशा मार्गाची निवड करण्यास उद्युक्त कसे करावे, ते शिकविले. तसे करीत असताना पेशंटला स्वत: निवड करण्याच्या असलेल्या स्वातंत्र्याची आणि त्या स्वातंत्र्याबरोबर येणाऱ्या जबाबदारीची जाणीव करून देण्यावर भर दिला. मानसोपचारकांच्या अनेक पिढ्या व्हिक्टर फ्रॅन्कलच्या मानवताप्रधान मर्मदृष्टीने प्रभावित झाल्या आहेत. फ्रॅन्कलचे बहुप्रसवी लिखाण, त्याची विचारप्रवर्तक भाषणे आणि त्याचे खिळवून ठेवणारे व्यक्तिमत्त्व ह्यामुळे त्याच्या शिकवणुकीचा झालेला व्यापक परिणाम दिसून येतो.

फ्रॅन्कलने त्याच्या शिष्यांना व सहकाऱ्यांना अस्तित्वाबाबतच्या प्रश्नांचा सखोल विचार करायला, त्याचे विश्लेषण करायला, त्याचा निर्मितिक्षम नि सृजनशील पद्धतीने वापर करायला प्रोत्साहित केले. लोगोथेरपीचा हेकेखोर प्रमाण वचन म्हणून वापर करू नका, असे आर्जव केले. अमूर्त सिद्धांतावर आधारित अंदाज बांधण्याऐवजी पेशंट्सच्या सद्य:स्थितीतील गरजांकडे लक्ष द्यायला, त्यावर भर द्यायला शिकविले.

अनेक कार्यांत व्यस्त असतानादेखील व्हिक्टर फ्रॅन्कल वेळात वेळ काढून विमान चालवायला शिकला. आपला गिर्यारोहणाचा जन्मभराचा छंद त्याने जपला. ''फ्रॉइड आणि ॲडलर हे माणसाच्या मनाच्या तळाचे विश्लेषण करतात, तेथे वसणाऱ्या भूतकाळातील घटना, सुप्त प्रेरणा नि इच्छांचा अभ्यास करीत, 'सखोल मानसोपचार'चे तंत्र वापरतात. याउलट मी भविष्यावर लक्ष केंद्रित करीत, त्यांच्या जागृत राहून निर्णय घेण्यावर आणि त्यानुसार कृती करण्यावर भर देत 'उदात्ततेची उंची गाठू पाहाणाऱ्या उंचीचा उपचार' वापरतो.'' असे तो गमतीने म्हणत असे.

फ्रॅन्कलचा मानसोपचाराबद्दलचा दृष्टिकोन असा पेशंट्सना शिखर गाठण्यास मदत करणारा आहे, स्वत:पलीकडे पाहत, जीवन अर्थपूर्ण करण्यावर भर देणारा आहे, भोवतालच्या परिस्थितीच्या मर्यादांचे भान ठेवत आशावादी कृतिशीलता जपणे, विचारपूर्वक स्वत: निर्णय घेणे हे समजविणारा आहे. हे त्याच्या उपचारपद्धतीचे आधारस्तंभ आहेत. आपण आपले निर्णय घेण्याचे स्वातंत्र्य अबाधित ठेवू शकतो आणि ते तसे ठेवायला हवे, तसे करत आपण आपले ध्येय गाठू शकतो हे पेशंट्सना शिकविणे फ्रॅन्कलचे ध्येय होते.

शोकात्म आशावादाविषयी लिहिताना फ्रॅन्कल सावधगिरीचा इशारा देतो, ''जगाची परिस्थिती वाईट झालेली आहे. आपल्यापैकी प्रत्येकाने आपल्याला शक्य आहे ते सारे केले नाही तर ती फारच बिकट होऊन बसेल.''

एकदा फ्रॅन्कलला, ''तुमच्या स्वत:च्या जीवनातील अर्थाचे एका वाक्यात वर्णन करा,'' अशी विनंती करण्यात आली होती. त्याने कागदावर आपले उत्तर लिहिले आणि विद्यार्थ्यांना मी काय लिहिले आहे ते ओळखायला सांगितले. थोडा वेळ शांतपणे विचार करून एका विद्यार्थ्याने फ्रॅन्कलला आश्चर्यचकित करणारे उत्तर दिले. तो म्हणाला, ''इतरांना त्यांच्या आयुष्यातील अर्थ शोधण्यास मदत करणे ह्यात तुमच्या आयुष्यातील अर्थाचे मर्म आहे.''

''अगदी बरोबर,'' फ्रॅन्कल म्हणाला, ''हेच शब्द मी कागदावर लिहिले आहेत.''

विलियम जे. विनस्लेड

(विलियम विनस्लेड हा तत्त्वज्ञानी, वकील, मनोविश्लेषक आहे. तो गॅलव्हसटन गावातील टेक्सास महाविद्यालयातील वैद्यकीय विभागात आणि ह्युस्टनमधील कायदा-केंद्रात मनोविज्ञान, वैद्यकीय नीतिमत्ता, वैद्यकीय कायदा, हे विषय शिकवितो).

शब्दसूची

होलोकॉस्ट : मोठ्या प्रमाणावरील नरसंहार

कॉन्सन्ट्रेशन कॅम्प्स : राजकीय कैद्यांसाठी उभारलेल्या छळछावण्या. यातील ऑशविट्झसारख्या काही छावण्या जास्तीत जास्त क्रौर्यकर्म करणाऱ्या जागा म्हणून प्रसिद्ध होत्या. तेथे विषारी वायुकक्ष, विद्युतभट्ट्या अशांसारखी मोठ्या प्रमाणात मनुष्यहानी करणारी विध्वंसक यंत्रणा होती.

शूझस्टाफेल (एस.एस.) : नाझी सैन्यातील पार्टीने ज्यांना शत्रू किंवा कनिष्ठ ठरविले, त्यांचा अनन्वित छळ करून मारण्याचे काम एस.एस. नावाने ओळखल्या जाणाऱ्या खात्यावर सोपविले होते. त्या खात्यातील हे अधिकारी. दुसऱ्या महायुद्धानंतर झालेल्या न्युरेन्बर्ग खटल्यात एस.एस.ना गुन्हेगार ठरविले गेले.

कापोज : छळछावणीतील विशेष हिंसक वृत्तीचे निवडक कैदी. थोडी अन्नाची, कपड्यांची लालूच दाखवून नाझी सैनिक त्यांना इतर कैद्यांवर नजर ठेवायला सांगत. कैद्यांकडून मरेमरेतो काम करून घेणे, सतत अपमान व छळ करून त्यांना धाकात ठेवणे अशी कामे कापोजवर सोपविली जात. कापोज काही जुन्या कैद्यांना हाताशी धरून त्यांना 'वॉर्डन, गार्ड्स' अशा कामाला लावून आपली कामे करत व करवून घेत. युद्धानंतर कापोजवर त्यांच्या दुष्कर्माबद्दल खटले करण्यात येऊन त्यांना दोषी ठरविण्यात आले होते.

सिनेगॉग : ज्यूंचे मंदिर

हिब्रू : ज्यूंची भाषा

"A listing of all volumes authored by Viktor Frankl, as well as a comprehensive online bibliography on logotherapy, may be accessed at the website of the Viktor Frankl Institute, www.viktorfrankl.org"